I0633353

छंद
(कथासंग्रह)

दिलीपराज प्रकाशन प्रा. लि.™

२५१ क, शनिवार पेठ, पुणे - ४११०३०.

दिलीपराज प्रकाशनाची सर्व पुस्तके आता आपण **Online** खरेदी करू शकता.

आमच्या **Website** ला कृपया एकदा अवश्य भेट द्या अथवा **Email** करा.

Email - diliprajprakashan@yahoo.in

www.diliprajprakashan.in

छंद

(कथासंग्रह)

कल्पना शुद्धवैशाख

दिलीपराज प्रकाशन प्रा.लि. ™

२५१ क, शनिवार पेठ, पुणे - ४११०३०.

छंद
Chhand
लेखिका : कल्पना शुद्धवैशाख

ISBN : 978 - 93 - 5117 - 033 - 4

प्रकाशक ।
राजीव दत्तात्रेय बर्वे
मॅनेजिंग डायरेक्टर
दिलीपराज प्रकाशन प्रा. लि.
२५१ क, शनिवार पेठ,
पुणे ४११०३०.
दूरध्वनी क्रमांक (फॅक्ससहित)
२४४७१७२३। २४४८३९९५ ।
२४४९५३१४

© प्रकाशकाधीन
(सर्व हक्क सुरक्षित)

मुद्रक ।
Repro India Ltd,
Mumbai.

प्रथमावृत्ती ।
१५ मार्च २०१५

प्रकाशन क्रमांक ।
२१९७

अक्षरजुळणी ।
सौ. मधुमिता राजीव बर्वे
पितृछाया मुद्रणालय
९०९, रविवार पेठ,
पुणे ४११००२.

मुद्रित शोधन ।
पूजा कुलकर्णी

मुखपृष्ठ ।
सुहास चांडक

या पुस्तकातील कोणताही मजकूर, कोणत्याही स्वरुपात वा माध्यमात पुनःप्रकाशित अथवा संग्रहित करण्यासाठी लेखक व प्रकाशकाची लेखी पूर्वपरवानगी घेणे बंधनकारक आहे.

रमणमहर्षी
यांना
ही नम्र आदरांजली

मनोगत

छंद हा कथासंग्रह रसिकांच्या हाती सोपवताना मला समाधान होत आहे. शाळा-कॉलेजात असल्यापासून माझं लेखन सुरू झालं. बडोद्याच्या 'मराठी वाङ्मय परिषदे'च्या कथास्पर्धेत लागोपाठ दोन वर्षे अन् नंतर कविता स्पर्धेतही जेव्हा बक्षिसे मिळाली; तेव्हा हा लेखनाचा छंद मी सोडू नये, उलट चांगला जोपासावा, असं सगळ्यांनाच वाटत होतं. पण बी.ए. व्हायच्या आधीच लग्न झाल्यामुळे अनेक जबाबदाऱ्या गळ्यात पडल्या. आयुष्याची वाटही खडतरच असल्यानं छंद जोपासणं अवघडच झालं. नोकरी, घरच्या जबाबदाऱ्या पार पाडल्यावर अधून-मधून कधी कधी लिहिलेल्या कथा स्त्री, माहेर, धनुर्धारी, विशाखा, गंधाली अशा नियतकालिकांत व इतरत्रही प्रसिद्ध झाल्या होत्या; पण पुस्तकरूपानं त्या एकत्रित व्हायला फारच उशीर झाला. त्याला २००१ हे वर्ष उजाडावं लागलं— तेही मी निवृत्त झाल्यावर! इंदूरला अखिल भारतीय मराठी साहित्य संमेलन २००१ ला झालं. त्या वेळी पुस्तक प्रसिद्ध करून आपण सम्मेलनात अशा रीतीनं योगदान द्यावं, म्हणून पहिलं पुस्तक प्रसिद्ध केलं.

निवृत्त झाल्यावर जेव्हा स्वस्थता लाभली, तेव्हा थोडंफार कथालेखन होऊ लागलं. जीवनातल्या अनेकविध समस्यांबद्दल- विशेषकरून स्त्रीच्या समस्या— लिहिताना माझ्या इतर छंदांचे म्हणजे खेळ, शास्त्रीय गायन, अभिनय इत्यादींचं प्रतिबिंबही त्यात पडतं. नृत्य, चित्रकला हेही आवडीचे विषय असल्याने तेही लेखनात डोकावतात. आपल्या जीवनावर ज्यांचा जास्त प्रभाव पडतो, त्यांच्या आवडीही आपल्या आवडींना प्रभावित करतात. आम्ही दोघं भावंडं लहान होतो; तेव्हा वडिलांचे मुख्य छंद म्हणजे पतंगबाजी, बोटिंग-स्विमिंग, व्यायाम-योगासनं, आयुर्वेदिक औषधं इ.

अनेक होते. त्या छंदांची लागण आम्हालाही झाली होती. त्या छंदांच्या पार्श्वभूमीवर म्हणा किंवा तोंडी लावण्यावर म्हणा— चार-सहा कथा लिहिल्या गेल्या आहेत. त्यांपैकी 'पेच' या कथेत पतंग उडवण्याची हौस नायिकेला आहे. ती कथा या संग्रहात समाविष्ट आहे.

नि:शक्त लोकांबद्दल कणव वाटणं किंवा सामाजिक जबाबदारीची जाणीव म्हणून गरजवंतांना मदत करणं, हा जबाबदार नागरिकाच्या स्वभावाचा महत्त्वाचा पैलू आहे. त्याचे दर्शनही 'तेजाची पावलं', 'ओळख', 'कुस्मी', 'उपरती', 'आधार' अशा कथांमधून होते. बाकी कथांमध्येही कुठली तरी समस्या आहेच.

'हे नवल कसे घडले' ही पूर्णत: फॅण्टसी आहे; पण त्यातही समस्या तर आहेच. त्या कथेलाही 'साप्ताहिक सकाळ'चे एक बक्षीस मिळाले आहे.

हे माझे आठवे पुस्तक असून याबरोबर आणखी एक विनोदी कथासंग्रह 'सत्तरावं वरीस धोक्याचं' या नावाने प्रसिद्ध होत आहे. दोन्ही पुस्तके प्रसिद्ध करण्यास मदत केल्याबद्दल दिलीपराज प्रकाशन, पुणे आणि घरच्या सर्वांचे मन:पूर्वक आभार. धन्यवाद.

कल्पना शुद्धवैशाख
'कल्पसुमुख',
१८६-डी/१, टिळकनगर एक्सटेंशन
इंदूर, म.प्र.— ४५२०१८
दत्तजयंती - दि. ६-१२-२०१४

कथानुक्रम

१) पेच — ९

२) तेजाची पावलं — २८

३) ओळख — ४१

४) लागे तुझा छंद — ५६

५) हे काय हो तुमच्या दारात? — ७५

६) कम टायगर कम — ८५

७) कुस्मी — ९६

८) कथा एका व्यथेची — १११

९) संजीवनी — ११९

१०) विठ्ठला रे विठ्ठला — १२७

११) उपरती — १४०

१२) आधार — १४७

१३) हे नवल कसं घडलं — १५९

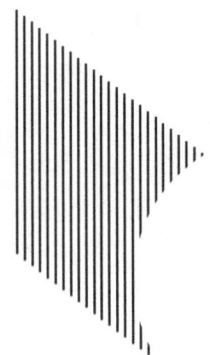

१ । पेच

सुंदरशा संध्याकाळी ती गच्चीवर उभी होती. चंपाषष्ठीचा सुमार असल्यानं पाच-सात पतंग आकाशात डुलत होते. समोरच्या गच्चीवरची मुलं पतंग उडवून एकमेकांच्या हाती देत होती. शेजारच्या गच्चीवर दहा वर्षांचा सुजीत पतंगाची दोरी धरून गच्चीभर धावत होता. धावल्यानं पतंग थोडा वर गेला की फुलून येत होता. पण लगेच तो डोकं खाली करून फटकन खाली आपटायचा की सुजीत हिरमुसला व्हायचा. सुजीतची धडपड, समोरच्या मुलांचा जल्लोष, आकाशाचे रंग, खालची वाहतूक हे सर्व पाहण्यात ती दंग होऊन गेली होती.

तेवढ्यात सुजीत ओरडला, ''दादी, मी केव्हाचा ओरडतोय. तुमचं लक्षच नाही. पतंगाला उडान द्या.'' त्याबरोबर तिला गंमतच वाटली. दोन गच्च्यांमधली भिंत जेमतेम कमरेएवढीच. मुलं तर अनेकदा टांग टाकून इकडून तिकडे करायची. ''दे आण तुझा पतंग इकडे.'' असं म्हणत तिनं पतंग घेतला. थोडं मागे जाऊन दोन्ही बाजूंनी पतंग धरून खांद्याच्या वर हात नेऊन, चवड्यांवर उभं राहून तिनं पतंगाला उडान दिली. त्याबरोबर पतंग बराच वर गेला अन् दोघांनाही आनंद झाला.

पण त्याला ठुमक्या मारून पतंग 'बढवता' येत नव्हता. त्यामुळे दोन-तीन वेळा उडान देऊन झाल्यावर तिला वाटलं, की घ्यावा तो पतंग नि आपणच उडवून पाहावा. पण लगेच वाटलं

समोरची मुलं, इतर ठिकाणच्या बायका काय म्हणतील! एवढी मोठी बाई मुलांसारखी पतंग उडवते हे काही बरं दिसतं का या वयाला नि कोण जाणे आता उडवता तरी येईल की नाही! किती वर्षांत पतंग नि मांज्याला हातसुद्धा लावला नाहीये. आता तेवढं कौशल्य तरी हातांत उरलंय की नाही याचीही शाश्वती कुठं आहे!

इकडे पतंग फाटून गेला म्हणून रडवेला सुजीत खाली गेला नि त्याच्या खाली पडलेल्या दोरीवरून सुधा कितीतरी मागच्या काळात गेली. तिकडे गुजरातमध्ये संक्रांतीच्या वेळी पतंगाचा मौसम असतो. बडोद्याला महिना दोन महिने आधीपासून दुकानं वेगवेगळे आकार-रंग-डिझाइनच्या पतंगांनी सजलेली असायची. माथेदार, ऑखदार, लंगोटदार, चट्टेपट्टेदार, चमचक्केदार, पुछट्टीदार, अशी त्यांची किती मजेदार नावं असायची. मुलं तुक्कल म्हणजे साधारण लहान पतंग उडवायची, मोठी माणसं अद्धा म्हणजे चांगले मोठे भारदस्त पतंग उडवायचे. हे सर्व पतंग पूर्वी पातळ कागदाचेच असायचे. शिवाय पतंगाबरोबर कधी रात्री दिवाही उडताना दिसायचा. शाळेत येता-जाताना मोकळ्या मैदानांवर दोरा सुतवून मांजा करणारेही दिसायचे. घरी स्वत: केलेला मांजा स्वस्त पडायचा, शिवाय त्याचा अभिमानही वाटायचा.

वर एखादा पतंग कटला की तो कुठं जाऊन पडेल त्याचा अंदाज घेऊन पोरंटोरं जिवाच्या आकांतानं रस्त्यावरच्या वाहनांची पर्वा न करता पतंग लुटायला धावत सुटायची. मग उंच मुलं किंवा हाती बांबू घेतलेली मुलं यांनाच पतंग मिळत असे व बाकीची मुलं आपण प्रयत्न केला यातच खूष असायची. या भानगडीत पतंग बहुधा फाटूनच जायचा. पण तो मिळेल या आशेवर धावण्याची नशाच काही और असायची. अशी धावणारी मुलं कधीकधी येणाऱ्या-जाणाऱ्या मुलींवरही धडकायची अन् मार खायची.

मोठी माणसं जरा आब राखून आपला उत्साह दाखवायची. पूर्ण महिनाभर मुलं जिवाचं रान करायची, तसं न करता संक्रांत अन् करीच्या दिवशीच फक्त ते पतंग उडवत. पण तेही दिवसभर! सकाळपासूनच लोक पतंग, मांज्याचे पिंडे किंवा चकऱ्या, गोंदाच्या बाटल्या नाहीतर भात, अशा सगळ्या सरंजामानिशी गच्चीवर, घरांच्या पत्र्यावर मैदानात जिथं कुठं जागा मिळेल तिथं उभं राहून पतंगबाजी करत. मग जेवणाचीही कोणाला शुद्ध नसायची. बायका स्वयंपाक करून जेवायला कोणी येतंय का याची वाट पाहत बसायच्या. दहादा हाका मारायच्या,

निरोप पाठवायच्या. तेव्हा कुठं मुलं-माणसं जेवायला येत. नंतर पुन्हा सगळे आपापल्या रणक्षेत्रावर हजर व्हायचे नि इमानेइतबारे पेच लढवायचे, पवित्रे घ्यायचे. अशात कधीकधी बाचाबाची, भांडणं, अपघातही व्हायचे. पण बहुधा सामोपचारानंच सर्व निपटायचं.

तिच्या घराचा पत्राही मुलं-माणसांनी भरून जायचा. भाऊ, त्यांचे मित्र, वडील, काका, शेजारपाजारचे असे सगळे एकत्र येऊन पतंगाचा जल्लोष करायचे. लहानपणापासून या दोघी बहिणीही यात सामील असायच्या. आकाशाकडे पाहून कोणाचा पतंग किती वेळा टिकलाय, कोणाचे पेच किती वेळ टिकलेत, हेच पाहायला मजा यायची. मग एखाद्याचा पतंग कटला की 'कटवाई है ऽ'चा जीव खाऊन ओरडा करायचा. त्यातच वेळ काढून छोटा पतंग उडवायचा. त्यावेळी वाराच इतका जोरदार असायचा, की पतंग उडवायला काही विशेष प्रयत्न करावे लागत नसत. जवळ पतंग नसला किंवा असलेला कुठं अडकून गेला की मोठ्या माणसांनी पतंग हातात धरायचा. मोठ्या पतंगाची वरची थरथर सगळ्या अंगात पसरायची, तिचं डुगडुगणं छातीतली धडधड वाढवायची असा अपरिमित आनंदाचा सोहळा असायचा.

सुधा नि सुषमा मोठ्या झाल्या तशी बाबा अन् सुभाष फक्त सकाळी पत्र्यावर पतंगबाजी करायचे. मग गर्दी वाढू लागली की खाली मैदानात सर्वांना घेऊन जायचे. तिथंही या दोघींना जायला खूप आवडायचं, कारण तिथं गुलाबराव, बाजीराव, बद्रुचाचा, चांदमियाँ असे एकापेक्षा एक धुरंधर पतंगबाज आपली कला दाखवायचे. पण मोठं झाल्यावर आता तिथं जायचं नाही, अशी त्यांना सक्त ताकीद होती. रिकाम्या पत्र्यावर या दोघी असल्या, की रिकाम्या स्टेजवर आपण उभं आहोत, असं त्यांना वाटायचं. गरबा खेळायला जसं दहा-पंधराजणी असल्याशिवाय मजा येत नाही; तसंच पतंगाचंही आहे.

पण त्या वर्षी शेजारच्या तिसऱ्या मजल्यावरच्या गच्चीवर सकाळपासून खूप जण गोळा झाले होते. नेहमी दीना, मीनाच फक्त गच्चीवर उभ्या राहायच्या वा त्यांच्याकडे यायच्या. आज त्यांच्याबरोबर त्यांचे आईवडील, इतर काही बायका नि दोघं-तिघं तरुण मुलंही होती. त्यातला एकजण जो विशीचा वाटत होता तो खूप छान पतंग उडवत होता; आणि पेच लढवले गेले की सर्वजण आरडाओरडा करून त्याचा उत्साह वाढवत होते. आज दीनासुद्धा अगदी चकरी

धरून उभी होती. नाहीतर मांज्यानं बोटं कापतात असं म्हणायची. दोन-तीन दिवसांपूर्वी भेटली होती तेव्हा म्हणाली होती, की तिचे दोघं मावसभाऊ शामसुंदर अन् कनु आणंदहून संक्रातीसाठी येणार आहेत. तो म्हणे खूप छान स्केचेस काढतो, पेंटिंगही छान करतो. इथल्या फाईन आर्ट्स कॉलेजमध्ये कदाचित ॲडमिशन घेईल. पण प्रेफरन्स मुंबईच्या कॉलेजला आहे. तो सध्या मुंबईलाच दुसऱ्या मावशीकडे राहातोय. त्यामुळे तो मराठीसुद्धा बोलतो आणि त्याला इतक्या गोष्टी माहीत आहे, की सर्वांना वाटतं त्यानं बोलावं नि आपण ऐकतच राहावं. शामभाईबद्दल किती सांगू नि किती नको, असं तिला झालं होतं. आपल्या बरोबरीच्या मुलींपेक्षा आपल्याकडे काय जास्त आहे, आपल्या ओळखी कशा चांगल्या आहेत, असे अतिशयोक्तीनं सांगण्याची या वयात सवय असतेच. त्यामुळे तिच्या शामभाईला पाहायची भारी उत्सुकता सगळ्यांना होती. बहुधा तोच तो असावा असा कयास सुधानं केला अन् दीनाच्या म्हणण्याप्रमाणे खरंच तो खूपच स्मार्ट दिसत होता.

दुपारी सर्व पुरुष मंडळी खाली गेल्यावर आपण पतंग उडवायचा, असं ठरवून सुधानं मध्यम आकाराचा एक पतंग काढला. किन्ना बांधला अन् सुषमाला उडान द्यायला सांगितलं. मग पतंग छान वर चढल्यावर सुषमाच्या हाती दिला. दोघी खूष होऊन पतंगाकडे पाहत असतानाच हवेचा रोख बदलला. त्याबरोबर आकाशातला पतंग थोडा उजवीकडे सरकला. त्याच वेळी मागच्या बाजूनी पतंग उडवणाऱ्या शामसुंदरनं गोता मारून आपला पतंग तिच्या पतंगावर घातला अन् काय होतंय हे कळायच्या आतच सुषमाच्या हातातला पतंग कटून गेला. भराभर मांजा गुंडाळत सुधानं त्या गच्चीकडे रागारागानं पाहिलं. तसं टाळ्या वाजवत सर्वजण 'कटवाई है ऽ' असं ओरडू लागलो. त्याबरोबर तिचा राग आणखीच वाढला अन् दणदण पाय आपटत ती वरच्या उतरत्या पत्र्यावरून खालच्या दुसऱ्या समतल पत्र्यावर, जिथं उलट्या पाटाखाली पतंग दाबून ठेवला होता तिकडे गेली अन् दुसरा कुठला पतंग काढावा, याचा विचार करू लागली. तिकडून सगळे सुषमाला म्हणत होते, ''बीजी उडावो ने हवे, बीजी'' (दुसरा उडवा ना आता दुसरा.) त्याबरोबर तीसुद्धा उतरत्या पत्र्यावरून सुधाकडे आली अन् तिच्यापाशी उकिडवं बसत म्हणाली, ''सुधे अगं, हवा तिकडची आहे. त्यामुळे आणि दुसरं त्यांची तिसऱ्या मजल्याची गच्ची आहे आणि आपण दुसऱ्या

मजल्यावर आहोत म्हणून त्यांना उंचीचाही फायदा मिळतोय. दुसरा पतंग उडवला तरी त्याचीही तीच गत होईल.''

''मग काय करू? त्यांचे टोमणे ऐकत बसू?'' फुणफुणत सुधा म्हणाली.

''तसं नाही. कदाचित तुला पेच घेता येतात म्हणून आपला पतंग न कटता त्यांचाच कटेल. पण तरी वस्तुस्थिती नाकारता येत नाही. पण तरी कटला तर कटला गं! परत उडवून तर पाहा.''

तिच्या बोलण्यानं सुधाला जोर चढला. एक छानसा पतंग काढून त्यांनी परत उडवायची तयारी केली. त्याबरोबर तिकडून सगळ्यांनी टाळ्या वाजवल्या. दीना तिकडून गुजराथीत ओरडली, ''उडव गं उडव. आम्ही तुलाच बॅकअप करू हं.'' त्याबरोबर तिचा धाकटा भाऊ ओरडला, ''ए अशी फितुरी नाही हं करायची. आपण ज्या पार्टीत आहोत त्यांनाच बॅकअप करायचं असतं.''

अशा गोंगाटात सुधानं पतंग उडवला. तिकडून शामभाई गाणं म्हणू लागला, ''आ रूपसुंदरी कोण छे? ए ऽऽ एऽऽऽ हे ऽ'' आणि गरब्याच्या ओळीनंतर जशी लकेर मारतात तशी लकेर मारली.

सुधानं रागानं मागे वळून पाहिलं, कारण छान उजळ वर्ण, अतिशय रेखीव चेहरा, मोठे डोळे आणि लांब दोन वेण्या यामुळे सुषमा तिच्यापेक्षा जास्त गोरी असूनही सुधाचं जास्त सुंदर दिसायची. पतंगाच्या वेळी पतंगाकडेच लक्ष द्यायला हवं. त्याऐवजी आपल्या दिसण्यावर हा का शेरेबाजी करतोय म्हणून तिला राग आला. पण तसं पाहिलं, तर तो त्यांच्या पतंगाकडे हात करूनच गाणं म्हणतोय, ''आ रूपसुंदरी कोण छे, मारी सगली जेवी लागे छे।'' (ही रूपसुंदरी कोण आहे? माझ्या प्रियेसारखी वाटतेय खरी).

त्याच्या चतुराईमुळे तिला काही बोलताही येईना. त्याच्याकडे फार लक्ष न देता तिनं पतंग चांगला वर चढवला. पण पुन्हा तेच. त्यानं गोता मारून आपला पतंग खाली वळवला अन् तिच्या पतंगात गुंतल्यावर सरसर खेच मारून तिचा पतंग काटला. पुन्हा 'कटवाई हैऽ'चा जोरदार गजर झाला. पण यावेळी त्यानं कान धरून सॉरी म्हटलं अन् वर म्हणाला, ''आता नाही तुमचा पतंग काटणार हं.''

पण त्याचा काय भरोसा! शिवाय यांचा मांजा असाच लुटलेल्या पतंगाचा होता. तो काही बाबांच्या मांजासारखा घरी सुतवलेला सलग नव्हता. शामभाईचा

मांजा चांगला होता. शिवाय पतंगही मोठा होता आणि त्याचं कौशल्यही निर्विवाद होतं. तरी ती ओरडून म्हणाली, ''आमच्या बाबांशी घे पेच आणि त्यांचा पतंग काटलास, तर मानते तुला.''

''अरे भाई, आम्ही तर त्यांच्या पुढे बच्चे लोक आहोत. त्यांची काय बरोबरी?'' पण या दोघींचा मूडच गेला. खाली जाऊन खिडकीतून मैदानात काय चाललंय, ते पाहत बसल्या.

दुसऱ्या दिवशी सगळ्याचा वचपा निघाला. बाबांनी कालची यांची भंबेरी पाहिली होती की काय कोण जाणे! यांनी आपली फजिती स्वत:च्या तोंडानं मुळीच सांगितली नव्हती. पण बाबांनी दुसऱ्या दिवशी शामचे तीन पतंग कापले, खरं तर शेजारपाजारच्या पतंगाशी ते पेच घेत नसत. पण सुरुवात शामनंच केली म्हणून त्यांनीही आपला हात दाखवला. त्याच्या प्रत्येक पतंगाच्या कटण्याबरोबर या दोघीही जीव खाऊन 'कटवाऽऽई है ऽ' असं ओरडत होत्या, टाळ्या वाजवून नाचत होत्या. पण गंमत म्हणजे त्यावर रागवण्याऐवजी तो हसत हसत दोरा ओढत राहायचा. नंतर बाबा त्याला म्हणाले, ''माझ्या ताबियाजवळ येऊ नकोस, दूर रहा. नाहीतर परत कटशील.'' त्या दिवशी दोघीजणी नाकं वर करून पत्र्यावरून उतरल्या, आनंदानं फुगून जणू उडत होत्या.

दुसऱ्या दिवशी दीना तिला भेटून मुद्दाम म्हणाली, ''शामभाई तुझी चौकशी करत होता हं, त्याला फार आवडलं तुझं पतंग उडवणं, ये ना केव्हातरी संध्याकाळी.'' आवजो आवजो करत ती गेली. खरं तर त्यानं केलेली फजिती तिच्या वर्मी लागली होती. पण खेळ म्हटला की सगळं चालतंच हे तिनं ग्राऊंडवर खो खो खेळताना अनुभवलं होतं. तो जसा हसत राहिला तसं आपणही हसायला हवं हे तिला कळत होतं. शिवाय त्याची स्केचेसही पाहायची होती. तिनंही ड्रॉईंगच्या दोन परीक्षा दिल्या होत्या. तिचाही हात चांगला होता, तरी ह्यूमन फिगर्स छान येत नव्हत्या. म्हणून त्याला भेटायची उत्सुकता होती.

त्याला भेटल्यावर तिचा सगळा रोष नाहीसा झाला. जवळून तो जास्तच छान दिसत होता. नाकीडोळी सुंदर असून उजव्या गालावर डोळ्याच्या खाली एक काळा मस होता. त्यामुळे तो हसला की आणखीच सुंदर दिसायचा. शामसुंदर हे नाव त्याला शोभूनच दिसतं, असं सुधाला वाटलं. शिवाय तो खूपच मजेदार बोलत होता. समुद्राची शोभा, चौपाटीवरच्या गमती, ट्राम, लोकल्स

हे सर्व यांनी कोणी पाहिलंच नव्हतं. त्यामुळे त्याबद्दल ऐकायला या दोघी, दीना, मीना सगळ्यांनाच खूप खूप मजा वाटत होती. जणू आलिबाबाची गुहाच त्यानं यांना दाखवली होती. पण मुंबईच्या जीवनाबद्दल इतक्या गोष्टी अनुभवूनसुद्धा त्याला जराही आढ्यता नव्हती. उलट यांच्या शाळेबद्दल, ग्राऊंडवरच्या खेळाबद्दल इतर हॉबीजबद्दल त्यानं खूप आत्मीयतेनं चौकशी केली आणि आपण आजपासून दोस्त झालो असंही तो आवर्जून म्हणाला. सुधाच्या पतंगावरच्या आणि इतरही विषयांवरच्या चार-आठ ओळींच्या छोट्या छोट्या कविताही कौतुकानं त्यानं ऐकून घेतल्या नि भलावणही केली. त्यामुळे घरी आल्यावर दोघींनी त्याची खूपच तारीफ केली. पूर्वीचं सगळं मळभ नाहीस झालं. आईही म्हणाली, "पाहा इतका चांगला मुलगा असला, तर ड्रॉईंगचं त्याच्याकडून काही शिकून घे. काही कामास येईल पुढे."

त्यानंतर सुधा, सुषमा दीनाकडे रोज एखादी फेरी मारायच्याच. रोज काहीतरी नवीन विषय निघून चर्चा व्हायची. त्यात दीनाचे आईवडीलही भाग घ्यायचे. त्या दिवशी पाच वाजता या दोघी दीनाकडे जायला निघाल्या अन् नेमकी सुषमाची मैत्रीण आली म्हणून सुधाच त्यांच्याकडे गेली. दार उघडंच होतं. पण आत जाऊन पाहाते तो कोणाचीच चाहूल लागेना आणि शामभाई एकटाच आतल्या खोलीत पलंगावर झोपला होता. चौकशी करावी की परत जावं याचा विचार करत ती थोडी घुटमळली. तेवढ्यात शाम म्हणाला, "अरे, सुधा तू? ये ना." आता दोघंही एकमेकांना अरे-जारे करत होती, इतका परिचय झाला होता.

"बाकी सगळे कुठं गेले? कोणी दिसत नाहीये. पण झोप तू. मी परत येईन. आता निघते."

"अगं, थांब ना. मला थोडी गुंगी आली होती. सगळेजण तीनच्या शोला गेलेत. आज सकाळपासून मला जरा कणकण वाटतीये म्हणून मीच फक्त इथं दिसतोय. तशी गोळी घेतलीये ॲस्प्रोची नि आता बरंही वाटते. आपण गप्पा मारू या."

"बरं नसेल वाटत तर झोपच. नको. नको. उठू नकोस. मी थांबते पाच मिनिटं. इथं बसते खुर्चीवर." तो उठू लागला म्हणून ती म्हणाली.

"अशी जवळ ये ना. म्हणजे मोठ्यानं नको बोलायला," त्यानं डोळ्यांवर हात घेऊन थोडं दाबलं.

"डोकं दुखतंय का शामभाई? मी दाबून देऊ?" खुर्ची त्याच्याजवळ घेत तिनं विचारलं.

"दाबून दिलंस तर बरं वाटेल." तिनं हळुवार बोटांनी त्याची कानशीलं, कपाळ दाबून दिलं. त्याला बरं वाटतंय हे त्याच्या चेहऱ्यावरून कळत होतं. त्याला बरं वाटण्याइतकं त्याच्यासाठी आपण काही करू शकलो, याचं तिला समाधान वाटलं.

"सुधा, मी तुला राधा म्हणू?"

"राधा? पण का रे?"

"मला राधा नाव फार आवडतं म्हणून."

आपल्याला आवडणाऱ्या व्यक्तीनं काही मागावं आणि आपण ते द्यावं यातही फार सुख असतं. म्हणून ती हळूच म्हणाली, "तुला आवडत असलं, तर म्हण ना. राधा नाव मलाही आवडलं."

आणि पुढे काही न बोलता त्याच्या कपाळावरच्या तिच्या हातावर त्यानं आपला हात ठेवला. त्याच्या गरम वाटणाऱ्या हाताला, बोटांना तिनं दुसऱ्या हातानं हळुवारपणे दाबलं. म्हणाली, "अंग दुखतयं का?"

पण याला उत्तर न देता त्यानं हात वर करून तिला पुढे आपल्यावर ओढलं अन् तिचं चुंबन घ्यायचा प्रयत्न केला. काय होतंय ते कळायच्या आतच त्याचे गरम ओठ तिच्या ओठांना चुटपुटते लागले. प्रतिक्षिप्त क्रियेनुसार त्याच्या खांद्याला रेटा देत ती उठून उभी राहिली. "शी हे असं काहीतरी काय करतोस तू?" हातानं तोंड पुसत रागानं तिनं विचारलं.

"काय केलं? किस केलं तुला!"

"पण का? मी काय लहान मूल आहे?"

"लहान मुलांचा मुका घेतात. मोठ्यांचं चुंबन घेतात. डोन्ट टेल मी दॅट यू आर सो इनोसंट!"

"इनोसंट-बिनोसंट काही नाहीये मी. सगळ्या वर्गाची मॉनिटर आहे मी. सर्व बंडखोर मुलींना पुरून उरते मी. टीचरसुद्धा म्हणतात की खूप तेज आहे मी." तो खदखदून हसला. त्यानं विचारलं "तू किती वर्षांची आहेस?"

"का? मी मोठी झालीये आता. सोळावं लागलं या ९ जानेवारीला म्हणजे पंधरा पूर्ण!"

"आणि तरी तुला सेक्सबद्दल काही माहीत नाही?"

"सेक्स? नाही. पण सेक्स नसेल माहीत तर काय झालं? तुला तरी कॉन्स्टँटिनोपल

कुठं आहे? माहीत आहे? मुलांना हे शहराचं नाव नि ते कुठं आहे ते माहीतच नसतं म्हणून तिनं प्रतिहल्ला केला. "मला... मला... शिकागो, मॉड्रीड, रंगून कुठं आहेत ते माहीत आहे. एखादी गोष्ट नसेल माहीत, तर काय बिघडतं?"

त्याला वाटलं ही मुलगी खरंच अफलातून आहे. एवढी रसरशीत दिसतेय तरी स्वत:बद्दल इतकी अजाण आहे? तो म्हणाला, "पृथ्वीचा भूगोल माहीत आहे. पण स्वत:चा भूगोल माहीत आहे का? स्वत:ची मापं तरी माहीत आहेत का?"

विचारलेल्या प्रश्नाचं फटकन उत्तर द्यायचं असा तिचा खाक्या असल्यामुळे तिला पटकन उत्तर द्यायचं होतं. पण हा मापं कसली म्हणतोय ते न कळल्यानं ती गोंधळली. पण लगेच ब्लाऊजला, परकरला मापं घेतात हे लक्षात आल्यामुळे म्हणाली, "माझं माप दर्जालाच माहीत, मला काय माहीत?" आता तो पोट धरधरून हसायला लागला. अशी मुलगी त्यानं पाहिली नव्हती. त्याच्या सुंदर दिसण्यामुळे अनेक मुली त्याच्या मागेपुढे करायच्या. हिलासुद्धा आपण खूप इंप्रेस केलंय हे त्याला कळलं होतं. पण तरीही हे प्रकरण काही वेगळंच आहे. त्याला काळजीपूर्वक हाताळायला हवं, हे मात्र चांगलं कळलं. तिला वाटलं हा हसतोय का? आपली पुन्हा फजिती होतेय हे जाणवल्याक्षणी तिचा तीव्र अभिमान एकदम जागा झाला. छट्! आपली हुशारी, अनेक क्षेत्रातलं कौशल्य काहीही याच्या खिजगणतीतच दिसत नाही. पण याच्या प्रश्नांना काही कार्यकारणभाव आहे का? यानं मुका का घेतला? हा कितीही चांगला आहे असं आपल्याला वाटत असलं तरी शी: शी: ते अपमानास्पदच होतं, ते टाळलंच पाहिजे. अशा विचारानं ती गर्रकन मागे फिरली नि राधा राधा असं शाम ओरडतोय तरी दडदड जिना उतरून ती खाली आली.

रस्त्यावरून आपण रागारागात चाललोय असं नको दिसायला म्हणून प्रयत्नपूर्वक तिनं चेहरा हसरा केला. तिला उगीचच वाटलं की आपण मोठे झाले आहोत, तर साडी नेसायला हवी होती का? शाळेत जाताना ती साडी नेसायची. पण घरात अजूनही लांब-रुंद पूर्वीचे परकर-पोलकंच घालायची. चिमटीत परकर थोडा वर धरून ती विचार करत होती की घरीच जावं की इकडेतिकडे थोडं फिरून यावं? सुषमाला किंवा आईला हे सांगावं का? पण नकोच. आधीच आई इकडे जाऊ नको, तिकडे जाऊ नको करते. साडी नेस म्हणून मागे लागते. बाबा संध्याकाळचं कुठं जाऊ देत नाहीत. शाळेत जाता-येताना इतर मुलींबरोबर राहत

जा, असं म्हणतात ते मुलं मागे लागू नयेत म्हणूनच ना? शेवटी कुंदालाच विचारावं, असं तिनं ठरवलं. उद्या तिला नक्की विचारायचं ठरवल्यावर तिला निश्चिंत वाटलं.

शाळेतल्या मधल्या सुट्टीत बॅडमिंग्टन न खेळता ती कुंदाला घेऊन जरा बाजूला गेली. ''का गं कुंदे, तुला सेक्सबद्दल काय माहीत आहे?''

''बाप रे! तुला काय माहीत आहे?''

''मला माहीत नाही म्हणून तर तुला विचारतेय. नाहीतर कशाला विचारीन?''

थोडा वेळ विचार करून कुंदा म्हणाली, ''हे बघ गडे, मला जसं थोडं फार काही कळतं तसं सांगते हं. बॉटनीत आपण स्त्रीकेसर अन् पुंकेसर शिकलो ना? तसेच पुरुष आणि स्त्री पण वेगळे! त्यांच्यात रि-प्रॉडक्टिव्ह सिस्टीम असते, म्हणून त्यांना भिन्न लिंगी व्यक्तींबद्दल आकर्षण म्हणजे खूपच आकर्षण वाटतं. पण याबद्दल तुला काही प्रॉब्लेम आलाय का?''

''पण मला तर काही आकर्षणबिकर्षण वाटत नाही कोणाबद्दलच.''

''असं कसं होईल? स्त्रीला पुरुषांबद्दल आकर्षण वाटतच मुळी!'' कुंदा ठासून म्हणे.

''मग मी स्त्री नाहीये का?'' सुधानं घाबरून विचारलं.

''येडचापच आहेस. पाळी येतीये म्हणजे स्त्रीच आहेस बरं. लग्न झालं की मुलंही होतील.''

''हरे राम! म्हणजे म्हणून लग्न करतात? मला वाटलं की मुलगी मोठी झाली की कोणीतरी कमावता मुलगा पाहून देऊन टाकतात. त्यात अशी काही भानगडबिनगड असती किंवा असं काही विचित्र असेल असं वाटलंच नाही. मग मला आणि तुला पण मुलं होतील? ब्यॉऽऽऽ! मला तर ती भ्याऽ भ्याऽ करत रडणारी मुलं अज्जिबात आवडत नाहीत. कुंदे, कसं व्हायचं गं?''

''अगं, असं काय करतीस? आतापर्यंत कधी कोणाच्या लग्नाला गेलीच नाहीस का? अन् त्यावेळी टाळक्यात काही विचार आलेच नाहीत का?''

''अगं, जेवायलाबिवायला गेले होते. पण त्यात काय विचार करायचा? सतत तर खो खो च्या मॅचेस खेळत होते गेल्या वर्षीपर्यंत. याच वर्षी आता बाबा ग्राऊंडवर जाऊ देत नाहीयेत. शिवाय वक्तृत्व स्पर्धा, अभ्यास, इतर आवडी यात विचारच आला नाही कधी डोक्यात आणि घरीसुद्धा कोणी असं काही बोलतच नाही.

बाबा सततच राजकारणाची चर्चा करतात. नाहीतर योगासनं केली का? सूर्यनमस्कार घातले का? प्राणायाम केला का? असले प्रश्न विचारून आम्हा तिघांनाही आपल्यासमोर करायला लावतात. आईसुद्धा नेहमी त्यांच्या हो ला हो करती. नाहीतर घरची कामं मागे लावून देती. यात सेक्सची भानगड कळेलच कशी?'' तावातावानं सुधा म्हणाली.

दोन-तीन दिवसांनी दीना आली. ती सुधाला म्हणाली, ''का गं आली नाही दोन-तीन दिवस? कुठं गेली होतीस का? शामभाईंनी कृष्णाचं एक पेंटिंग केलं होतं. ते आमच्या बानी फ्रेम करून आणलंय ते पाहायला ये ना. शिवाय तुझंसुद्धा पतंग उडवतानाचं एक स्केच केलंय ते घ्यायला ये ना.''

दीनाला तर ती येते म्हणाली. पण जाऊच नयं असं वाटत होतं. पण नंतर विचार केल्यावर वाटलं, कर नाही त्याला डर कशाला? निदान तो काय म्हणतोय ते ऐकून तर घ्यावं म्हणून संध्याकाळी ती बेधडक भेटायला गेली. फ्रेम आणि स्केच खरंच तिला फार आवडलं. तसं बोलूनही दाखवलं म्हणून तो सुखावला. शिवाय ती आली हीच त्याला पुढची नांदी वाटली. बा स्वयंपाकात होती, मीना अभ्यासाला गेली होती. तेव्हा दीनाला तो म्हणाला, ''चला ना आपण तिघं गच्चीवर जाऊ, जरा फ्रेश वाटेल.'' अन् वर गेल्यावर जरा इकडच्या तिकडच्या गप्पा झाल्यावर तिला म्हणाला, ''दीना, माझी शाल आणतेस? जरा गार वाटतंय ना? अन् खायलाही आण. थोडी भूक वाटतीय.'' तिला त्याची शाल सापडलीच नसती अशा ठिकाणी त्यानं ठेवली होती. तिला दहा-पंधरा मिनिटं तरी लागतील असा त्यांचा अंदाज होता. समोरासमोर उभं राहिल्यावर मावळतीची किरणं सुधाच्या चेहऱ्याच्या एकाच भागावर पडली होती. फुगीर गालावर एखादीच बट मागे पुढे होत होती. इतकी सुंदर यापूर्वी ती केव्हाही दिसली नव्हती. त्याला वाटलं घ्यावं तिला कवेत. पण आसपासच्या गच्चीवरही कोणी असण्याचा संभव होता. अन् एकदम तीसुद्धा बिथरली तर! म्हणून तो दुरूनच म्हणाला,'' तीन दिवस काय विचार केला?''

''काही विशेष नाही. का?''

''मारीसाथे रमवा गमशेतने? (माझ्याशी खेळायला आवडेल तुला)?'' रमवा या शब्दावर मुद्दाम जोर देत त्यानं विचारलं.

''शुं रमिशूं? (काय खेळायचं)''

"सेक्सनो गेम! (सेक्सचा खेळ)"

"म्हणजे? तो खेळ पण असतो? व्यापारासारखा की कॅरमसारखा?"

"बुद्धुच आहेस. पण तुला माहीत नसेल तर मी समजावीन."

त्यानं असं म्हटल्यावर तिच्या डोक्यात टयूब पेटली. कुंदा जे म्हणाली होती तसंच काहीतरी असणार. आपण त्याला अगदीच बावळट वाटू नये म्हणून ती म्हणाली, "मी कुंदाला विचारलं होतं ती म्हणाली स्त्रीकेसर अन् पुंकेसर जसे वेगवेगळे असतात तसे स्त्री-पुरुष पण वेगळे असतात आणि..."

"थांब, थांब. आधी तुझ्या डोक्यातली पुस्तकं काढली पाहिजेत."

"पण पुस्तकांमुळेच हे समजलं ना?"

"मग आता हे समजून घे की तू एक स्त्री आहेस अन् मी पुरुष."

"होऽ! पण मला आत्ता लग्नच नाही करायचंय. मला खूप शिकायचंय." मध्येच ती म्हणे.

"पण मी कुठं म्हणतोय लग्न कर म्हणून."

"मग?" तिनं गोंधळून विचारलं.

"असं की आपल्याला ही जी देणगी दिलीये स्त्रीत्वाची अन् पुरुषत्वाची तिचा आपण हवा तसा उपयोग करून घ्यायचा. थियरी तुला माहीत असेल कदाचित. आय डाऊट! पण प्रॅक्टिकल मात्र मी शिकवून देईन."

प्रॅक्टिकल म्हणजे नक्की काय! अन् ही भानगड काही सरळ दिसत नाहीये. म्हणून तिनं विचारलं, "म्हणजे काय?" आणि काहीतरी गोलमाल बोलायचं म्हणून ती पुढे म्हणाली, "आमची आई म्हणते की प्रत्येक गोष्टीची एक वेळ असते. त्या त्या वेळीच त्या गोष्टी चांगल्या वाटतात."

"आईची गोष्ट जुन्या काळातली राधा. अगं, मी तुला बंडखोरी करायला शिकवतो, आपल्या मनाला हवं तसं आपण वागायचं. इतरांची पर्वा कशाला करायची? कामाठी गार्डनमध्ये फिरायला चल ना." मधाळ आवाजात त्यानं आर्जव केलं. "पण आई तर इतक्या वर्षांची मला प्रिय असणारी व्यक्ती आहे अन् तू तर आत्ता ओळख झालेला! तिला टाळून तुझं कसं ऐकू?"

"तीच तर मजा आहे. नवीन नवीन परिचय होतात तेच तर तुम्हाला नवे अनुभव देतात. नवीन काही शिकवतात. तुला तुझ्याच शरीराचा परिचय करून देईन. तुला परवाचा किस आवडलाय ना?" तिच्याकडे रोखून पाहत त्यानं विचारलं.

"मुळीच नाही. तुला भेटायला मला आवडतं याची अनेक कारणं आहेत. तुझी दोस्तीही आवडली. शिवाय तू मला चेहऱ्याचं शेडिंग करायला शिकवलेस ना म्हणजे तू माझा गुरूच झालास. या अशा सुंदर नात्यांचा आणि त्या तुझ्या वेडगळ वागण्याचा एकत्र गोंधळ मुळीच करू नकोस. मला जी गोष्ट आवडत नाही ती करून मला रागवायला लावू नकोस." पुढे काय बोलावं ते न कळून ती श्वास घ्यायला थांबली.

तेवढ्यात शाल आणि एका वाडग्यात शेव घेऊन दीना आली. म्हणून विषय बदलून तो म्हणाला, "सूर्यास्त खरंच किती सुंदर असतो ना? आजची संध्याकाळ नेहमीच लक्षात राहील माझ्या. परवा मी जातोय आणंदला. उद्या आपण मुलांनी कामाठी गार्डनला जायचं का दीना?" पुन्हा आमंत्रण देतोय का हा असं सुधाला वाटलं. "वा! का नाही? पण शाळेतून आल्यावर गेलो, तर म्यूझियम बंद होऊन जाईल." दीना म्हणाली. इथं काही पाणी मुरतंय अशी शंका तिला आलीच होती.

"माझ्यासाठी एखादा दिवस शाळेला सुट्टी नाही का करणार तुम्ही?" अजिजीनं त्यानं विचारलं.

"नाही हं. मी मुळीच सुट्टी घेणार नाही." ठासून सुधानं ठणकावलं.

दुसरे दिवशी सुधा तिकडे मुळीच फिरकली नाही. संध्याकाळी दीना त्याचा निरोप घेऊन आली तरीही नाही आणि तिसरे दिवशी ती शाळेतून यायच्या आधीच तो निघून गेला होता. त्याचा निरोप होता. 'परत जेव्हा आपण भेटू तेव्हा ओळख दाखव.' ती खूप चिडली होती. कोणावर ते नीटसं कळत नव्हतं. चांगली दोस्ती झाली होती यावर ती आधी मनापासून खूष झाली होती. पण त्याला तिच्यापासून काही वेगळं हवं होतं हे आता कळलंच होतं. म्हणजे मनात तो विशिष्ट हेतू ठेवूनच चाल खेळत होता का? अन् हे जराही कळलं नाही म्हणजे तिचा मूर्खपणाच होता. याचाच तिला जास्त राग आला होता. तिच्या मनात त्याची जी एक सुंदर प्रतिमा आधी तयार झाली होती ती आधी डागाळली अन् नंतर निखळली. कोणाशीही परिचय वाढवताना आता काळजी घ्यायला हवी हा धडा मात्र तिला मिळाला.

★ ★ ★

"अरे! आण्टी, तुम्ही अंधारात का उभ्या आहात? पाहा ना वर टाकलेले कपडे काढायला मला उशीरच झाला आज." गच्चीवर वाळत टाकलेले कपडे

काढताना शेजारची विशाखा तिला म्हणाली.

"निघतेच खाली अगं! विचारात गुंगून गेल्यामुळे अंधार केव्हा झाला ते कळलंच नाही." सुधा म्हणाली.

ती खाली आल्यावर बाहेर जायच्या तयारीत असलेली तिची सून तिला म्हणाली, "मी येतच होते वर बोलवायला. आम्ही तिघं बाहेर जाऊन येतो. उशीर झाला तर तुम्ही जेवून घ्या. आम्हाला लागेल ते मी नंतर करून घेईन. तुम्हाला काही हवंय?" मुलगा, सून, नातू बाहेर गेल्यावर ती गेट लावून आत आली. आतून बाहेर रस्त्यावर पाहत असताना दिसलं, की काही ठिकाणी उजेड आहे, तर काही ठिकाणी अंधार. काही घरांच्या बागेची नीटस मांडणी तर काही ठिकाणी वेडीवाकडी कशीतरी झाडं-झुडपं! तसंच जीवनातही नाही का? काही ठिकाणी प्रेमाची ऊब, नात्यांची हिरवळ, तर काही ठिकाणी काटेरी झुडपं, रखरखीत वाट किंवा फसवी डबकी. जरा चुकलं की मन रक्तबंबाळ व्हावं, अंगावर चिखल उडावा, डाग पडावा.

अंगणातल्या छोट्या जागेत फिरताना तिला वाटलं वयाच्या साठीकडे झुकले, व्ही.आर.एस. घेतली, तरी शामभाई काही पुन्हा भेटला नाही. पण भेटला असता, तर सांगावं लागलं असतं, की तुझी खूप वेळा आठवण झाली. तू शिकवलेला धडा अनेकदा कामास आला, कारण ती पुरुषी वृत्ती अगदी सगळीकडे जरी नाही तरी बहुतेक ठिकाणी दिसते. अगदी क्वचित पुरुष त्यातून वर उठतो. स्त्रीकडे पाहताना बहुधा सौंदर्य, सौष्ठव याचाच पुरुष विचार करतात. व्यक्तित्वाला उठाव येण्यासाठी सौंदर्य मदत करतं हे खरंच आहे. प्रथम प्रभाव सौंदर्याचाच पडतो. पण सौंदर्य म्हणजे स्त्री नाही. तिची बुद्धिमत्ता, अनेक गोष्टीतलं कौशल्य, सर्वांना स्पर्शून जाणारी ममता, घडीघडी उपयोगी पडणारं चातुर्य, या अनेकविध गुणांनी विणलेलं तिचं आणखी एक रूप असतं. त्याची कोणालाच तलाश नसते.

कधीकधी तर ते रूप खिजगणतीतच नसतं. पण स्त्री पुरुषाला सामोरी जाताना त्याच्या गुणावगुणांचाच विचार जास्त करते. निदान तिच्यासारख्या वेगळ्या स्त्रिया तरी मित्रत्वाची, सहकाराची, बरोबरीच्या मानाची अपेक्षा करत असतात. पण ही अपेक्षा करण्यात आपण चूकच केली, असं बरेचदा तिच्या प्रचितीस आलं.

विशेषत: वैधव्य आल्यावर. ऐन चाळिशीत तिचा प्रिय नवरा आधी अपघात अन् नंतरच्या काही दिवसांच्या आजारपणातच तिला सोडून गेला. पदरी दोन मुलं असल्यानं तिला नोकरी करणं भाग होतं आणि योग्यता असल्यानं त्याच्याच कंपनीनं तिला नोकरी दिलीही. आधी उद्‌ध्वस्त होणार की काय असं वाटत असतानाच संसाराचं बस्तान परत नीट बसतंय न् बसतंय तोच तिच्या लक्षात आलं, की लोकांची तिच्याकडे पाहायची दृष्टीच बदललेली आहे. आता नवरा नाही तर हिला कोणाला तरी जवळ करावंच लागेल. मग आपणच का ट्राय करून पाहू नये असा अनेकांचा सरळसरळ हिशोब होता. अतिशय सरळ, प्रेमळ स्वभावामुळे आधी हे तिच्या लक्षात आलं नाही. शिवाय आपला तर संसार झालाच आहे अन् आपण तर तशा पुष्कळ मोठ्या आहोत असं तिला वाटत होतं आणि लोकांनाही तसंच वाटतंय, असं ती धरून चालली होती. म्हणून आपलं दु:ख दाबून ती आनंदाचं आवरण ओढून सर्वांशीच बरंच बोलायची. काहीजण तर आधीचेच खूप ओळखीचे होते. आपल्या बायकांसमवेत तिच्या घरी जाऊन तिचं आतिथ्यही स्वीकारून गेले होते. ते आता एकेकटे येऊन तिच्याकडे आपलं मनोगत व्यक्त करू लागले अन् त्यांच्या बायका तिच्यापासून फटकून वागू लागल्या.

हे सगळं काय होतंय हे आधी तिला कळलंच नाही अन् नंतर मात्र भयंकर मनस्ताप झाला. तिचा संसार अतिशय सुखाचा होता. नवरा प्रेमळ होता. त्याला विसरणं तिला शक्यच नव्हतं. पण या तिच्या भावनेची कदर न करता निर्लज्जपणानं तिला अजमावून पाहाणाऱ्या लोकांचं काय करावं हे तिला कळेनासं झालं. त्यांना काय शिक्षा करणार? अनेक पेच निर्माण झाले, त्यांना कसं कटवायचं ते कळायचंच नाही. प्रत्येकाला कटवताना तिला प्रत्येक वेळी शामभाईच आठवला. मग मनाविरुद्ध तिनं गंभीरपणाचं आवरण ओढून घेतलं, ते पहिल्यांदा कष्टप्रद वाटलं खरं. पण नंतर सवय झाली.

नोकरीला लागण्याआधी मोठ्या आवडीनं ती शास्त्रोक्त गाणं शिकली होती, अनेक नाटकांत कामंही केली होती. तिथंही कार्यक्रमाच्या निमित्तानं, प्रॅक्टिसच्या निमित्तानं अनेकांशी खूप परिचय झाले होते. पण थोड्या फार फरकानी सगळीकडे तेच. पण क्वचित मित्रत्वाचा लाभ झालाही होता. एक मित्र तिला नेहमीसाठी मिळाला होता. तो तिच्यासाठी अनमोल ठेवा होता. अशाही व्यक्ती असतात हे तिला शामभाईला केव्हातरी सांगावंसं फार फार वाटत होतं. त्याच्याखालोखाल

जवळ आलेले आणखीही दोघं होते. शेवटी आयुष्यात काय वेचलं अन् काय गमावलं याचा मनातल्या मनात हिशोब तर होतच असतो.

दुसरे दिवशी बाजारात खरेदी करायला एका मोठ्या दुकानाच्या पायऱ्या चढत असताना वरून उतरणाऱ्या स्त्रीला जागा देण्यासाठी ती बाजूला झाली अन् वर पाहिल्यावर ती चकितच झाली. ती दीना होती! तशीच घट्ट वेणी वर बांधलेली, तोच चपटा, हसरा चेहरा, कुंकू मात्र आता जास्त ठसठशीत दिसत होतं. दोघीही आश्चर्यानं प्रथम पाहतच राहिल्या अन् नंतर एकमेकींना मिठी मारून हसत राहिल्या. भर रस्त्यात काय बोलू नि काय नाही असं होऊन गेलं होतं. इंदूरला लहानपणीची मैत्रीण भेटेल, असं कधी वाटलं नव्हतं. आता भेटल्यावर सुधाला फार फार आनंद झाला होता. त्यांच्या आवेगाकडे पाहिल्यावर अन् एकमेकींची इतकी आस्थेनं चौकशी करण्यावरून शुभदाला कळलं की त्या जुन्या मैत्रिणी आहेत. ती म्हणाली, "इथं रस्त्यावर बोलण्यापेक्षा आपण कॉफी हाऊसमध्ये कॉफी घेता घेता बोलायचं का आई? म्हणजे जास्त सोयीचं होईल."

"नको. नको. मला हॉस्पिटलला जायला उशीर होईल." दीना म्हणाली.

"म्हणजे? कोणाला तातडीनी भेटायला जायचंय का?

"अं?" लगेच बोलावं की नाही, बोलल तरी ते कसं सांगावं, अशा स्वरात दीना हळूहळू म्हणाली, "म्हणजे अगं, तेच सांगत होते आता. शामभाईला ॲडमिट केलंय हॉस्पिटलला आणि जरा बरं वाटलं की तो मुंबईला जाईल."

"काय? तो इथं आहे? काय झालंय त्याला?" आश्चर्यानं तिनं विचारलं.

"कॅन्सर! तू असं करतीस का? माझ्याबरोबर चल आत्ता. रस्त्यात मी सांगते सगळं. म्हणजे वेळही वाचेल अन् भेटही होईल. नाही का?"

ऐकल्याबरोबर सुधा एकदम स्तब्धच होऊन गेली. जरा वेळानं स्थिर झाल्यावर शुभदाला काही आवश्यक सूचना देऊन ती दीनाबरोबर निघाली.

कार चालवताना जे दीनानं सांगितलं त्यावरून तिला कळलं की शामभाई बरेच वर्षं लंडनला राहिला होता. चांगला चित्रकार असल्यानं त्याची इथं अन् परदेशात अनेक ठिकाणी अनेक प्रदर्शनं भरली गेली आहेत. लग्न वगैरेच्या फंदात त्याला पडायचंच नव्हतं. पण घरातल्यांशीही कोणाशी पटलं नाही. हल्ली आजारपणात मुंबईला मीनाकडे राहत होता, कारण मीनाचा मुलगाही होतकरू चित्रकार आहे. त्यालाच शामभाई आपलं सगळं देणार आहे. पैशाची तशी ददात

नाहीये. पण जवळचं कोणी नाही म्हणून सध्यातरी एकटं राहता येत नाहीये. ऑपरेशन, केमोथेरपी सगळं मुंबईलाच झालं. तेव्हा एकदा गेली होती ती. आता थोडे दिवस चेंज म्हणून इथं आलाय. दोन दिवसांपूर्वी त्याला थोडा प्रॉब्लेम वाटला म्हणून ॲडमिट केलं. उगीच आपल्याकडून कसली हयगय नको असं तिला वाटतंय.

जड पावलांनी त्याच्या खोलीपर्यंत जाऊन दार लोटल्यावर तो दिसला. पलंगावर हात छातीवर घेऊन पडला होता, डोळे मिटलेले होते, केमोथेरपीमुळे सगळे केस जवळजवळ गळले होते, कानशिलावरच्या नसा टपोऱ्या दिसत होत्या, नाक तेवढं तसंच पोपटाच्या चोचीसारखं बाकदार, गालावरचा मस तसाच किंवा जास्तच ठसठशीत नजरेत भरत होता. एवढ्या सुंदर शरीराची जशी काही रयाच गेली होती. यांची चाहूल लागली तशी त्यानं डोळे उघडले. दीनाबरोबर सुधाला पाहून त्याला आश्चर्यच वाटलं. नंतर किंचित नाराजीच्या सुरात, फिकट हसून, खोल आवाजात म्हणाला, "माझ्या भरभराटीच्या दिवसांत मी पेचात असताना कधी भेटीला आली नाहीस ना? आणि आता असा गलितगात्र झाल्यावर पाहायला आलीस." अन् त्यानं तोंड दुसरीकडं केलं.

त्याला होणाऱ्या दुःखामुळे आणि त्यानं दिलेल्या दूषणांमुळे व्यथित होऊन तिच्या डोळ्यांत टचकन पाणी आलं. तिच्या हाती होतं का त्याला भेटणं? खुर्चीवर बसून तो नॉर्मल होण्याची ती वाट पाहू लागली. दीना नर्सकडे विचारपूस करत होती. जरा वेळानं इकडे तोंड करून हसून तो म्हणाला, "ए, तू कशाला कष्टी होतेस?" हास हास. हसलीस की तू छान दिसतेस. सगळीकडचं सौंदर्य मला खुणावतं बघ. शेवटी मी सौंदर्याचा पुजारी. जे चांगलं दिसलं ते डोळ्यांत साठवून मी कॅनव्हासवर उतरवलं, भरभरून पाहिलं नि समरसून चितारलं. किती किती पाहिलं, किती उपभोगलं, किती किती चितारलं ते तुला काय सांगू! सगळा आनंदोत्सव! नयनोत्सव!"

तो जरा श्वास घ्यायला थांबला. आता आवाज जरा ठीक निघाला. तिला वाटलं त्याला सध्या काय त्रास वाटतोय, थोडं मायेनं बोललं, डोक्यावर हात ठेवला, तर त्याला बरं वाटेल का? असा जो आपण विचार करत होतो तो चूकच आहे का? तो तर त्यानं काय पाहिलं, काय उपभोगलं हेच सांगतोय. तो थोडा फार तरी बदललाय का की तसाच आहे. तिला ठरवता येईना. पण तसंही आपण त्याला ओळखतोच किती कमी! तेवढ्यात कोणाला कसं जोखायचं? आयुष्यभर तो कसा वागला हे कुठं माहीत

आहे? तो आणखी काही बोलला, पण ती आपल्याच विचारात चूर होती. एकदम भानावर येऊन पटकन म्हणाली, "तू बरा होशील हं, काळजी सोड अगदी. हल्ली मुंबईलाच असतोस ना? मुंबईला सगळ्या मेडिकल फॅसिलिटीज खूपच असतात त्यामुळे प्रश्नच येत नाही."

"लो! अब तो हमारा चलाचलीका मेला है! सगळं संपल्यातच जमा आहे."

"नाही रे, असं नको म्हणूस." कळवळून ती म्हणाली, "तू नक्की बरा होशील." त्याच्या दुखण्याची कोणती स्टेज आहे हे आपण विचारलंच नाही. किती वाईट वाटतंय आपल्याला! तिचा आवाज रुद्ध झाला होता. डोळ्यांतून पाणी सांडेल, असं वाटत होतं.

"हेच हेच ते! प्रसंग जो चालू असतो त्याची नजाकत न समजता वेगळंच काही बोलतेस." तो जरा हसून बोट तिच्याकडे रोखून म्हणाला, "माझं भवितव्य तर ठरलेलं आहे. तरी तू वेगळंच बोलतेस. तुझ्या दृष्टीनं ते बरोबर असेल. पण माझ्या प्रत्ययाला ते येत नाही त्याचं काय?"

"मी काही चूक म्हणाले? तू बरा व्हावास असं मनापासून वाटलं म्हणून म्हटलं."

"मी ते पूर्वीच्या रेफरन्समध्ये म्हणालो. मी तुला आमंत्रण देत होतो आपल्या शेवटच्या भेटीत अन् तू मैत्रीचं तुणतुणं वाजवत बसली होतीस. निरपेक्ष मैत्री! तीही स्त्रीशी, माझी कधी झालीच नाही. तुझी झाली कोणाशी मैत्री?"

"हो! तेवढी मी भाग्यवान आहे. आयुष्यात एक मित्र तरी मिळवलाय मी. तो माझ्या प्रत्येक आपत्तीत माझ्याबरोबर असतो. काही अपेक्षा न ठेवता आयुष्यात सगळी नाती कसोशीनं निभवण्याचा प्रयत्न केला आहे आणि तुलाही मी मित्रच मानते. तुला हवं तर तुझ्याकडे येऊन मी तुझी शुश्रूषा करीन, इतपत मित्रत्वाचं नातं निभवीन."

"वा! मी तुझ्यावर प्रेम करत होतो, म्हणजे माझ्या दृष्टीनं तू माझी प्रेयसी. आणि मी मात्र तुझा मित्र! हा पेच कसा काय सुटणार बुवा!"

"आयुष्यातले पेच असेच असतात न सुटणारे! पतंगाच्या पेचासारखा त्याचा निकाल लागत नाही."

"अजूनही पतंग उडवतेस का? आणि कविता? छोट्या छोट्या कविता. ती एक 'राणीसारखी दिसते गंऽ' अशी कविता होती ना तुझी? काय ती? सांग ना."

"अरे! तुझ्या लक्षात आहे? लहानपणच्या गोष्टी जास्त लक्षात राहातात हेच खरं!" तिनं आश्चर्यानं विचारलं आणि एक विधानही करून टाकलं.

"सांग. सांग. त्या चार ओळी काय होत्या?" हसत हसत त्यानं विचारलं, "असं एकदम कसं आठवणार रे?" पण तरी आठवत आठवत तुटक तुटक शब्द जुळवत म्हणाली, "माझी पतंग सरसर जाते गंऽ । डौलात कशी वर चढते गंऽ । नभि निळ्या अशी ती झुलते गंऽ । जणू राणीसारखी गमते गंऽ ।" आणि सगळ्या ओळी आठवल्या म्हणून गालांवर हात धरून हसू लागली.

"हांऽऽऽ! तेच राणीसारखी गमते गं ऽ तू पण राणीसारखीच वाटतेस. डौलदार सौंदर्यसम्राज्ञी, आज्ञा देणारी आणि..."

"आणि काही नाही, भलती तारीफ करू नकोस. मी एक साधीसुधी सामान्य स्त्री आहे. पण फक्त माझ्या अटींवर जगणारी." कवितेतून खऱ्या जगात येत ती म्हणाली, "आणि आपल्या अटी दुसऱ्यावर लादणारी!" असं म्हणून तो हसला अन् नंतर डोळे मिटून पडून राहिला. जराशानं त्याच्या डोळ्यांच्या कडेनं एक थेंब गळला. दीना केव्हाची मागे उभी होती. तिनं विचारलं, "तुला घरी सोडू का?"

"नको मी जाईन एकटी. तू थांब त्याच्याजवळ." त्याच्या कपाळावर हात ठेवत तिनं विचारलं, "येऊ? उद्या येते पुन्हा. मग बोलू हं?"

त्यानं डोळे उघडून तिच्याकडे पाहिलं. काय होतं त्या नजरेत? एक आर्त आर्जव, की भेट झाल्याचं समाधान, की उद्याचं आमंत्रण, की सगळंच?

■ ■ ■

२ तेजाची पावलं

फोनची ट्रिंग ट्रिंग वाजत होती. पण टीव्हीच्या अन् मुलांच्या आरड्याओरड्यात कोणालाही ती ऐकू येत नव्हती. शेवटी मीच रिसीव्हर उचलला. पलीकडून मीना चित्कारली, "हाऽऽय, वैनीच ना? कशा आहात? मी किनई ऑफिसात फॉर्म द्यायला गेले होते. तिथं आणखीही चार-पाच जणी आल्या होत्या. आपल्यापैकी कोणी..."

"थांब. थांब. मी गॅस बंद करून येते." हिचा धबधबा असाच कोसळणार म्हणून गुडघे दुखत होते तरी शक्य तितक्या चपळाईनं गॅस बंद करून तिच्या सेवेशी रुजू झाले. आमच्या ऑफिसातली स्त्रियांमधली मी सर्वांत पहिली रिटायर झालेली अन् अलीकडे रिटायर झालेल्यांपैकी मीना ही एक अतिगप्पिष्ट अन् उत्साही. मी म्हटलं,

"हं. बोल. कुठं प्रवासाला जाऊन आलीस म्हणे तू?"

"होऽऽ! आम्ही दोघं ना गोव्याला जाऊन आलो. म्हटलं हिंडायचं आता."

"अरे वा! मजा आली ना समुद्रकिनारी?"

"खूऽऽप!खूऽऽप! अन् आता युरोप टूरचं पण ठरवतोय. म्हटलं हातपाय चालतायत अन् उत्साह आहे तोवर फिरून यावं."

"अगदी बरोब्बर! सगळी परिस्थिती साथ देतेय तोवर

हौसमौज करून घ्यावी. नाहीतर आमच्यासारखे सांधे बोलायला लागले की थंड प्रदेश, डोंगर, रानांचे प्रवास टाळावेच लागतात.''

''तुमचं गुडघ्याचं तर आत्ता सुरू झालंय. पण आमच्या बॅचच्या रिटायर्ड झालेल्यापैकी प्रत्येकीचा प्रॉब्लेम निराळा आहे. मी भेटते ना सगळ्यांना. आणि हो, तुम्हाला कळलं का? तेजा हॉस्पिटलला ॲडमिट होती ते?''

''असं? मला नाही माहीत. काय झालं होतं?''

''काहीतरी किडनी प्रॉब्लेम आहे वाटतं. पण अगदी सीरियस मामला होता काहीतरी.''

''अरे बापरे! तिच्यामागच्या कटकटी काही संपतच नाहीयेत.''

''पण काळजी नका करू. घरी आलीये. तुमचा सॉफ्ट कॉर्नर आहे ती, म्हणून मुद्दाम सांगितलं.'' नंतर आणखी काहीकाही सांगत होती ती. पण माझं नीटसं लक्षच नव्हतं.

ऑफीसमध्ये आमचा ग्रुप खूप मोठा होता. मोठ्या ऑफीसमध्ये अनेक लहान-मोठे सेक्शन्स होते. पण पूर्वी स्त्रियांची संख्या कमीच असायची. म्हणून नव्यानं आलेल्या मुलींना बुजरेपणा वाटू नये म्हणून आम्ही सीनियर्स त्यांना मुद्दाम जाऊन भेटायचो. पूर्वी मुलींना जरा जास्तच संकोच वाटायचा. ऑफीसचं वातावरणही कडक, शिस्तीचं असायचं. कामाशिवाय कोणीही जागचं उठायचं नाही अन् स्त्रियांच्या हालचालींकडे तर सगळ्यांचंच विशेष लक्ष असायचं. अशात चार-दोन वाक्यं क्लोकरूममध्ये आपल्यापैकी कोणाशी बोलायला मिळाली किंवा लंचब्रेकमध्ये हसायला, बोलायला मिळालं, की डोक्यावरचं ओझं उतरल्यागत व्हायचं. युनियन नेतेही सांगायचे की नव्या कर्मचाऱ्यांना आपलंसं करून घ्या. जुन्या कर्मचाऱ्यांपैकी मी मोठी अन् सर्व गतिविधींमध्ये भाग घेत असे म्हणून युनियन नेत्यांची मला तशी सूचना असायची.

''अगं, किती वेळ वरण घोटतेयस? मी टाकू का वरणाला फोडणी?'' सुपर्णानं विचारलं.

''राहू दे गं. चार दिवस माहेरपणाला आलीयेस, तर तिकडे जाऊन टीव्ही पाहा. नीता आली की करेलच सगळं. कोणाचा जेवायचा खोळंबा नको व्हायला म्हणून करतेय थोडं.''

''पण मग एकदम गंभीर का झालीस? कोणाचा फोन होता?''

"फोन तर मीनाचा होता."

"वा! मग तर खूप थट्टामस्करी झाली असेल." ती माझ्या सगळ्या सख्यांना ओळखत होती.

"हो. ते सगळं झालंच. सगळ्यांची खबर कळली. पण तेजाला हॉस्पिटलाईज केलं होतं म्हणे, म्हणून जरा वाईट वाटलं."

"हाऽ! तेजाबद्दल काही असलं की, तुला फील होतंच. पण तीही आता रिटायर झालीये ना? थोडं फार तर होणारच काहीतरी. नाही का?"

"हो! पण 'थोडचं' असलं तर ठीक 'फार' नको व्हायला."

"पण हे आपण कोण ठरवणारे? तू आता सगळ्यांच्या काळज्या करणं सोड. फक्त स्वत:च्या प्रकृतीचाच विचार करत जा."

"मी कुठं कोणाच्या काळज्या करते गं? फक्त तिचं ऐकलं ना तर..."

"तिची केस अगदी स्पेशल आहे ना? एकदम सीरियस झालीस."

"स्पेशल नाही गं. पण कोणाबद्दल कधीकधी थोडं- म्हणजे जरा जास्तच दुखल्यासारखं वाटतं हे मात्र खरं." मी कबुली दिली.

"पण 'तुझ्या'बद्दल तिला 'एवढं' वाटतं काय?" एवढं वर जोर देत तिनं विचारलं.

"काहीतरी काय! हे म्हणजे असं बोलणं की मला ज्याच्याबद्दल प्रेम वाटतं त्याचं पण माझ्यावर तेवढंच प्रेम असायला हवं, असं म्हणण्यासारखं आहे, 'हे पाहा माझं भरलेलं माप. तू पण तेवढंच भरून दे' असं म्हणायचं असतं का?"

"मला फक्त म्हणायचंय की इतर कोणाची काळजी करणं सोड आता. बरं ते जाऊ दे. आज एक छान पिक्चर पाहायचं ठरवलंय आणि तू पण आमच्याबरोबर येणार आहेस." असं फर्मान सोडून सुपर्णा बच्चे कंपनीचा ताबा घ्यायला हॉलमध्ये गेली.

सुपर्णानं दम दिला तरी माझं विचारचक्र सुरूच झालं. एकदा मी आठवडाभराच्या सुट्टीनंतर ऑफीसला गेले होते. तेव्हा कळलं की कोणी नवीन, पंजाबी मुलगी तेजींदर कौर नावाची ऑफिसात रुजू झालीये. पण नंतर टेबलावरच्या पेंडिंग कामात मी इतकी व्यग्र झाले, की लंच ब्रेक व्हायची वेळ झाली तरी मला कळलं नाही; अन् एकदम आठवलं की तेजींदरकडे जायला हवं होतं. तशीच

उठून मी खाली गेले. त्या सेक्शनमध्ये पलीकडल्या भिंतीजवळ एक नवा चेहरा दिसला. मी ओळखलं हीच तेजींदर. कुठलं तरी रजिस्टर ती पाहत होती. डाव्या हातानंच पानं उलटत होती. म्हणून वाटलं की बहुधा डावखोरी असावी, ती अगदी स्वच्छ गोरी होती, काळेभोर केस पुढचे थोडे कापले होते अन् ते वळवून नीटपणे कानाकडे नेले होते, कपाळाला कुंकू नव्हतं, चिकनवर्कच्या कुडत्यावरची ओढणी दोन्ही खांद्यांवर नीट टाचली होती. माझी चाहूल लागल्यावर तिनं नजर वर केली अन् मला वाटलं की ही किती नीतूसिंगसारखी वाटतेय! म्हणजे बाकीचा चेहरा थोडा वेगळा होता. पण डोळे, डोळ्यांतला भाव यात नीतूसिंग या प्रसिद्ध नटीशी काहीतरी साम्य होतं. मला पाहून ती छान हसली. त्याबरोबर चेहरा एकदम उजळला अन् ती खूपच सुंदर दिसतेय, असं लक्षात आलं. मी खुर्ची ओढून समोर बसले अन् माझी ओळख करून दिली.

"हां. मैने सुना है आपके बारे में ममताजी, मुझे आपने तेजा कहा तो चलेगा!"

"कैसा लग रहा है ऑफिसमें? कोई प्रॉब्लेम तो नहीं?"

"नहीं. नहीं. कोई प्रॉब्लेम नही. सब अच्छा है ।"

माझ्या एकदम लक्षात आलं, की नवीन येणाऱ्या मुलींसारखी ती बुजरी नव्हती. चांगलीच आत्मविश्वासू वाटली, आवाजसुद्धा चांगला भरीव होता, तिच्या उंचीरुंदीला शोभेलसा. नव्या मुली खूप टेन्शनमध्ये असल्यासारख्या हाताची चाळवाचाळव करतात, चेहरा पुसतात, कोणाचं आपल्याकडे, आपल्या बोलण्याकडे लक्ष आहे, ते आजमावतात अन् मी इथली सीनियर कर्मचारी आहे हे कळल्यावर भरभर बोलायला सुरुवात करतात. पण ही शांतपणे माझा अंदाज घेत होती. विचारलेल्या प्रश्नांची मोजकी पण नीट उत्तरं देत होती. मी विचारलं, "सगळ्यांशी ओळखी झाल्या ना? लेडिज रूम आवडली का? टिफीन वगैरे आणतेस का?"

"हां. टिफीन तो लाती हूँ। लेकिन यहाँही टेबलपरही खाती हूँ। उपर आना तो नही होगा मेरा ।"

मला आश्चर्यच वाटलं. मी येते लेडिज रूममध्ये. इतरांशी ओळख करून घ्यायला आवडेल, असं काही न म्हणता ती सरळसरळ म्हणत होती, की माझं वर येणं होणार नाही. इतका सरळसरळ नकार देणं कसं काय जमतं हिला

असा मलाच प्रश्न पडला.

तेवढ्यात तीच पुढे म्हणाली, ''इफ यू डोण्ट माइण्ड मेरे साथ आप वहाँतक आएंगे क्या?'' तिनं ऑफिसर्स क्लोकरूमकडे निर्देश केला. ''में अंदर गई और कोई आ गया तो... लंच ब्रेक हो गया है नं? तो कोई आ सकता है।''

''लेकिन लेडिज क्लोकरूम तो उपरही है, आप उधरही चलना नं।'' मी म्हटलं.

''नहीं, मुझे इधरही जाना है।'' असं म्हणत तिनं जरा खाली वाकून शेजारच्या छोट्या रॅकच्या मधल्या खणात ठेवलेल्या जाडजूड स्टीक्स काढल्या. त्यावर भार देऊन हळूच उठून उभी राहिली अन् खुर्ची मागे सरकवून दोन पावलं चालली, तिनं वळून माझ्याकडे पाहिलं. पण मी उभी राहिले ती तिथंच खिळून राहिले. मला पुढे पाऊल टाकण्याचं भानच राहिलं नाही. ही काठ्यांच्या आधाराशिवाय चालू शकत नाही? काय झालंय हिला? लंगडी आहे? इतकी सुंदर मुलगी अन् लंगडी? नाही. नाही. तात्पुरतं असेल काहीतरी. मी माझ्याच मनाची समजूत घातली. ती एकदा एका पायावर मग दुसऱ्या पायावर अशी आलटून पालटून रेलून चालत होती. पायात चपला किंवा साधे शूज नव्हते. चांगले जाडजूड फताडे चामड्याचे बूट होते. काठ्यांच्या वर असलेला अर्धचंद्र तिनं मुठींमध्ये पकडला होता अन् एकेक पाऊल जपून टाकत होती.

मला कुठंतरी आत आत तुटल्यासारखं झालं. एखाद्या डोंगरावरून मला कोणी ढकलून दिलंय अन् पडता पडता मी आधार शोधतेय, असं वाटलं. एकदम मोठा धक्का बसल्यावर जसं सुचेनासं होतं तसं झालं. पुन्हा तिनं वळून पाहिलं. किंचित हसून. माझी प्रतिक्रिया बहुधा तिला अपेक्षित असावी म्हणून हसली असावी. म्हणाली, ''चलिये नं वैनी।'' मला सगळ्या वैनी म्हणायच्या तसं हिनंही वैनी म्हणून नातं जोडलं. त्याबरोबर मी भानावर आले. पटकन पुढे झाले. काहीतरी विचारायचं म्हणून विचारलं,''आपको अभी कुछ प्रॉब्लेम हुवा है क्या?''

''नहीं। अभी नहीं। कुछ साल पहले मेरा ट्रकसे ॲक्सिडेंट हो गया था तब से स्टीकके सहारेही चलती हूँ।'' अगदी सहजपणे तिनं सांगितलं. जसं काल जरा पाय घसरून पडले असं म्हणावं तसं. क्लोकरूममध्ये गेल्यावर आम्ही आतून दार लावून घेतलं.

नंतर तिला तिच्या टेबलाजवळ नेऊन मी निघाले, तेव्हा ती तोंडभर हसून

'थॅंक्स' म्हणाली होती. पुन्हा चेहरा उजळून निघाला. चेहऱ्यावर जसं काही तेज पसरलं. त्या तेजानं मी दिपून गेले होते. खरं तर मी थांबायला हवं होतं. पण माझ्या घशात दाटून आल्यासारखं होत होतं. मीच सहजपणे तिच्याशी बोलू शकले नसते म्हणून मी पळ काढला. माझ्या टेबलाशी बसले थोडा वेळ, तेव्हा मी नॉर्मल झाले. मला वाटलं लेडिज क्लोकरूम पहिल्या मजल्यावर आहे तिथल्या सेक्शनलाच हिला का ठेवलं नाही? कमीत कमी दोन वेळा तरी तिला जावं लागणारच. ते सेक्शन तिला सोयीचं होईल. एकदा सकाळी हळूहळू जिना चढणं अन् संध्याकाळी उतरणं एवढं ठीक राहील. याबद्दल कोणाशी बोलावं याचाही मी विचार करू लागले. म्हणूनच 'लेडिज रूम आवडली का', असं मी विचारल्यावर तिनं गुळमुळीत उत्तर दिलं. अर्धा तासाच्या लंच ब्रेकमध्ये तिच्यानं घाईनं चढणं-उतरणं होणार नसेल अन् मी कारण समजून न घेता काहीतरी ग्रह करून घेतला, त्याचं मला वाईट वाटत होतं; अन् दिवसभर बेचैनच वाटत राहिलं. आपण सगळ्यांनीच तिला शक्यतो मदत करायची असं जेव्हा ठरवलं तेव्हा जरा बरं वाटलं अन् कामात लक्ष लागलं.

घरी गेल्यावरसुद्धा माझ्या मनातली खळबळ मुलांना अन् शेजारच्या मनूबेनला बोलून दाखवली. नीट चालता येत नसतानाही ऑफीसमध्ये सगळ्यांच्या बरोबरीनं काम करण्याची हिंमत ती दाखवतेय, याचंच मला कौतुक वाटत होतं. अनेकजणी तर आपल्या असलेल्या, नसलेल्या कमीपणाचा बाऊ करून पुढे पाऊल टाकायलाच घाबरतात. कोण काय म्हणेल, कोणी टोमणे मारले, तर या भयानं बेजार होतात, पण तेजाचं बिनधास्त, धीट वागणं मला भावलं होतं. त्याबद्दल मी तिची भरभरून तारीफ करत होते.

नंतर मॅनेजमेंटनंही तिला वरच्या मजल्यावरंच सेक्शन दिलं अन् कामसुद्धा टेबलावर बसूनच करण्याचं दिलं. नाहीतर आम्हाला आमच्या कामात इतर सेक्शनना जाऊन तिथले रेफरन्स आणण्यासाठी बरीच धावपळ करावी लागत असे. तेवढं सौजन्य मॅनेजमेंटनं दाखवलं होतं.

मग हळूहळू तिच्या प्रत्यक्ष बोलण्यातून किंवा तिच्या मैत्रिणींकडूनही अनेक गोष्टी कळल्या. ती चंडिगडला बी.ए. करत असताना स्कूटरवरून जाताना तिचा ॲक्सिडेंट झाला अन् ट्रक तिच्या अर्ध्या अंगावर आला होता. त्यामुळे उजव्या बाजूच्या सर्व अंगास बऱ्याच मोठ्या जखमा झाल्या होत्या, कमरेखालच्या मणक्यांना इजा पोचली होती. त्यामुळे कमरेखालचा भाग संज्ञाहीन झाला होता.

वडील एनसीसी कमांडर असल्यानं चंडिगडच्या मिलिटरी हॉस्पिटलमध्ये उपचार सुरू झाले. मग लहान-मोठ्या ऑपरेशन्सची साखळीच सुरू झाली. सर्वांत मोठ्या ऑपरेशनला साडेआठ तास लागले. सगळी ऑपरेशन्स व्यवस्थित पार पडली. पण एका ऑपरेशनच्या वेळी ॲनेस्थेशियामुळे कार्डिॲक ॲरेस्ट झालं. त्यात तीन मिनिटांच्या आत हृदयावर उपचार व्हावे लागतात. त्यावेळी सगळ्यांच्या शर्थीच्या प्रयत्नांमुळे हृदय, तर चालू झालं पण चौदा बरगड्या तुटल्या. या सगळ्यांमुळे अन् जखमांच्या ड्रेसिंगमुळे सतत वेदनाच जाणवायच्या. वेदना, वेदना अन् वेदना. वेदनांचा जणू समुद्रच उसळला होता. त्यांच्या लाटांचे जबर तडाखे तिला सतत जाणवायचे. भोवंडून येऊन ती खोलखोल तळाशी जायची. पुन्हा काही वेळानंतर सर्व शक्ती गोळा करून ती वर यायची, की लगेच एखादी लाट तिच्यावर हल्ला करायची. नाकातोंडात पाणी जाऊन पुन्हा गुदमरल्यासारखं होतंय असं सारखं तिला वाटायचं.

हे शुद्धी-बेशुद्धीच्या सीमारेषेवर झुलणं अतिशय त्रासदायक होतं; अन् पूर्ण शुद्धीवर आल्यावर शरीराची काय काय चिरफाड झालीये, काय काय राह्यलंय नि काय काय गमावलंय याचा विचार, तर त्यापेक्षाही त्रासदायक होता, अगदी होश उडवणारा होता. मार्चमध्ये ऑपरेशन्स झाली अन् ऑक्टोबरमध्ये पहिल्यांदा तिला मागे आधार देऊन बसवलं. पण बसवल्यावर तिला भयंकर चक्कर यायची. त्यावेळी तिला धीर द्यायला तिथल्या प्रेमळ नर्सेस असायच्या, मेडिकलचे विद्यार्थी असायचे. त्यांच्याच आधारावर अन् ओळखीच्या कुटुंबांच्या प्रेमावर तो वेदनांचा समुद्र तिला पार करता आला. कधी रात्र रात्र झोप नसायची. त्यावेळी मेडिकलचे विद्यार्थी 'मेरी निंदिया तुझे मिल जाए, मैं जागूऽ तू सो जाऽ' अशी गाणी म्हणून तिला रिझवायचे. त्यांचं सगळ्यांचं ऋण ती अजून मानतेय, कारण तिथं तिला एकटंच राहावं लागायचं.

हॉस्पिटलच्या नियमानुसार घरच्या लोकांना तिथं राहाता यायचं नाही. नंतर हाती कुबड्या आल्या. त्यावेळी तर ब्रह्मांड आठवलं. त्यावेळच्या वेदना तर शब्दांतीत होत्या. पण मिलिटरीच्या शिकवणुकीनुसार 'जे आहे, जसं आहे' त्या आधारावरच पुढे चालत राहायचं हे क्रमप्राप्त होतं, कधी हार मानायची नाही, हे ठरवून टाकलं होतं, नाहीतर केवळ एकोणिसाव्या वर्षी अतिशय लाडावलेल्या, उत्साहानं सळसळणाऱ्या मुलीला या दुर्दैवाच्या जबरदस्त तडाख्यानं नेस्तनाबूदच

केलं असतं. पण तसं व्हायचं नव्हतं. इलेक्ट्रिक स्टिम्युलेशन्स, फिजिओथेरपी अन् घरादाराचं अमाप प्रेम या जोरावर पुन्हा उठून उभी राहिली. पावलं टाकू लागली. 'कदम गिनगिनके रखना,' 'जपून टाक पाऊलं साजणी' असं शायर तरुणींना सांगतच असतात. पण ही वेगळ्या अर्थानं पावलं जपून टाकत होती. नंतर तिनं सायकॉलॉजीत मेरिटमध्ये येऊन एम.ए. केलं नि नोकरीला लागली.

ऑफिसमध्ये सर्व तिला सांभाळून घेत होते. तीही चांगली रुळली होती. ती तिच्या वेगळेपणानं सगळ्यांच्या लक्षात राहायची. शिवाय आपल्या मतांबद्दल ती फार आग्रही होती. त्यामुळे काही तिला 'हट्टी'ही समजायचे. पण मला तिचा हा लढाऊपणा आहे असं वाटायचं. आपली मतं प्रभावीपणानं मांडणं सगळ्यांना कुठं जमतं? तिला मात्र जमत होतं.

अशीच दोन-चार वर्षं गेली अन् तिनं पुन्हा सगळ्यांना एक जोरदार धक्का दिला. कोणाला तो कमी जाणवला, तर कोणाला भूकंपासारखा तीव्र भासला. तिचं लग्न ठरलं होतं, तेही लव्ह मॅरेज! तेही आमच्या ऑफिसातल्या स्मार्ट, क्वॉलिफाईड अशा सुब्रतोबरोबर. तिचं कधी लग्न होईल हा विचारसुद्धा कोणाच्या ध्यानीमनी नव्हता. पण ते ठरलं होतं. एक बंगाली बाबू तिच्यावर भाळला होता. घरातल्या सगळ्यांनाही तिच्या लग्नाला होकार द्यायला फार विचार करावा लागला होता. मग वडील परवानगी देतील की नाही याची धास्ती वाटत होती, कारण ते सरदार होते. मुलीनं आंतरजातीय, आंतरधर्मीय लग्न करावं की नाही याबद्दल त्यांची मतं खूप आग्रही असणं शक्य होतं. शिवाय तिच्या सुरक्षिततेबद्दलही ते साशंक असणं, अगदी सहज होतं. त्यांनी एकदा नाही म्हटलं की ते ब्रह्मवाक्य असे. म्हणून तिच्या अम्मानं ते मूडमध्ये असताना अतिशय कौशल्यानं तिची केस त्यांच्यापुढे मांडली अन् होकार मिळवला. अर्थात हा तिढा आम्हाला नंतर कळला. मग सगळीकडे आनंदीआनंद झाला.

पण ऑफिसात अनेकांच्या जिभा सैल सुटल्या. आपल्या समस्या सोडवण्याऐवजी दुसऱ्यांच्या समस्यांवर तोंडसुख घ्यायला अन् आपली मतं मांडायला काहीजणांना फारच आवडतं. म्हणून काहींनी ठासून सांगितलं, की हे लग्न वर्षभरसुद्धा टिकणार नाही. काहींचा होरा होता की सुब्रतो हे लग्न पैशाच्या लोभामुळे करतो आहे, त्याला काहीतरी घबाड मिळणार असेल, कारण त्याला आईवडील नव्हते अन् तो खूपच महत्त्वाकांक्षी होता. काहींना वाटलं हिनंच त्याच्यावर

काहीतरी गारुड केलंय नाहीतर इतका उत्कृष्ट मुलगा जाणूनबुजून विकलांग बायको का पत्करेल? एक ना दोन. अनेक तर्क-वितर्क चालले होते. पण मला मात्र वाटत होतं की प्रत्येकाला सुख मिळवण्याचा अधिकार आहे. त्यासाठी प्रत्येकजण प्रयत्न करतच असतो. मग ती केवळ विकलांग आहे म्हणून तिचा अधिकार नाकारणारे तुम्ही कोण? उलट आता तिला सुखाचं जास्त झुकतं माप मिळायला हवं. तिनं मृत्यूबरोबर घेतलेल्या अतुलनीय झुंजीचं, तिच्या लढाऊपणाचं योग्य ते पारितोषिक तिला मिळायलाच हवं. जिथं कुठं वाद चालला असेल तिथं मी तिची बाजू हिरिरीनं मांडायची. तेव्हा कोणी नाक मुरडून म्हणायचे, "यांना काय तिनं वकील नेमलंय का?" "तिला नोकरी मिळाली हेच जास्त आहे," "थोड्यात संतोष मानावा हिनं, अधिक हव्यास नसावा." मी म्हणायची, "लोकं किती कंजूष असतात! जणू यांच्या खिशातूनच हे काही देतायत का?"

पण सगळ्यांच्या नाकावर टिच्चून तिनं लग्न केलं. दोन्हीकडच्या पद्धतीनं लग्नविधी पार पडले. जंगी रिसेप्शन झालं अन् आमचे जीव खाली पडले. जणू काही आम्हीच काही मोठा तीर मारलाय अशा आम्ही खूप खूष झालो होतो. मग तिच्या तर आनंदाला पारावार नसेल, हेही आम्हाला कळत होतं. असेच दिवस जात होते. तिचा जगावेगळा संसार सुरळीत चालला होता; अन् एक दिवस लेडिज रूममध्ये बातमी कळली की तिला दिवस गेलेयत. माझ्या हातातला घास हातातच राहिला. थोडं हुरहुरल्यागत झालं. हातीपायी धड असलेल्या मुलींच्या बाबतीतही गर्भारपण कधीकधी त्रासदायक ठरतं. उलटी आल्यावर धावतपळत मोरी, बेसीन गाठावं लागतं. हिचं काय होईल? गरोदरपणी बाईनं घसरून पडू नये म्हणतात अन् हिच्या काठीखाली पीन आली की काठी सरकायची, हिचा तोल जायचा अन् ही धपकन एकदम पडायची! ही स्वत:लाच मेटाकुटीनं सांभाळते. मग आणखी एक जीव कसा सांभाळेल? हिला झेपेल सगळं? आणि नंतरचं बाळंतपण? ते तर जिवावरचं दुखणं असतं अन् नंतर मूल वाढवणं? ती तर तारेवरची कसरत असते. मूल का रडतं तेही कळत नाही अन् त्याला चूप कसं करावं तेही कळत नाही. माझ्या डोळ्यांपुढे अनेक प्रश्नच प्रश्न! पण वैशाली म्हणाली, "शांत व्हा वैनी. जो चोच देतो तोच दाणा देतो. जे जे होईल ते ते पाहा मुकाट्यानं."

पण तेजाला कसलेच प्रश्न पडत नव्हते. ती स्वत:ला अगदी नॉर्मलच

समजत होती नि हेच तिचं बळ होतं. आपल्यासारखा जीव जन्माला घालणं अन् वंश वाढवणं ही स्त्रीची नैसर्गिकपणे आलेली जबाबदारी आहे अन् काहीही झालं तरी ती मला पार पाडायचीच आहे, असा तिचा दावा होता. डॉक्टरांनीसुद्धा तिला अडवलं नव्हतं, गरोदर राहूच नकोस असं बजावलं नव्हतं. मग काय हरकत आहे? तसं म्हटलं तर रिस्क सगळ्यांच्याच बाबतीत असते. पण त्यात थ्रिलही असतं. मग ते अनुभवून का नाही पाहायचं असा तिचा सवाल, पण तरी स्वतःचा जीव धोक्यात घालून ती हे दिव्य हौशीनं करणार होती. त्याबद्दल आम्ही तिला मनोमन सलाम ठोकतो. मुख्य म्हणजे गरोदरपणी ती एकदाही पडली नाही, मूल डॉक्टरांनी ऑपरेशन करून काढलं अन् नंतरची मुलाची जबाबदारी पूर्णपणे तिच्या अम्मानंच घेतली. सुब्रतोसुद्धा तिला नि मुलाला छान सांभाळत होता. तिच्या पावलांनी त्याच्या घरात लक्ष्मी आली असं त्याचं म्हणणं होतं, कारण लग्नानंतरच त्याचं प्रमोशन झालं अन् नंतर प्रमोशनं होतच राहिली. घर अन् ऑफीस दोन्हीकडे त्याची भरभराट होत होती. घरातल्या सर्व सुविधा अन् कार आधीच आली होती. नंतर सर्व सुसज्जित घरही झालं.

माझं घर एकखांबी तंबू असल्यानं एकटीवरच सर्व जबाबदाऱ्या होत्या. मोठ्या झालेल्या मुलांची शिक्षणं, नोकऱ्या, लग्नकार्य या घरच्या अन् मोनॉपॉजमुळे नव्यानं सुरू झालेल्या प्रकृतीच्या तक्रारी या समस्यांमध्ये मी आकंठ बुडाले होते. धडधडणं, बेचैनी, चक्कर येणं वगैरे सुरू झालं की मी डोळे मिटून तेजाची आठवण करायची. तिनं कसं 'एवढं' दुःख सहन केलं. मग आपण 'एवढं'ही का सहन करू शकत नाही? असा विचार आल्याबरोबर हातापायांची गेलेली शक्ती परत यायची. नंतर माझी दुसऱ्या ब्रँचमध्ये बदली झाली. म्हणून पूर्वीच्या सख्या रोज भेटेनात. तेजाची हालहवालही कधीतरी कळत होती.

अशीच काही वर्षं गेली अन् एक दिवस कळलं की सुब्रतोचाच अपघात झालाय. अपघात एवढा जबर होता की तो सात दिवस कोमात होता. त्याची तर काळजी वाटलीच. पण जास्त काळजी तेजाची वाटली, कारण पावलोपावली तिला त्याची गरज होती. त्याच्या साथीच्या बळावरच ती दमदार पावलं टाकत होती अन् आता तोच जीवघेण्या परिस्थितीत मूक होऊन पडला होता. ती पराकोटीच्या तणावाखाली त्याच्याजवळ खुर्चीत सतत बसून होती. तिच्या आईसकट तिचं माहेर तिच्या पाठीशी उभं होतं. पण तिला सुब्रतोवाचून सर्व जग सुनं सुनं

वाटत होतं. मी तिला भेटायला गेले, तेव्हा ती दुःखात बुडून गेली होती. मला म्हणाली, "अपना तो दर्दसे बहोत गहरा रिश्ता है वैनी! मै ऐसी और अब... तिनं अतीव उदासीनं डाव्या हाताची बोटं कानशिलावर टेकवली. मिटल्या डोळ्यांखाली काळी वर्तुळं होती. तिला त्यातून बाहेर काढावं म्हणून थोड्या चौकशीनंतर मी वेगवेगळे विषय काढले. चित्रा-जगजित सिंग त्या दोघांचे फार आवडते होते. त्यांच्या कलेक्शनमध्ये या गायकांच्या बहुतेक सर्व गजला होत्या. 'कागज की कश्ती बारिशका पानी,' आहिस्ता-आहिस्ता' अशा अनेक गजलांवर तेजा खूप समरसून बोलायची म्हणून त्यांचा विषयच काढला. नंतर एकुलत्या एका मुलाच्या मृत्यूनंतर चित्रा सैरभैर झाली, पण जगजित सिंगनी आपला मार्ग सोडला नाही. प्रयत्नपूर्वक आपलं गजल गायकीचं व्रत चालू ठेवलं अन् स्वतःची विशिष्ट, प्रभावी छाप निर्माण केली. अशा आदर्शांमुळे आपणही काही शिकतो, अशा तऱ्हेचं काहीसं मी बोलले अन् काही गजला आठवल्या, त्यावर बोललो म्हणून तिलाही बरं वाटलं.

हिच्या इच्छाशक्तीमुळे अन् देवाच्या कृपेमुळे म्हणा सुब्रतो शुद्धीवर आला; पण त्याची वाचाच गेली होती अन् उजवी बाजू लुळी पडली होती. आता? आता काय?असे प्रश्न तिला खायला उठले होते. सावित्रीसारखे तिनं सत्यवानाचे प्राण, तर वाचवले होते, पण नंतरचा पार करायचा पहाड दिसत होता. शरीरात प्राण तर देवानं फुंकले होते पण बेजान उजव्या हाता-पायात त्राण आणण्यासाठी डॉक्टर्स शर्थ करत होते; अन् त्याच्या मनाला उभारी आणण्यासाठी ती रोगावर, व्यंगावर मात करणाऱ्यांची उदाहरणं देऊ लागली. सगळ्यांच्या प्रयत्नांना यश येऊन चार महिन्यांतच तो ऑफिसात रुजूही झाला. फक्त उजव्या हाताऐवजी डाव्या हातानं लिहीत होता अन् उजवा पाय थोडा बाजूला टाकून सावकाशीनं चालत होता. शिवाय बोलणं थोडं अस्पष्ट येत होतं. पण नंतर त्यात हळूहळू थोडी थोडी सुधारणा होत गेली. अर्थात या गोष्टीला जवळ जवळ अठरा-एकोणीस वर्षं झाली.

मधल्या काळात प्रमोशन घेऊन सुब्रतो भोपाळला गेला होता. त्यावेळी तेजा इथं इंदूरलाच कामवाल्या बायकांच्या मदतीनं एकटीच राहिली होती. नोकरांकडून कामं करवून घ्यायचीही टॅक्ट असते अन् ती तेजात होतीच. पण तिच्या एकटं राहण्याच्या हिंमतीला आम्ही सगळ्यांनी मनापासून दाद दिली.

मी रिटायर झाल्यावर काही कामानं ऑफिसात गेले, तर तेजाला आवर्जून भेटत होते. तिच्या प्रकृतीच्या अनेक तक्रारींमध्ये आता डायबेटिसचीही भर पडली होती. अन् आधीच अधू असलेल्या पायांचे लिगामेंट्स कुरकुर करत असल्यानं मांडीपर्यंत कॅलिपर्स लावूनसुद्धा तिला स्टीक्सऐवजी वॉकरच्या साहाय्यानंच चालावं लागत होतं. त्यामुळे पायरी चढता येत नव्हती. मी म्हटलं, "दर्द से मेरा दामन भर दे या अल्लाऽ। फिर चाहे दीवाना कर दे या अल्ला'। हे लताचं गाणं तू काय सारखी आळवत असतेस का?"

यावर आम्ही दोघी जोरात हसलो होतो. इतक्यात जोरजोरात हसत, ओरडत, एकमेकांना धक्काबुक्की करत मुलं स्वयंपाक घरात शिरली अन् आम्हाला खायला दे, भूक लागली, असं ओरडू लागली. एखादं मिनिट तर मला काही उमजेच ना इतकी मी तेजाच्या आठवणीत बुडून गेले होते. पण तेवढ्यात सुपर्णानं येऊन स्वयंपाकघराची आघाडी ताब्यात घेतली म्हणून मी वाचले.

त्यानंतर मलाच व्हायरल इंफेक्शन झालं अन् त्यातून ठीक व्हायला महिन्यापेक्षा जास्त काळ गेला. त्यामुळे जाईन जाईन म्हटलं तरी तेजाकडे जाणं झालंच नाही. शेवटी एक दिवस ठरवलंच जायचं. मनात थोडी धाकधूकच होती, कारण तिची हालचाल बेताची म्हणून वजन वाढलेलं. त्यामुळे शुगर वाढलेली, पायांची स्थिती दिवसेंदिवस वाईट होत चाललेली. म्हणून वॉकरनं चालणंही अगदीच कमी. त्यात म्हणे ब्लॅडरमधल्या स्टोनचं ऑपरेशन आत्ताच झालंय. अशात तिची हालत कशी आहे कोण जाणे? असा विचार करतच गेटपाशी पोचलो. आत शिरले तो काय! मला आश्चर्याचा झटकाच बसला. दारावर फुलांचे हार लटकत होते. बागेत दोन-चार मुलं धावाधावी करत होती. उत्साहानं आत शिरले, तर मंजुळ सुरावटीची शहनाईची कॅसेट लागली होती; अन् दारासमोरच तेजा सुंदर बंगाली साडी नेसून व्हील चेअरवर बसली होती. "आईये, आईये वैनी" म्हणत, डावा हात पुढे करून, तोंडभर हसून तिनं स्वागत केलं. तिचा उत्साह नुसता ओसंडत होता. सुब्रतो अन् दोन-चार स्त्रियांची आत लगबग चालली होती, तेजा मधूनच त्यांना काही सूचना देत होती. मग कळलं की सुशांतचं, तिच्या मुलाचं लग्न ठरलंय. तो आजीकडेच राहातो अन् लग्नाला नाही नाहीच करायचा. पण आता सर्व जमलंय अन् बोलणी करायला, मुहूर्त ठरवायला सगळे एकत्र जमणार आहेत. म्हणून आनंदाची पर्वणीच होती. अशात प्रकृतीचा विषय कशाला काढायचा म्हणून मी तिला बधाई देऊन ख्याली-खुशालीच्या

गोष्टीच केल्या. ती थांबण्याचा आग्रह करत होती तरी मलाच घाई आहे, अगदी उभ्या उभ्याच आले होते, असं म्हणून मी काढता पाय घेतला. परतताना मी अगदी हलकीफुलकी होऊन गेले होते. एकमेकांत गुंतणं म्हणतात ते हेच बहुधा! मनात म्हटलं सतत धक्के देणं हीच तिची खासियत आहे का? पण हा गोड धक्का होता. असेच गोड धक्के तिनं देत राहावे अन् मी आनंदानं फुलून यावं, अशी मी प्रार्थना करत होते. आनंदानं मी आपल्याशीच हसत होते. लोकांनी वळून वळून पाहिलं तरी हसतच राहिले.

■ ■ ■

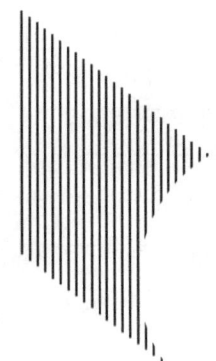

३ ओळख

मुलांच्या शाळेतली पालकांची मीटिंग आटपून गार्गी रस्त्यावर ऑटो रिक्षा किंवा बसची वाट पाहत उभी होती. पण डोक्यात शाळेचे अन् राजसचे विचारच घोळत होते. ही शाळा इतर शाळांपेक्षा अगदी वेगळी होती. मुलांवर अभ्यास, होमवर्क यांचा ताण येऊ न देता वेगळ्या पद्धतीनं, हसत-खेळत शिक्षण देण्यावर या शाळेचा भर होता. म्हणून पुन्हा इंदूरला आल्यावर लहान राजसला मुद्दाम तिनं या शाळेत घातलं होतं आणि होमवर्क देत नसले तरी त्याची प्रगती समाधानकारक वाटत होती. पण दर महिन्याची मीटिंग मात्र अगदी चुकवता येत नसे. त्याचा दुर्गेशला थोडा जाच वाटायचा. पण तो ऑफीसला गेला तरी ती मीटिंगला आवर्जून जायची. ती विचारात गढून गेलेली असताना एक पॉश कार तिच्याजवळ येऊन उभी राहिली. आतल्या स्त्रीनं विचारलं, "हॅलो, मै ग्रेटर कैलाश नर्सिंग होम की तरफ जा रही हूं। आपको कही बीचमे ड्रॉप करना हो तो मैं कर सकती हूँ।"

"हां, जी. मुझे उधरही श्री सोसायटी मे जाना है। सो काईंड ऑफ यू." म्हणत गार्गी तिच्याजवळच समोरच्या सीटवर बसली.

"आज तुमचे मिस्टर नाही आले? माझ्या ड्रायव्हर भी नाही आला." कार स्टार्ट करत ती स्त्री म्हणाली.

"अरे, तुम्हाला मराठी येतं?" गार्गीनं आश्चर्यानं विचारलं. अशी नवी ओळख हा सुखद धक्का होता.

"हां. थोडी थोडी येते. अगदी भरभर बोलता येत नाही. पण कामचलावू येतं." तिच्या उच्चारांवर हिंदीची झाक होती. शिवाय 'च'चा उच्चार 'च्य', 'झ'चा उच्चार 'झ्य' ऐकताना अन् तोंडाच्या हालचाली पाहाताना मजेदार वाटत होत्या आणि मराठी कोणी माणसं भेटला की मी मराठीमधीज बोलणार अन् गुजराथी भेटला की गुजराथीतज बात करवानी. केम? एवूज करवू जोईये ने?" ती खूपच बडबडी वाटत होती. पुढे म्हणे, "माझी आई महाराष्ट्रीय अन् पिताजी गुजराथी हायेत." पण तिनं अजून आपलं नाव सांगितलं नव्हतं. "मी गार्गी पाठक. माझा मुलगा राजस पाठक चौथीत आहे." गार्गीनं म्हटलं.

"हां. माझी पोरगी ऊर्जा भी फोर्थमधीज हाय अरे! पण मी काय पागल हाय. खुदच्या नाव तो सांगितलाज नाय. मी मनी सभरवाल." आत्ता तिनं स्वत:ची ओळख करून दिली. "अरे वा! मनी म्हणजे पैसाच पैसा वाटतं?" अर्थात मनी म्हणजे मनीमाऊ असंही गार्गीच्या मनात येऊन गेलं, कारण ती मनीमाऊसारखीच, गुबगुबीत होती. शिवाय डोळेही किंचित घारेच होते, भेदक, अधिकार गाजवणारे, बेपर्वा, साऱ्या दुनियेबद्दल तुच्छतेची थोडी झाक दर्शविणारे तिचे मोठे डोळे कोणासारखे तरी आहेत, असं सारखं गार्गीला वाटत होतं. पण नीटसं नक्की आठवत नव्हतं. मनी चांगली गोल होती, तरी सलवार-कुर्ता किंवा साडी नेसत नव्हती. याची तिनं आधीच्या मीटिंग्समध्येही केव्हातरी नोंद केली होती. ती पँटवर टी-शर्ट किंवा गुरुकुर्ताच घालायची. चौकोनी चेहऱ्याला बॉबकट फारशी शोभत नव्हती. पण आणखी काय शोभलं असतं तेही सांगणं कठीणच होतं. पण वागणं मात्र मिठ्ठास अन् बिनधास्त होतं, हे तिच्या वागण्यावरून लक्षात आलंच होतं.

"मनी म्हणजे रुपया. तशीज मी गोल हाये ना?" सफाईनं कारचं गोल वळण घेत ती हसत म्हणाली. तशी गार्गीही हसली.

"सभरवाल म्हणजे पंजाबी ना? म्हणजे पंजाबीसुद्धा येत असेल तुम्हाला? मराठी, गुजराथी, पंजाबी म्हणजे पुष्कळच येतं की!" गार्गीनं कौतुक केलं.

"पंजाबी अगदी थोडी कळतं. हम तो हिंदी या इंग्लिशमेंही ज्यादा बोलते थे।" बोलते थे म्हणजे आता नाही का बोलत एकमेकांशी? अबोला धरलाय का? असं गार्गीच्या मनात येऊन गेलं. पण असं म्हणून विनोद करणं पहिल्याच भेटीत शोभलं नसतं. म्हणून भुवया उंचावून तिनं अरे वा! अशा अर्थी फक्त चेहऱ्यावर भाव आणला. पण अगदी दुसऱ्याच्या मनात काय चाललंय हे ओळखावं

तसं मनकवडेपणानं मनी म्हणाली, "मतलब दिल्लीला होती सात साल तबतक बात करनेका सवाल था । आता मी आईकडेज असते आयम ए डायव्होर्सी."

"अं? आय ॲम सॉरी!" चपापल्यासारखी गार्गी म्हणाली. आपल्या मनात जे येऊन गेलं ते इतकं खरं असावं? आपल्या मनात आलंच का असं? पण मग ही सभरवाल आडनाव का लावते? पूर्वीचंच आडनाव का लावत नाही? पण तसंही आपल्याला काय करायचंय! हे असले विचार आपल्या मनात येतायत हे तिला जर वाचता आलं, तर ती पुन्हा त्याचं उत्तर देईल अन् पुन्हा आश्चर्य करण्याची पाळी येईल.

"डझण्ट मॅटर! अशीच रिॲक्शन सगळ्यांची असते. पण पते की बात ये है की मुलगीच्या सरनेम तर सभरवाल नोट केलाय स्कूलमधी. मग तिची आई भी सभरवालज असायला हवी ने? ती मिस जोशी हाय म्हटला तर लोकांला आणिकच काय शंका येणार! मी मिसेस जोशी भी लावू शकत नाय अन् मिस जोशी भी लावू शकत नाय. यही तो मुश्कील है।" अन् ती जोरात हसली. ती हसली म्हणून गार्गीलाही हसावं लागलं. एवढा मोठा प्रश्न उद्भवल्यावरसुद्धा ही तो हसण्यावारी नेतेय म्हणजे बाई चांगलीच दबंग आहे. खरोखर डायव्होर्स घेतल्यावर बाईनं नवऱ्याचं नाव लावावं का, हा एक विचार करण्यासारखाच प्रश्न आहे; अन् याचं उत्तर लवकर शोधायला हवं, कारण या प्रश्नाची तीव्रता दिवसेंदिवस वाढतेच आहे, असं गार्गीला वाटलं. पत्ते खेळायला बसावं अन् समोरच्यानी सगळे पत्ते दाखवून टाकावेत तसंच काहीसं झालं, असं तिला वाटलं. आता बोलावं तरी काय असं तिला प्रश्न पडला. पण तेवढ्यात आठवलं, की राजसनं ऊर्जाचा उल्लेख केव्हातरी केला होता. ती त्याच्याच वर्गात होती अन् मुलीचा विषय काढला की मनीला बरं वाटेल म्हणून गार्गी काही म्हणणार तेवढ्यात ती म्हणाली, "तुमाला एक विचारू का? मतलब मी बहोत सारे काम करती इसलिए विचारतीये." हिंदी-इंग्लिश शब्द वापरून ती मराठी हाणत होती.

"हो. विचारा ना बिनदिक्कत अन् मला 'ए गार्गी' म्हटलं तरी चालेल. अहो, जाहो कशाला?" ही एवढी मोकळेपणी स्वत:च्या खाजगी गोष्टीही सांगतेय त्याअर्थी आपला तिला विश्वास वाटतोय हे गार्गीनं ओळखलं. मग दुरावा कशाला? आपणही एक पाऊल पुढे टाकलं तर तिला बरं वाटेल असं गार्गीला वाटलं.

"ये हुई नं बात!" आपण दोघं आता फ्रेण्ड्स होऊन गेले. मला पण तू

आता 'ए मनी' असंज म्हणायचा. मी मार्क केलंय की तू सगळ्या गोष्टींच्या नीट विचार करून बोलते, डिस्कशनमध्ये चांगले पॉइंट्स ठेवते, बच्चे आणि लेडिजबद्दल. मतलब त्यांचे समस्याबाबत चांगला स्टडी हाय का तुझा? सोशल वर्क आवडेल तुला?''

''होऽ! चालेल की! सध्या गोव्याहून आल्यावर काही जॉब वगैरे करतच नाहीये. तर थोडं बहुत इतरांसाठी काही करायला, वेळ द्यायला आवडेल मला. तू कुठल्या संस्थेत काम करतेस का?''

''हां. मी एक मजदूर महिलांवास्ते संस्था स्थापन केलीये. बीडीवर्क्स अन् इतरही मजदूर महिला येतात. त्यांचे हेल्थ प्रॉब्लेम्स, सोशल प्रॉब्लेम्स खूप असतात. त्यांना दवा देण्यावास्ते अॅलोपॅथीचे, होमियोपॅथीचे डॉक्टर्सही येतात. पार्टटाईम काम करतात. त्यांना व्यायाम, रेकी, अॅक्युप्रेशर आदींची ट्रीटमेंट घ्यायला आणि शिकवायला भी लोक येतात. पण लेक्चर्स देण्यासाठी किंवा मजदुरांच्या मोठ्या संस्थांमधी आपला प्रतिनिधित्व करण्यावास्ते चांगले स्टडीड, खूप गोष्टींची समझ असलेले लोक भी हवे आहेत. तू आमच्याकडे आली तो माझ्यावरचा प्रेशर थोडा कम होईल. पाहा थोडं ट्राय करून. काम तर बहोत हायेत.'' ''हो. चालेल ना.'' गार्गी उत्साहानं म्हणाली अन् मनीकडून तिच्या संस्थेचा पत्ता घेऊन उतरली. मनी तिला घरापर्यंत सोडते, असं म्हणाली होती. पण तिनं लिफ्ट दिली एवढंच पुष्कळ झालं. आणखी घरापर्यंत तिला दूर आणणं गार्गीला योग्य वाटलं नाही.

'मीलन संस्था' तशी अगदी नवीन होती. तरी त्या मानानं बस्तान चांगलं बसलं होतं. कोणी एका सेठियानं आपल्या बंगल्याचा वरचा मजला वापरायला दिला होता. हॉल चांगला मोठा होता अन् दोन्ही बाजूला लागूनच गॅलरीज होत्या. त्यामुळे एका वेळी शंभर व्यक्ती भाषण ऐकायला बसू शकत होत्या. दर पंधरा दिवसांनी कोणाचं तरी लेक्चर ठेवायचं, असा पायंडा होता. इतर खोल्यांमध्ये रोज दुपारी तीन ते सहा लायब्ररी उघडी असे अन् आपल्या सोयीनुसार एक तास डॉक्टर्स वैद्यकीय सल्ला द्यायला येत. अॅक्युप्रेशर, रेकीची ट्रीटमेंट देणारेही येत अन् या पर्यायी थेरेपीज शिकवायची सोयही हॉलमध्ये होती.

या सगळ्या गोष्टींसाठी भरपूर पैसा लागत होता. अन् तो मिळतो कुठून असा प्रश्न गार्गीला पडला. इतर लोकांशी बोलताना तिला कळलं की मनी डोनेशन्स

मिळवण्यात खूप वाकबगार आहे. पण जेव्हा इतर ठिकाणाहून पैसा येत नाही तेव्हा मनी स्वत:च खर्च करते. तिचे वडील मोठे इंडस्ट्रियालिस्ट होते. त्यामुळे तिच्याकडे भरपूर पैसा आहे. गार्गीला नवल वाटलं अन् मनीचं कौतुकही वाटलं, कारण जवळ पैसा असला की तो कुठंतरी इन्व्हेस्ट करून आणखी पैसा कमावण्याची सोय केली जाते. फार झालं तर कुठल्यातरी संस्थेला वा गरिबांना थोडा दानधर्म करतात. पण मनीनं मजूर स्त्रियांच्या कल्याणार्थ संस्था स्थापन केली होती. इतरांना आपल्याकडे येण्यासाठी प्रेरित करत होती. त्यासाठी डोळसपणे प्रयत्न, धडपडही करत होती. गार्गीलाही हेतूपूर्वक तिनं आपल्या कार्यात ओढलं होतं हेही तिच्या लक्षात आलं होतं. पण असा लोकसंग्रह करण्याचं कौशल्य मनीजवळ होतं, हे गार्गीनं मनोमन कबूल केलं. ती फक्त आठवड्यातून दोन दिवसच दुपारी संस्थेत यायची. पण इतर सर्व रोज येत असत, काम करत. त्यातले फारच कमीजण पगारी होते. बाकी सर्व ऑनररीच होते. एवढ्या सगळ्यांना कसं काय तिनं गोळा केलं कोण जाणे!

"तू तर भलतीच डॅशिंग आहेस गं! बाकीच्या स्त्रिया नुसत्या स्वत:चा संसार करतात. फार झालं तर नोकरी करतात. असंच सर्व वातावरण भोवती असताना हा सगळा पसारा वाढवण्याचं कसं काय तुझ्या मनात आलं?" असं जेव्हा गार्गीनं तिला विचारलं, तेव्हा ती अगदी खुलून म्हणाली, "हे तो माज्या रक्ततज हाये. अपनी माँ ने तो खूबज सोशल वर्क केला हाए. नोकरी भले कॉलेजमध्ये करायची पण बाकी वेळ मजदूर संघटनावास्ते काम करायची. स्टेजवर धो धो भाषण ठोकायची आणि घरमध्ये विरोध झाला, तरी मतलब जॉईण्ट फॅमिली होती, तरी रोजही किसीको घर लेकर आती थी। लहान होती तेव्हापासून हेज तर पाहत होती मी. खुदचे प्रिन्सिपल्स आणि तिचा सोशलवर्क यात कोई भी कम्प्रोमाइज नही किया उसने। उसवास्ते सबसे पंगा लेती थी वह। अरे, वो तो बिलकूल एक्स्ट्रॉऑर्डिनरी थी."

"असं? काय तुझ्या आईचं नाव? मलाही आवडतात अशी माणसं."

"ती तर बहोत फेमस होती. तिचे नाव चंद्रिका. चंद्रिका जोशी."

"अय्या! चंद्रिका मॅडम तुझ्या आई आहेत? अगं, मग मी तुझी गुरुभगिनी आहे. त्या आमच्या कॉलेजच्या प्रिन्सिपॉल होत्या गं. आता रिटायर झाल्यात ना? त्या कशा आहेत?" आश्चर्य, आनंदानं उद्दीपित होऊन गार्गीनं विचारलं.

"अं? ठीक हाएत." अगदी पडल्या चेहऱ्यानं तिनं उत्तर दिलं. "अरे, श्रीती, आज ॲक्युप्रेशर के लिये कितनी लेडिज आई थी?" तिनं पटकन विषय

बदलला. पण गार्गीच्या ते गावीही नव्हतं. आपल्या आवडत्या मॅडमची ही मुलगी आहे, हे ऐकल्यावर ती खूप आनंदात होती.

उत्साहात विचारू लागली, ''ए, मी येऊ का त्यांना भेटायला? मी त्यांची आवडती विद्यार्थिनी होते. मला खूप आवडेल त्यांना भेटायला, त्यांच्याशी बोलायला.''

''अं? हो.हो. ये ना कधीतरी. मी जरा अचलाचं काम विचारते. मग बोलू'' असं म्हणून ती उठूनच गेली. पाच मिनिटं झाली तरी जेव्हा ती आली नाही, तेव्हा घरी जायला उशीर होतोय म्हणून गार्गी निघाली.

पायी चालण्यासारखंच अंतर होतं म्हणून तिनं नवीन घेतलेली कायनेटिकही आणली नव्हती. पण आत्ता चालायला खूप मजा वाटत होती. रोजचीच दुकानं अन् घरं जास्तच सुंदर अन् सजलेली वाटत होती. आपला मूड छान असला की सगळं कसं सुंदर वाटायला लागतं. इंदूरला येऊन बरेच दिवस झाले तरी अजून कोणीही पूर्वीचे फ्रेण्ड्स किंवा कोणीही प्रोफेसर भेटले नव्हते. तीही कॉलेजात किंवा युनिव्हर्सिटीत गेली नव्हती. पण आज अचानक चंद्रिका मॅडम मनीच्या आई आहेत अन् आपल्या जवळच राहातात हे कळलं अन् जुन्या स्मृती जाग्या झाल्या. तिला मॅडमचं खूप अप्रूप होतं.

बी.एस.सी.च्या अगदी पहिल्या वर्षीच जेव्हा कॉलेजच्या नवीन वातावरणाला सगळे नवखे असतात अन् बुजरेही असतात, तेव्हा तिच्या स्कॉलरशिपचा फॉर्म भरताना काही त्रुटी राहून गेल्या होत्या अन् फॉर्म रिजेक्ट होईल की काय अशी भीती वाटत होती. तसं झालं तर शिक्षणाला तिला रामरामच ठोकावा लागला असता, कारण तिच्या घरची स्थिती बेताचीच होती. पण मॅडमनीच तिला बोलवून करेक्शन करवून घेतली. शिवाय तिच्याशी खूप आपलेपणानं बोलल्या. एरवी त्या खूप कडक, शिस्तप्रिय आहेत, अशीच त्यांची प्रतिमा होती. भरपूर उंची, गोऱ्यापान, मोठ्या कपाळावर चांगलं मोठं कुंकू, मानेवर रुळणारा चांगला मोठा अंबाडा अन् या सर्वांवर वरताण त्यांचे करारी, जरब बसवणारे मोठे पिंगट डोळे, असं त्यांचं व्यक्तिमत्त्व पाहिलं की समोरचा गारच होऊन जायचा, काय बोलायचं ठरवलं होतं तेच विसरून जायचा.

अशा भलत्या तेजस्वी मॅडम तिच्याशी खूप चांगल्या बोलल्या. म्हणाल्या, ''तुझं नाव गार्गी आहे ना? त्या नावासारखीच विदुषी व्हायचा प्रयत्न कर. बारावीचे

मार्क्स चांगले आहेत. तसेच पुढेही यायला हवेत हं. नाहीतर कॉलेजची हवा लागली की कानात वारं शिरलेल्या वासरासारखी स्थिती अनेकांची होते. काय?''

त्यांच्या 'काय'नी ती भानावर आली. नाहीतर सम्मोहित झाल्यागत ती त्यांच्याकडे पाहत होती. तिनं घाबरून मान डोलवली अन् पळ काढला. पण जागेवर येऊन बसली तरी तिला नॉर्मल व्हायला बराच वेळ लागला. ''काय झालं गं? अशी का कावरी-बावरी झालीस?'' असं मैत्रिणी विचारत होत्या. तरी त्यांना काय उत्तर द्यावं ते तिला सुचत नव्हतं. पण नंतर लक्षात आलं, की मॅडम काही तिला रागावत नव्हत्या. उलट आश्वस्त करत होत्या, पण स्वतःच्या बावळटपणामुळे फॉर्ममध्ये त्रुटी राहिल्याचीच तिला लाज वाटत होती. म्हणून घाबरायला झालं होतं नंतर मात्र ती सावरली. त्या मराठीही बोलतात याचं मात्र तिला भारी आश्चर्य वाटलं. मग कोणी म्हणे की त्या महाराष्ट्रीयनच आहेत, त्यांचे यजमान गुजराथी आहेत. पुढे आपल्याकडे त्यांचं विशेष लक्ष असतं. असंही तिला वाटू लागलं. त्यामुळे काही वेळा तिच्यावर दडपणही यायचं अन् काही वेळा तिला त्याचा अभिमानही वाटायचा. अभ्यासाव्यतिरिक्त ती दर महिन्याच्या डिबेटमध्येही भाग घ्यायची. लायब्ररीचा फायदा घेऊन अवांतर वाचनही करायची, कथक नृत्य ती शिकलेली असल्यानं वार्षिक संमेलनात तिनं एकला नृत्य करून सर्वांची वाहवा मिळवली होती. अशा अनेक कारणांनी ती त्यांच्या डोळ्यांत भरली होती. तरी इतर मॅडम जशा तिची स्तुती करायच्या तशी त्यांनी कधी तिची पाठ थोपटली नव्हती. तरी त्यांच्या नजरेतली सूक्ष्म कौतुकाची छटा तिला ओळखता येऊ लागली होती. त्यांची नजर तिला आश्वस्त करत होती, हेच तिला पुष्कळ होतं.

नंतर एकदा ती कॉलेजला येत असताना दोन-तीन मुलं तिच्या सायकलला अडवू लागली. ती पुढे जायला लागली की कोणीतरी तिच्यापुढे सायकल घालू लागला. असे प्रसंग कधीतरी यायचेच म्हणून ती नेहमी दुसऱ्या दोघी मैत्रिणींबरोबरच जायची. पण त्या दिवशी त्या दोघीही नव्हत्या. एकटी असल्यानं काय करावं ते न सुचून ती घाबरून गेली. अन् एकदम तिची सायकल आडवी झाली. गार्गी पडली नाही, पण वाकडीतिकडी होऊन कशीतरी उभी राहिली. ती मुलंही हसत हसत उतरली अन् काही बडबड करत उभी राहिली. त्याचवेळी एक कार येऊन त्यांच्यासमोर धडकली. फटकन मागचं दार उघडून मॅडम बाहेर आल्या. नंतर काय

होतंय हे कळायच्या आत पुढून उतरलेल्या ड्रायव्हरनं दोन मुलांच्या कानफाटात मारल्या. त्यांना गचांडी धरून जोशी मॅडमच्या समोर उभं केलं. मॅडमनं विचारलं, "कोणत्या कॉलेजला आहात रे तुम्ही? माझ्या स्टुडंटला त्रास देता काय? तुमच्या बेशिस्त वागण्याबद्दल तुम्हाला कॉलेजमधून रस्टीकेट करू शकते मी. क्या खयाल है आपका?" ती मुलं या अचानक हल्ल्यानं इतकी घाबरली होती की काहीही बोलू शकली नाही. फक्त सॉरी, सॉरी करत होती. त्यांना आणखी दोन रट्टे घालून ड्रायव्हरनं घालवलं अन् मॅडम गार्गीकडे वळल्या.

तिला इतकी शरम वाटत होती की आता धरणी पोटात घेईल तर बरं असं वाटत होतं. अशा विचित्र परिस्थितीत सापडल्यावर कमीत कमी मॅडमनं तरी पाहायला नको होतं आपल्याला. त्यांचा काय ग्रह होईल आपल्याबद्दल याची तिला धास्ती होती. पण मॅडम म्हणाल्या, गार्गी अशी घाबरून राहिलीस, तर आयुष्यात कधी पुढे जाऊ शकणार नाहीस. जन्मभर घरातच बसणार आहेस का? एका ठिकाणी उभं राहून 'हेल्प हेल्प' असं ओरडली असतीस, तरी दहा माणसं गोळा झाली असती अन् ती मुलं पळून गेली असती आणि कोणी नसलं तरी विपरीत परिस्थितीत काय करायचं ते स्वतःच ठरवावं लागतं, असं घाबरून चालणार नाही या जगात हे लक्षात ठेव. अन् त्यांनी स्वतः खाली पडलेली सायकल उचलून तिच्या हाती दिली. नंतर कितीतरी दिवस त्या दिवशीच्या प्रसंगाबद्दल एकीकडे वाईटही वाटत होतं, तर दुसरीकडे मॅडमची आपल्यावर असणारी विशेष मर्जी आठवून आठवून आनंदही वाटत होता.

नंतर बी.एस.सी.च्या शेवटच्या वर्षाला असताना वार्षिक संमेलनासाठी मॅडमनी एक स्वतः टॅब्लो लिहिला होता. भारतीचा (भारतमाता) प्रियकर साम्य (साम्यवाद) होता आणि व्हिलन भांडवल शहा होता. वेगवेगळे ऋतू व मूड्स दाखवणारे अनेक नृत्यप्रकार आणि कथानक यांची नृत्य शिक्षकांकडून चांगली सांगड घातली गेली होती. त्यात भारतीची भूमिका गार्गीनंच केली होती. तो टॅब्लो अनेक वर्षं सर्वांच्या स्मरणात राहिला होता. कोणीही त्या टॅब्लोशी संबंधित किंवा प्रेक्षक असणारेही एकमेकांना भेटले, की त्या नयनरम्य, अर्थगर्भ टॅब्लोची आवर्जून आठवण काढत. नंतर मात्र गार्गी एम.एस.सी.ला होळकर सायन्स कॉलेजला अन् पीएच.डी.साठी युनिव्हर्सिटीत दाखल झाली होती. म्हणून मॅडमशी संपर्क राहिला नाही. पण त्या कॉलेजमधली त्यांच्या छत्रछायेखालची तीन वर्षं नेहमीसाठी तिच्या लक्षात राहिली

होती. मोठ्या मॅडम बरोबर इतरही सर्व स्टाफ आठवला. मैत्रिणींबरोबरची मस्ती, खेळ अभ्यासाचा धोशा सगळं सगळं आठवलं अन् ती हलकीफुलकी होऊन गेली. संध्याकाळी दुर्गेशनं विचारलंसुद्धा, की चेहऱ्यावरच्या इतक्या प्रसन्नतेचं कारण तरी काय आहे? बहुधा आई येऊन गेली असावी किंवा एखादी जुनी मैत्रीण भेटून गेली असावी किंवा एखाद्या मनपसंत जॉबची माहिती कळली असावी, असा त्याचा कयास त्यानं बोलूनही दाखवला. त्यावर अगदी लहान मुलासारखी तर्जनी वरखाली हलवून हसत हसत तिनं 'चूक चूक बेटा' असं म्हटलं, तेव्हा दुर्गेशनं आणखी काही अंदाज वर्तवले. त्यानं जेव्हा हार मानली, तेव्हा तिनं तिच्या प्रिय मॅडमची माहिती सांगितली. त्यावर तो म्हणाला, "हल्ली तुझं मनीप्रकरण बराच प्रभाव दाखवतंय. तिच्याचमुळे तू मीलनमध्येही जातेयस. तिचीच आई तुझी प्रिय मॅडमसुद्धा आहे. आता आणखी पुढे काय काय कळणार आहे कोण जाणे! पाहायला हवं एकदा तरी तिला.'' डोळे नाचवत तो म्हणाला. ''आमच्या मॅडमसारखी तिची गणना सुंदरात, तर होणार नाही, पण स्मार्ट तर आहेच, पण वेगळ्याच अर्थानं आकर्षकही आहे.'' यावर ते दोघं हसले.

नंतरच्या तीन दिवस तिला मीलनमध्ये जायचंच नव्हतं. पण संध्याकाळी मनीचा फोन आला, की प्रेसक्लबमध्ये एक मीटिंग आहे रविवारी दुपारी चार वाजता. तासभर चालेल आणि नंतरची संध्याकाळ तुझी तुला मोकळीच राहील, तर साडेतीनला माझ्याकडे ये. मी तयारच राहीन. आपण दोघी जाऊ. दूर कुठं जायचं असलं, की ती गार्गीला लिफ्ट घ्यायची. गार्गी गेटपाशी पोचते न् पोचते तोच ती बाहेर येऊन ड्रायव्हरच्या कार काढण्याची वाट पाहत असायची. त्यामुळे सांगितलेल्या वेळेच्या आधीच दोन मिनिटं गार्गी पोचायची अन् तिच्या आखीवरेखीव बागेत फिरायची. कधीकधी तर मीलनमध्ये जातानाही दोघींची एकच वेळ असली, तर मनी कार घेऊन हजर व्हायची.

रविवारी साडेतीनच्या थोडं आधीच गार्गीनं गेट उघडलं. तो काय! चंद्रिका मॅडमच बंगल्याचं समोरचं दार उघडून बाहेर पडत होत्या. मोठ्या व्हरांड्यात दोन्ही बाजूंना येणाऱ्यांना बसण्यासाठी ठेवलेल्या खुर्च्यांजवळ जरा घुटमळल्या अन् भराभर पायऱ्या उतरू लागल्या. मॅडमना पाहून तिला इतका आनंद झाला, की ती पटकन पुढे झाली अन् वाकून त्यांच्या पायाला हात लावला. पण त्यांनी तिच्याकडे दुर्लक्षच केलं. ती म्हणाली, ''मॅडम, मी गार्गी. मला

खूप दिवसांपासून तुम्हाला भेटायचं होतं. पण आज योग आला. आता मी मनीची मैत्रीणही आहे हं.'' त्यावर त्यांनी नुसतं तिच्याकडे निर्विकारपणे पाहिलं. त्याबरोबर तिला धस्स झालं. त्या डोळ्यांत तिला तिच्या लोकसंग्रह करणाऱ्या मॅडम दिसल्या नाहीत, तर मनीच्या डोळ्यांत कधीकधी दिसणारी साऱ्या दुनियेबद्दल असणारी तुच्छतेची झाक दिसली. त्यानंतर पायऱ्यांजवळ असणाऱ्या गुलाबाच्या वेलांकडेच पाहू लागल्या. गार्गीला वाटलं यांनी बहुधा ओळखलंच नाही. बरोबर आहे. इतके विद्यार्थी दरवर्षी येणार जाणार. कोणाला लक्षात ठेवणार! इतक्या वर्षानंतर नसेल ओळखलं आपल्याला.

''मॅडम, मला ओळखलं नाही का'' तिनं पुन्हा हात जोडून नमस्कार करत विचारलं. त्यांनीही हात जोडले. पण कुठलीही ओळख दाखवली नाही. तेवढ्यात एक मध्यमवयीन बाई चहा-बिस्किटांचा ट्रे घेऊन त्यांच्यापाशी आली अन् नम्रतेनं म्हणाली, 'बेन, आपकी चाय रखी थी. आप चाय लीजिये नं.' पण त्या बाईकडे त्यांनी अगदी रागानं पाहिलं. गार्गीला वाटलं आपण दोघी बोलत असताना तिनं मधेच व्यवधान आणलं म्हणून त्या रागावल्या असाव्यात. ती आणखी काही बोलणार तेवढ्यात मनी आतून आली अन् तिला म्हणाली, ''अरे, तू आलीस? चल लवकर नाहीतर आपण लेट होणार!'' अन् चार ढांगात ती गेटपाशी पोचलीही. गार्गीला अनिच्छेनं गेटकडे वळावंच लागलं. मॅडम निघते मी. असं म्हणत तिनं त्यांच्याकडे पाहिलं. पण अजूनही त्या गुलाबांकडेच पाहत होत्या. त्यांना अस्ताव्यस्त पसरलेले वेल नीट छाटून बांधायचे असतील. पूर्वीही त्यांना त्यांच्या कामात जराही व्यत्यय आलेला खपत नसे. असा काहीसा विचार करत ती कारमध्ये बसली.

तिला नवल वाटलं परवा आईबद्दल एवढ्या गौरवानं बोलणारी मनी आज त्यांची आवडती स्टुडंट त्यांच्याशी बोलतेय याकडे पूर्ण दुर्लक्ष करून भराभर बाहेर का पडली? तिचं त्यांचं पटत नाही का? तसंच असेल, कारण त्या तर फार कडक अन् काटेकोरच होत्या. पूर्वीपासून अशा माणसांचं इतरांशी फारसं पटत नाही. अन् हीसुद्धा चांगलीच हटवादी आहे. हे ती इतरांशी जशी वागत होती त्यावरून दिसतच होतं. गार्गीशीच ती चांगली होती. एवढ्या दिवसांत लिफ्ट द्यायच्या निमित्तानं तीन-चार वेळा वर आली होती अन् नाश्त्याला काय केलंय असं विचारत शंकरपाळी, थालिपीठ, चकली असे पदार्थ वाखाणत खाऊन गेली होती. पण 'माझ्याकडे चहा

घे' असं म्हणून कधी बोलवलं नव्हतं. कोण माणूस कोणत्या बाबतीत केव्हा चक्रमपणा करेल, हे काही सांगता येत नाही. अशा विचारात ती असतानाच इकडे मनी अगदी रंगात येऊन आज कोण विशेष कॉम्रेड्स भेटतील, त्यांचं या क्षेत्रात काय योगदान आहे, याचं वर्णन करत होती. गार्गी नुसतं हूं हूं करत होती. तिला स्वत: होऊन बोलावंसं वाटतच नव्हतं. काय सांगणार! मी मॅडमची प्रिय विद्यार्थिनी होते हे मोठ्या अभिमानानं त्या दिवशी सांगितलं होतं. पण आज त्यांनी तिच्याकडे ढुंकून पाहिलंसुद्धा नाही. मग बोलणं तर दूरच! हे ती मनीला कसं सांगणार? तिला हा अपमान जिव्हारी लागल्यासारखं झालं होतं. त्यापेक्षा मनी काही बोलतेय त्यातच रस घ्यावा झालं, असा विचार करून ती मनीशी बोलू लागली.

नंतरच्या दिवसांत गार्गी बरीच सावरली. दुर्गेशला तिनं तिला लागलेली टोचणी सांगितल्यावर तो म्हणाला होता, "इतकं भावूक होऊन चालणार नाही या जगात राणी! धिस इज द लाईफ. कोण, केव्हा, कसं बदलेल हे कोणालाही सांगता येणार नाही. हे सगळं पचवायचंच असतं. त्यांच्यावाचून काही अडतंय का तुझ्या आयुष्यात? असाच विचार कर अन् सोडून दे झालं. त्यावर जास्त विचार नको करूस." त्याचं म्हणणं तिला थोडं पटलंही अन् नाहीही पटलं. इतकं प्रॅक्टिकल होणं तिला जमत नव्हतं. पण तिला एका गोष्टीचं खूप नवल वाटलं, की ती अन् आई काय बोलल्या याबद्दल मनीनं एका अक्षरानीही विचारलं नव्हतं, मग तिनंही तो विषय सोडून देण्याचं ठरवलं.

पण आणखी आठ दिवसांनीच पुन्हा एका मीटिंगला जायचं ठरलं होतं. यावेळी मनीषा, श्रीती, अचलाही येणार होत्या. पण त्या परस्परच जाणार होत्या. मनी अन् गार्गी इकडून जाणार होत्या. गार्गीनं ठरवून टाकलं की आज जर मॅडम दिसल्या तरी स्वत: होऊन त्यांच्याशी बोलायचं नाही, असं ठरवल्यावर तिला खूपच शांत वाटलं.

त्या दिवशी तिनं अगदी अनिच्छेनंच गेट उघडलं. समोरच माळीबाबा होता. त्यानं व्हरांड्यातल्या खुर्चीवर बसायला सांगितलं नि म्हणाला, "छोटीजी, अभी बाहर गई है. बस आतीही होगी." समोर दोन मॅगझिन्स पडली होती. त्यापैकी एक उचलून ती चाळू लागली. तेवढ्यात आतून 'ऊंऽऽ ऊंऽऽ ऊंऽऽऽ' असा कुत्रं ओरडल्यासारखा आवाज आला. नंतर मात्र काहीतरी वरच्या पट्टीत 'आंऽऽऽएऽऽ' असं अर्धवट ओरडल्यासारखा, थोडं गाणं म्हटल्यासारखा आवाज

आला. पाठोपाठ कोणाचा तरी 'बेन...बेन... अंदर चलो, अंदर चलो' असा आवाजही आला. म्हणून आत जाऊन पाहावं की नाही असा विचार करत असतानाच माळीबाबानं येऊन घाईनं दार उघडलं अन् स्वत:च्याही नकळत त्यांच्यासह गार्गी आत गेली. आतल्या हॉलमध्ये जे चाललं होतं ते पाहून ती हतबुद्धच झाली. चंद्रिका मॅडम वेडेवाकडे आवाज काढत इकडेतिकडे फिरत होत्या. त्या दिवसाचीच बाई 'बेन... पानी पिलो थोडा' म्हणत त्यांच्यामागे फिरत होती. केव्हातरी 'यहाँ बैठो' म्हणून दामटून खुर्चीवर बसवत होती. पण लगेच त्या उठून 'आंऽऽऽ ऊंऽऽ' असे आवाज काढत इकडेतिकडे फिरत होत्या. माळीबाबा अन् दुसरी दोन मुलं त्यांना दुरून रेकी देत होती. त्यांनी हवेत केलेल्या चिन्हांना पाहून ते रेकी देत होते हे तिला कळलं. आपण यात काय मदत करावी ते तिला कळेना. पण बाईच्या हातातलं पाणी मॅडमनी हात मारून सांडून टाकलं होतं. तिच्या भांड्यात समोरच्या स्टुलावर ठेवलेल्या तांब्यातलं पाणी थोडं ओतलं. बाईला मदत करून मॅडमना सोफ्यावर दडवून बसवलं. आता त्याही थकून जाऊन 'हंऽऽऽ हंऽऽऽ' असा घशातून आवाज काढत बसून राहिल्या. एका मुलानं चमचाभर इलेक्ट्रल ग्लासमध्ये घोळून बाईला दिलं.

मग ती अगदी अत्यंत कौतुकभरल्या स्वरात त्यांना म्हणाली, "बेऽऽन आ लो." त्याबरोबर अगदी आज्ञाधारक मुलीसारखं त्यांनी 'अं?' असं विचारलं. आता मघाचे गरगर फिरणारे डोळे खूप निवळले होते. आता काय करू असा भाव डोळ्यांत आणून त्या तिच्याकडे पाहू लागल्या. "ये, पी लो. अच्छा लगेगा," असं बाई म्हणाली अन् त्यांनी दोन घोट घेतले अन् मग लहान मुलासारखं तोंड फिरवलं. इतका वेळ श्रमून लाल झालेल्या चेहरा आता निवळला. आता गार्गीच्या लक्षात आलं, की पूर्वीपेक्षा त्या खूपच वाळल्या आहेत. चेहरा काळवंडला असून केसांच्या अंबाड्याऐवजी मागे छोट्या क्लीपमध्ये तोकडे कापलेले केस बांधले होते. बाई म्हणाली, "चलो, अंदर जाते है." त्यावर लहान मुलासारखी मान हालवून त्या फुरंगटून तिथंच बसल्या अन् कुठलं तरी गाणं गुणगुणू लागल्या. आता सगळ्यांच्या जिवात जीव आला.

एवढ्यात मनी आली. बाईजवळ एक पॅकेट देत म्हणाली, "बाई ये लो दवाईयाँ. जैसे पहले देती थी वैसेही देना है." सोफ्यावर पडलेले नॅपकिन्स, टेबलावर, स्टुलावर पडलेले तांब्या-भांडं, ग्लास हा हॉलचा नजारा पाहून अन् घरातली नोकरमाणसं एकत्र झालेली पाहून तिला काय झालं असावं याचा अंदाज

आला. मग आईच्या समोर उभं राहून वाकून ती म्हणाली, "आई, आत चलते ना? मी मन्दा. तुझी मन्दाकिनी. तुला आत घेऊन जाणार आहे, चला." त्याबरोबर तिने पुढे केलेला हात त्यांनी धरला अन् बाईच्या मदतीनं मनीनं त्यांना त्यांच्या खोलीत पोचवले. हे सगळं काय चाललंय, मॅडम अशा काय करत होत्या, त्यांना काय झालंय हेच गार्गीला कळेना. आता काय करावं? बाहेर खुर्चीवर जाऊन बसावं की इथंच थांबावं ते तिचं ठरेना. एवढ्यात मनी बाहेर आली अन् तिला म्हणाली, "चलो. अपन चलतें हैं। पहलेही लेट हो गये है। जतीन, जरा ध्यान रखना हां सबदूर." असं म्हणून सोफ्यावर टाकलेली पर्स घेऊन निघालीच. गार्गीला वाटलं होतं की मॅडमची प्रकृती बरी दिसत नाही. त्यामुळे आज बहुधा मीटिंगला जाणं होणारच नाही. पण मनी अगदी नॉर्मल वाटत होती. त्यामुळे काही न बोलता तीही निघाली.

कारमध्ये ड्रायव्हरसमोर बोलावं की नाही असं वाटून गार्गी चूपच होती. पण जरा वेळानं मनीच म्हणाली, "आई अल्जायमरची पेशंट आहे."

गार्गीनं न कळून विचारलं, "म्हणजे काय?"

"म्हणजे स्मृतिभ्रंश. तिला काहीच आठवत नाहीये. केव्हाचे तरी लहानपणीचं आठवतं, जे आम्हाला कोणालाच माहीत नसतं. ते काय आठवून ती ओरडते ते कळत नाय. कदाचित कोणाशी मारामारी केली असेल किंवा हिलाच कोणी बडवलं असेल. पण खूप एक्साइट होऊन ओरडते, विचित्र आवाज काढते. तिचे पिताजी संस्कृतचे पंडित होते. त्यांनी शिकवले ते श्लोक तिला आठवतात ते मी म्हणते. बाकी ती कोणाची बायको आहे, कोणाची आई आहे, कुठल्या कॉलेजची प्रिन्सिपॉल होती काही काही आठवत नाही. पापा थे तब उनको भी पहचाना नाही. वे जब गए तब उसकी कोई रिॲक्शन नही थी, मुझे, दीदीकोभी पहचानती नहीं." सिर्फ बाई साथ रहती है तब उसको पहचानती है, वही उसका सबकुछ करती है और साथ रहती है. वर्ना कभी गेट खोलकर बाहर भी चली जाती है." उदासपणे मनी म्हणाली.

"बाप रे! हे किती दु:खद आहे गं! इतकी बुद्धिमान, सौंदर्यशालिनी स्त्री स्वत:ची ओळखच विसरली? ही कुठली शिक्षा भोगतेय ती? असं का व्हावं? पण यावर काही इलाज तर असेल ना?" गार्गीच्या डोळ्यांतून भावना वेगानं अश्रू वाहू लागले. तिनं डोळ्यांना रुमाल लावला.

"मेंदूच्या सेल्स एकदा डॅमेज झालं की काय भी इलाज नाय. सिर्फ मन्दा,

मन्दाकिनी या शब्दांनी तिची कुठली तरी तार छेडली जाते आणि मला ती ओळखते. आता तिची मुलगी म्हणून ओळखते की बाईसारखीच तिचं करणारी मी भी एक असाच तिला वाटते की काय रामजाने! आदरवाइज तार तुटलेल्या एकेकाळच्या सुंदर सितारसारखी तिची स्थिती आहे.'' मनीचा स्वर घोगरा झाला.

गार्गीलाही भरून आलं. तिच्या मनात आलं की कोणी म्हणतात आपण बोललेले शब्दसुद्धा वाया जात नाहीत. पण मग मॅडमची बुद्धी, प्रतिभा, त्यांचे विचार, त्यांचं कर्तृत्व, त्यांची उपलब्धी सगळं कुठं गेलं? शून्यात मिळालं? त्यांचे गुण अन् त्यांचे शरीर हे अगदी वेगळे आहेत? त्यांची अवस्था पाहून आपण इतके हादरून गेलो, तर मनीचं काय होत असेल? ती म्हणाली, ''तुम्हा लोकांनाही मनाला किती क्लेश होत असतील ना? आपल्या अगदी जवळची व्यक्ती ही अशी...'' पुढे काय बोलावं ते न सुचून गार्गी थांबली.

''फारज! फार फार त्रास होतो. ती चांगली शिक्षाविद् होती, नेता होती, लोकांच्या वास्ते तिला बहुत लागणी होती आणि आता? आता ती कशी मोडक्या खिलौन्यासारखी झालीये. दीदी तर म्हणूनज तिला बघायला भी येत नाही. पण मला तर देखभाल करावीज लागणार! कधी वाटते थोडाज टाइमला एकदा तरी तिची स्मृती यावी. तिनी मला जवळ घ्यावं. मन्दा तू केवी छे? तारामाटे ढोकळा करूं?'' असं नुस्तज विचारावं, काय पण केला नाय तरी चालेल पण सिर्फ विचारावं असंच वाटते. मेराभी नसीब देखो, फादरने हमसे कभी प्यार कियाही नही। वे तो तानाशाह थे। हजबंड डायव्होर्स लेकर चला गया। मालूम है? कमी हमारा भी लव्ह मॅरेज हुवा था। हां! और अब माँ ऐसी... ऐसी की पहचानती ही नहीं। लगता है अपने नसीब में आपनेवालोंका प्यार हैही नहीं।'' तिची हवालदिल स्थिती पाहून गार्गीला फार फार वाईट वाटलं. ''असं नको म्हणूस गं! धीर धर. कोणीतरी भेटेल गं पुढे. अजून काही आयुष्य संपलं का?'' मनीच्या दुःखानं विकल होऊन भरल्या डोळ्यांनं गार्गी म्हणाली.

मनी विषण्णतेनं हसली. म्हणाली, ''म्हणूनज मी तुला घरात ये असा कधी म्हटला नाय. तुझी स्थिती तिची हालत पाहून काय होईल असाज वाटत होता. गार्गी काही बोलणार तेवढ्यात ड्रायव्हरनं कचकन ब्रेक दाबला अन् मनी ओरडली, ''कौन स्साला टपका बीचमें मरने के लिये?'' अन् ती नॉर्मल झाली, याबद्दल गार्गीची खात्री पटली. फक्त तिच्या दुःखाचा भार आपल्या डोक्यावर

आलाय अन् त्या भारानं आपण खाली खाली जातोय, असं तिला वाटू लागलं. तरी मनीला जवळ घ्यावं, तिची आईच तिची ओळख विसरली होती इतकंच काय स्वत:चीच ओळख विसरली होती या मनीच्या विचित्र दु:खासाठी या पोरक्या पोरीला जवळ घेऊन तिचं सात्वंन करावं अन् स्वत:लाही हलकं करायला खूप मोठ्या मोठ्यानं रडावं, असं तिला वाटत होतं.

या विचारात प्रेसक्लब कधी आला, मनी उतरून केव्हा गेली ते तिला कळलंच नाही अन् कारचं दार उघडून आत डोकावून 'आईये मॅडम' असं म्हणणाऱ्या ड्रायव्हरकडे ती हरवल्यासारखी बघतच राहिली. जडवत.

■ ■ ■

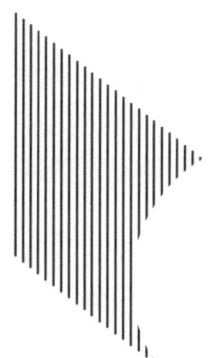

४ लागे तुझा छंद

हल्ली माझ्या मनाचं एकच वेड, एकच गाणं! सुमित्रा, सुमित्रा- सारखं तिचं खळखळणारं हसणं ऐकू येतं- निर्झरासारखं स्वच्छ, निर्मळ, प्रसन्न! नाहीतर अकृत्रिम स्मितानं उजळलेला चेहरा आठवतो. ती प्रेमाची हुकमत गाजवणारी नजर! ते प्रभावी व्यक्तिमत्त्व! सुमित्रानं जशी जादू केलीये. तिची अनेक रूपं जणू माझ्याभोवती फेर धरून आहेत. शांत, प्रसन्न, कलासक्त, प्रेमळ, खवळलेलं, संयमी! कोणतं धरू? कोणतं सोडू? कौनसा रुपडा याद करू, क्या मैं भुलू याद करू!

सुमित्राला मी पहिल्यांदा पाहिलं ते त्या दिवशी! माझ्या गायन क्लासची ती नवीन जागा छान हवेशीर होती. जिना चढल्यावर डाव्या हाताला माझा क्लास अन् उजव्या हाताला कोणी बिऱ्हाड होतं. 'जे शरचंद्र' अशा नावाची नेमप्लेट होती. दोन जागेत जेमतेम पाच-सहा फुटांचा चौकोन होता. पण मंडळी बहुधा बाहेरगावी गेली असावीत. मीही माझ्या जागेत नवीन फर्निचर, बोर्ड तयार करणं, वाद्य ठेवणं इत्यादी कामांत गढून गेलो होतो. समोरच्या बिऱ्हाडाचा विचार करायला वेळच नव्हता. पण त्या दिवशी जिन्याच्या पहिल्या पायरीवरच हसण्याचा खळखळाट ऐकू आला. कोणी तरी धावत होतं अन् हसत होतं. हा त्या जे. शरचंद्रांच्या घरातला कल्लोळ दिसतोय हे लगेच लक्षात आलं अन् वरच्या पायरीवर मधल्या जागेत येऊन मी सहज अर्धवट

सारलेल्या पडद्यातून नजर टाकली, तर मलाही खिदळावंसं वाटलं. एक उत्स्फुल्ल तरुणी साडीचा पदर खोचून, वेणीचा शेपटा पुढे घेऊन पळत होती अन् एक सात-आठ वर्षांची, बॉब केलेली मिनी स्कर्टवाली छोकरी तिला पकडण्याचा आटापिटा करत होती. मुलगी चपळ होती पण तरुणीही कमी नव्हती. सोफा, खुर्च्या, टी-पॉय यामधून पळत ती मुलीला चुकवत होती. पळापळीत ॲश ट्रे खाली पडलं होतं, टेबलक्लॉथ लोंबळकत होतं, खुर्च्यांच्या जागा सोयीनुसार मागे-पुढे होत होत्या. मी म्हटलं आता आई आतून येऊन दोघींना धपाटे घालेल. पण या मुलीनं तरुणीला पकडलंच! अन् मग सुमीताई आऊट झाली, सुमीताई आऊट झाली, असं ओरडू लागली. हसता हसता दोघी जमिनीवर फतकल मारून बसल्या अन् मागे-पुढे डुलत आता जमिनीवर लोळणच घेणार असं वाटू लागलं. मीही हसत उभा होतो. मग म्हटलं उगीचच दुसऱ्याच्या घरात कशाला डोकवायचं! आपण आपला उद्योग करावा. मी वळणार एवढ्यात त्या चिमुरडीचं लक्ष गेलं अन् ती किंचाळली- 'अगं आपल्याकडे कोणी आलंय गंऽ' त्यासरशी केस सारखे करत ती दाराशी आली. अजून उर धपापत होतं, अनेक बटा गळ्यात आल्या होत्या, अशा अवतारात थोड्या संकोचाच्या स्वरात तिनं विचारलं, "कोण हवंय? या ना. आत या."

खरं म्हणजे असं काही होईल, असं मला वाटलंच नव्हतं. स्त्रियांशी बोलायची कधी फारशी वेळच येत नाही. माझा स्वभाव संकोची. घरी फक्त आई अन् नात्यापैकी कोणी तरुण स्त्री नव्हतीच; अन् सौंदर्य इतकं अंगीखांदी मिरवणारी कोणीच आठवणीतसुद्धा नव्हती. म्हणून ही उत्साहात न्हावून निघालेली प्रफुल्ल तरुणी जेव्हा डोळे विस्फारून माझी विचारपूस करू लागली, तेव्हा मला अक्षरश: घाम फुटला. कसंबसं मी तिला समोर घेतलेल्या जागेबद्दल सांगितलं. अन् काय! ती जास्तच कौतुकानं मला बोलावू लागली. भारल्यागत मी आत गेलो, तीच स्वत: होऊन काहीबाही बोलत होती. काय ते मला मुळीच आठवत नाही. फक्त आठवतं ते एवढंच की गुलाबी साडी, चोळीतळ्या त्या तरुणीचं नाव सुमित्रा होतं अन् तिचा आवाज अगदी चांदीच्या घंटीसारखा स्वच्छ, सुरेल अन् गोलाईचा होता. तिनं अगत्यानं मला कॉफी दिली अन् अधूनमधून येत जा, असं बजावलं.

त्यानंतर जाता-येता त्या बिऱ्हाडाकडे दृष्टिक्षेप टाकण्याचा मला चाळाच लागला. सुमित्रा फार क्वचित दिसायची, कधीकधी चिमुरडीच दिसायची. कधीतरी मोठं कुंकू लावलेली नऊवारीतली एक बाई दिसायची. कोण होती कोण जाणे!

पण एक दिवस चिमुरडीच माझ्या दाराशी रेंगाळत होती. मी तिला जवळ बसवून विचारपूस केली, "काय बेटा, नाव काय तुझं?"

"सुचित्रा. सुमीताई शुचिताई म्हणते."

"छान नाव आहे. एकीच नाव सुमित्रा, दुसरीचं सुचित्रा! बाबा काय करतात तुझे?"

"बाबा म्हणजे भैय्या का? ते तर ऑफिसात जातात ना. सुमीताई खूप चित्र काढती. म्हणून तर आज मला करमत नाहीये."

"मग आई नाही का घरात? तिच्याशी बोलत बैस."

"अहो, सुमीताई म्हणजे आईच चित्र काढतीये. पूर्वी घरातले काका, आत्या तिला सुमीताई म्हणायचे. मग मी पण तेच म्हणायला लागले. कामात असली की ती फार बोलत नाही काही. पुस्तक वाच म्हणती." अन् मी एकदम दचकलोच! म्हणजे सुमित्रा अन् सुचित्रा बहिणी बहिणी नाहीत. मायलेकी आहेत? मी पुन्हा विचारलं. ते पचनी पडायला मला जरा वेळच लागला.

'असेनात का त्या मायलेकी! तुला काय त्याचं?' एका मनानं दुसऱ्या मनाला समजावलं. पण छे! कुठंतरी ठेचकाळल्यासारखं झालं. पण आपला पण असा समज का झाला जनाब? तिनं मंगळसूत्राचा बिल्ला दाखवला नाही म्हणून? छ्या! तिच्या बाबतीत तशी शंकाच आली नाही. पण... पण... असं असेल की थोडाही संथपणा, सुस्ती जो बायकांचा स्थायीभाव असतो तो तिच्यात दिसला नाही म्हणून तसं वाटलं असेल. असेना का काहीही! मला काय करायचं? पण तरी मनाचा भुंगा सुटेना. इतकंच काय माझी मला चीडही येऊ लागली. असेल कोणीसमोर राहाणारी तरुणी! त्यात इतकं बेचैन होण्यासारखं काय आहे? मीही अगदी असा तसा नव्हतो. गाण्याच्या क्षेत्रात थोडं स्थान बाळगून होतो. पुढच्या काळात चांगलं नाव मिळवण्याची स्वप्न पाहत होतो. गायनक्षेत्रात महत्त्वाकांक्षा बाळगणाऱ्या मी अशा साध्याशा गोष्टीनं विचलित व्हावं म्हणजे नवलच! उलट माझं सौजन्य- रूपगुण- पाहून इतर लोकच प्रभावित होतात, असं मी पाहिलं होतं; अन् त्यावेळी अभिमानानं माझं मन फुलून यायचं. लगेच मी मनाशी ठरवून टाकलं की कारणाशिवाय समोर पाहायचंही नाही अन् बोलायचंही नाही.

पण माझा निश्चय मोडण्याकरताच जणू दुसऱ्या दिवशी मी जिना चढत

असताना ती कुठूनशी लगबगीनं आली नि विचारू लागली, ''काय हो, बरेच दिवसांत दिसला नाहीत? म्हटलं दिसलात की गप्पा मारू पुष्कळ.''

''म्हणजे आहे की नाही चोराच्या उलट्या? अहो सुमित्राताई, मी तर तुमच्यासमोरच्या खोलीत मोठाली चित्रं रंगवत होतो. तुम्ही पाहिलं नाही का?'' या माझ्या व्यंगोक्तीवर ती खळखळून हसली अन् उद्गारली, ''बरेच आहात की! बरं बाई आमचंच चुकलं हं. चूक माफ करा.''

''अहं! आता पेनल्टी द्यावी लागेल.''

''देईन. देईन. मिठाई चालेल?''

''मिठाई? मिठाईला स्वप्नातसुद्धा नाही म्हणणार नाही मी.''

''मग चला तर आता'' अन् खरंच वर गेल्यावर माझ्यासमोर प्लेटमध्ये मिठाई ठेवली. तिनं विचारलं, ''काही नमकीन हवं का?''

''गप्पा मारणार असाल तर काही जरूर नाही.''

''अरे वा! माझ्या जातीतलेच आहात तर! अगदी रिकामी असेन अन् कोणी बोलायला नसेल, तर अगदी वेड्यासारखं होतं मला.''

''मग समोर येत चला ना.'' नकळत मी बोलून गेलो.

''गप्पा मारण्याचं प्रॉमिस? अन् तुमचे स्टुडंट्स असले तर?''

''गप्पांचं प्रॉमिस! अन् स्टुडंट्स असले तर तुम्ही गायचं.''

ती पाणी घेऊन येत असताना माझ्या लक्षात आलं की ती खरंच रसरसलेल्या संत्र्यासारखी दिसत होती. ऑरेंज कलरची साडी. त्यापेक्षा थोडं गडद रंगाचं ब्लाऊज, साडीवर हातानं पेण्ट केलेलं डिझाईन, ओठांवर ऑरेंज कलरचीच लिपस्टीक! मग माझ्या लक्षात आलं की रंगाशी नातं सांगणाऱ्या तरुणीला मी न्याहाळतो आहे. आज मी हॉलसुद्धा नीट पाहत होतो. खूप सारं अवजड फर्निचर नव्हतं. एका स्टुलावर एक छान स्टॅचू होता. भिंतीवर फोटोंची किंवा कॅलेंडर्सची माळ नव्हती. दोन निसर्गचित्रं बहुधा तिच्या हातचीच. एक चांदण्यात न्हालेलं अन् दुसरं हिम वर्षावाचं. भिंतींचा रंग फिका बफ अन् फ्लॉवरपॉटमध्ये पुष्परचना. एकदम छान वाटलं. माझ्या खोल्या मात्र मशिदीसारख्या पांढऱ्या असायच्या. महिनोन्‌महिना मला फुलांची आठवणही होत नव्हती. तिच्या अंबाड्यावर मात्र एक गुलाबकळी अर्धवट उमललेली, ऑरेंज कलरचीच दिमाखात मिरवत होती. ती कळी बाजारू नव्हती. खास निगा राखून वाढवलेली असावी. हे

माझ्यासारख्या अनभिज्ञ माणसालाही सहज कळत होतं. तिला माझ्या गप्पा आवडतील का की त्याही काही स्टँडर्डच्याच तिला आवडतात?

"ही या रंगाची गुलाबाची फुलं कुठून आणली?"

"आवडली का तुम्हाला? घ्या हवं तर एखादं."

"नको, नको. ती तुमच्या फ्लॉवरपॉटमध्येच चांगली दिसतायत अन् अंबाड्यातसुद्धा."

"अहो, घेणारे असले की देणारेही भेटतात. माझे एक सहकारी आहे पंडित म्हणून. त्यांना हे माझं फुलाचं वेड माहीत आहे. ते त्यांच्या भावाकडे गेले की माझ्यासाठी अशी फुलं घेऊन येतात. त्यांचे भाऊ गुलाबांचे भारी शौकीन आहेत. अनेकरंगी गुलाब ते पद्धतशीरपणे तयार करतात. मलाही जायचं आहेच एकदा त्यांच्याकडे त्यांची बाग पाहायला."

मी मुद्दाम विचारल्यावर तिनं मला आतल्या खोलीतली अनेक चित्रंही दाखवली. एक-दोन स्टॅण्डवर अर्धवटच होती. दोन तिनं आदल्या दिवशीच पूर्ण करून दिली होती. एक स्वत:च्या वडिलांचं पोर्टेट भिंतीशी होतं. ती ते त्यांना प्रेझेंट करणार होती. वडिलांचे भेदक डोळे, कपाळावरची शीर, नाकाच्या स्फुरण पावणाऱ्या पाकळ्या इतक्या छान हुबेहूब चित्रित झाल्या होत्या, की तिच्या प्रावीण्याबद्दल जराही शंका माझ्या मनात उरली नाही. थोडा वेळ सर्व चित्रं नीट पाहून मी तिला म्हणालो, "सुमित्राताई मला काही या रेघांच्या प्रांतातलं फारसं कळत नाही हं. पण एवढं मात्र खास कळलंय की एका बड्या कलाकाराशी मी बोलतो आहे. तुमच्याशी बोलताना जरा भीतभीतच बोलायला हवं का?"

"सुरांच्या साम्राज्यातलं मलाही काही कळत नाही. पण मी काही भीत नाही तुम्हाला. त्यात तुमचा डॅश दिसतो."

तिनं खांदे उडवले. जराशानं म्हणाली, "अन् हे बघा सुमित्रानंतर ताई लावलं, की जास्त लांब वाटतं. नुसतं सुमित्रा म्हणा ना. नाहीतर नुसतं ताईही चालेल."

"पण मग तुम्हीही मला नुसतं आनंद म्हणायला हवं."

"मग म्हणीन की नुसतं आनंद." तिनं सहजपणे म्हटलं अन् डॅश दिसला.

त्यानंतर ती क्लासमध्ये आली त्यावेळी दोन विद्यार्थ्यांना मी तोडीची चीज

शिकवत होतो. 'काकरिया जिन मारो लंगर' अगदी रंगात आलं होतं. आलाप स्वत:च तयार करून कसे म्हणायचे, चीज कशी फुलवायची ते मी स्वत: म्हणून दाखवत होतो अन् त्यांच्याकडूनही म्हणवून घेत होतो. नंतर त्यांना ताना सांगितल्या. जेव्हा विद्यार्थ्यांचे प्रयत्न खुंटले, तेव्हा चार-सहा ताना घेऊन मी चीज संपवली. तंबोरा ठेवून मी तिच्याकडे पाहिलं तेव्हा ती पसंतीदर्शक मान हलवत म्हणाली, ''वा! फारच छान म्हणता हो.''

''आवडलं का? एखाद्या दिवशी खास मैफलीत तुम्हाला बोलवून घेईन. तिथं यापेक्षा जास्त गंमत येते.'' सुखावत मी म्हटलं.

''असंच गाणार असलात, तर नक्की येईन. नाहीतर गायक लोक एवढी तोंडं वाकडी करतात अन् अंगाला एवढे आळोखेपिळोखे देतात, की वैताग येतो नुसता. कानांना मेजवानी अन् डोळ्यांना शिक्षा असला प्रकार होतो मग.''

इतक्या सुरील्या आवाजाच्या स्त्रीनं आम्हा गायकांबद्दल गैरसमज करून घ्यावा हे मला खपलं नाही. मी म्हटलं, ''बघा हं. तुमचा समज बदलायला लावीन अन् शिक्षा म्हणून तुम्हाला गाणं शिकायला लावीन.''

''नाही गं बाई! तसलं नीरस गाणं मी मुळीच नाही शिकणार,''

''मग सरस गाणं कसं म्हणतात ते म्हणून दाखव ना. सुमित्रा दुसऱ्याला नाव ठेवणं तसं सोपं असतं. पण स्वत:चं श्रेष्ठत्व सिद्ध करणं फार कठीण!'' मी एकेरीवर कधी आलो ते माझं मलाच कळलं नाही.

''अं? मी सरसच म्हणते किंवा म्हणीन असं मी कधी म्हणाले? फक्त असावं काय याबद्दल आमच्या सामान्यांच्या काही कल्पना असतात, त्या मी सांगितल्या. तुम्हाला रागबिग तर नाही आला ना?''

''नाही आला. पण म्यां पामरानं काही इच्छा व्यक्त केली तर चालेल का?'' अन् तिची प्रश्नार्थक मुद्रा पाहून मीच पुढे म्हणालो, ''एक गीत ऐकवून आमचे कर्ण तृप्त, पावन करावे, अशी आशा बाळगू का?''

''एवढं अलंकारिक बोललंच पाहिजे का? बोलण्यातले अन् गाण्यातलेही दोन्ही अलंकार मला येत नाहीत.''

''आता कांऽ कूंऽ नाही चालणार हं. म्हणायलाच हवं.''

''म्हणते बापडी! माझं काय! जे येतं ते म्हणते हं. हसायचं नाही.''

अन् तिनं आशा भोसलेचं 'प्रेमसेवा शरण' हे 'मानापमान'तलं गाणं

रेकॉर्डवर हुकूम म्हणण्याचा प्रयत्न केला. आता आशाजींच्या आवाजातली 'खनक', तर अगदी अफलातूनच आहे. तसं म्हणणं कोणालाच शक्य नाही. पण हिचा आवाजही माझ्या अंदाजापेक्षाही जास्त गोड होता. रेकॉर्डमधल्या गाण्याच्या ताना तिनं घेतल्या नाहीत. पण आवाजाला फिरत आहे हे कळत होतं. मन लावून म्हणायची पद्धत चांगली होती. हिनं ठुमरी म्हटली तर लोक काय वेडे होतील! प्रयत्न केला तर एक चांगली गायिका उदयाला येईल असं वाटल्याबरोबर तिला शाबासकी द्यावीशी वाटली. वरच्या सुरातलं 'लागे तुझा छंद' ही ओळ ऐकताना अक्षरश: हृदयाला ओढ बसल्यासारखं झालं, हा त्या आवाजाचा परिणाम की सौंदर्याचा, हे मला ठरवता येईना. ते तिला सांगावं कसं हेही कळेना.

पण शक्य तितक्या नॉर्मल आवाजात म्हटलं, "वा! वा! फारच छान म्हणतेस गं तू! मला कल्पना नव्हती हं तू इतकं चांगलं गात असशील याची! व्यवस्थित शिकलीस तर माझ्यापेक्षासुद्धा छान म्हणशील गं!"

"तर तर! हरभऱ्याची झाडं बरीच लावलेली दिसतायत!"

बघता बघता आमची खूप दोस्ती जमली. जवळजवळ रोज आम्ही थोडं तरी बोलत असू. मला तर तिचं व्यसनच जडल्यासारखं झालं. तिलासुद्धा माझा सहवास आवडतोय, असं वाटू लागलं. चुकून एक-दोन दिवस चुकामुक झाली, तर ती माझ्या क्लासमध्ये डोकवायची. नाहीतर मी तरी सुचित्राला बोलवून विचारपूस करत असे. मी तिला तसं म्हटलंही की इतक्या थोड्या काळात आपण असे जणू कैक वर्षांचा परिचय असल्यासारखं कसं वागतो आहोत? समानशील व्यक्तींचं सख्य होतं ते, दुसरं काय!

तिचं बोलणंही मोठं मजेदार असायचं. सारखं ऐकत राहावंसं वाटायचं. अनेक सहकाऱ्यांचे अनेक किस्से ती अशी वर्णन करून सांगायची की व्वा! त्याशिवाय तिचा स्वत:चा विषय जो चित्रकला त्यावर तर तिला किती बोलू अन् किती नाही, असं व्हायचं अन् गंमत म्हणजे बोलण्यात रटाळपणा, तोचतोचपणा मुळीच नसायचा. विषय सदा नित्यनवीन, आकर्षक, विनोदात न्हालेला!

एकदा तिनं मला गरम गरम मेथीचं थालिपीठ खायला बोलवलं. त्या दिवशी स्वयंपाकाच्या बाई सुट्टीवर होत्या. थालिपीठ तीनच होती. एक सुची पुढे होते. एक मला दिलं होतं अन् एक ती लावत होती. खाता खाता मी विचारलं, "तीनच का? तुझ्या मिस्टरांचं कुठंय? बाकी थालिपीठ मस्तय हं!"

थालिपीठ उलटत ती रोषानं म्हणाली, ''शरदला नाही ठेवणार! या असल्या पदार्थांची चव ते गरम खाण्यातच. तो येणार आठ-नऊ वाजता. तेव्हा काय हे सगळं गारढोण होऊन जाणार!''

अजूनपर्यंत तिच्या शरदला मी पाहिलंच नव्हतं. रविवारी तो घरी असायचा तेव्हा माझा क्लास बंद असायचा. मधूनमधून तिच्या बोलण्यात त्याचा उल्लेख यायचा. पण त्याच्या रसिकतेबद्दल खास किंवा आवडीनिवडींबद्दल काही तिनं सांगितल्याचं मला आठवत नव्हतं. तीच पुढे म्हणाली, अशा हवेत खुसखुशीत, कुरकुरीत थालिपीठ खाण्यात, गरम चहा पिण्यात किती मजा येते नाही? पण हा पठ्ठ्या काही घरी फिरकणार नाही. बसला असेल एखाद्याशी कंटाळवाणी चर्चा करत, नाहीतर फायलीत डोकं खुपसून! रिमझिम पाऊस एन्जॉय करणं माहीतच नाही.''

मनात म्हटलं स्वारी रुक्षच दिसतेय. म्हणून विचारलं,'' मग आवडतं तरी काय त्यांना?''

''शरदला? गार, अगोड चहा अन् टोस्टचा तुकडा. एक कप चहा तो पंधरा मिनिटं पीत बसतो अन् तेही पेपर वाचत. कधीकधी मग मी पेपर फेकून देते अन् बजावते, की माझ्यासमोर चहा घ्यायचा असेल, तर बोलायला हवं.'' हे ऐकून सुचित्रा खदखदून हसायला लागली.

मी विचारलं, ''का गं हसतीयेस का?''

''सांगू? भैय्या म्हणतात तुझ्याशी बोलण्यात सगळं आयुष्य निघून जाईल.'' आता सुमित्राही हसू लागली. म्हणाली, ''हो. तो म्हणतो तुझ्याशी बोलण्यात थोडा वेळच काय सगळं आयुष्य निघून गेलं, तरी पत्ता लागायचा नाही. मग मला काही करायचं असलं तर केव्हा करणार? म्हणून तो पेपरसुद्धा त्याच्या-माझ्या मध्ये उभा धरतो.''

''मग ताई रश्शात मीठ जास्त घालून ठेवते.'' खिदळत सुचित्रा.

''शुचिटले घालू एक धपाटा?'' सुमित्रेचा लटका राग.

''हे मीठ प्रकरण काय आहे आणखी?'' मी विचारलं.

सांगावं की नाही अशा मनःस्थितीत ती म्हणाली, ''अहो, तो इतका स्वतःच्या तंद्रीत असतो की मी एकेक पूर्ण दिवस बोलले नाही त्याच्याशी तरी लक्षातच येत नाही त्याच्या. मग मला राग येतो अन् मी त्याला आवडणाऱ्या

रस्साभाजीत मीठ जास्त घालून ठेवते. म्हणजे मग त्याला मी रागावलेय हे कळतं. कधीकधी तेही कळत नाही त्याला. मग मलाच भ्रम पडतो, की मी मीठ कमी घातलं, की मिठाला खारटपणाच नाही, की त्याच्या जिभेलाच चव नाही.''

आम्ही तिघं यावर खूप हसलो. हसता हसता ती म्हणाली, ''मग काय करणार तर! आधीच तो पूर्ण दिवस बाहेर असतो, मीही माझ्या उद्योगात मग्न असते. मग घरी आल्यावर तरी असं...'' पुढे वाक्य पूर्ण कसं करावं ते तिला कळेना. पण तिला काय म्हणायचंय हे तिनं न सांगताच मला कळलं. नंतर ती म्हणाली, ''मग मी दुसऱ्या कोणाची कंपनी शोधून काढते अन् एन्जॉय करते.''

''वा! हा तोडगा छान आहे. पण त्यांना चालते का तुझी दुसरी कंपनी?''

''न चालायला काय झालं? हा आपला आपला स्वभाव आहे. त्यानं त्याचा बिझनेस कोणाबरोबर करावा हे मी ठरवते का? तसंच मी कोणाची कंपनी घ्यावी यावर त्यानी काय म्हणून मत द्यावं? पण असं कॉन्ट्राडिक्शन व्हायची वेळ येतच नाही कधी. ही इज ए गुड चॅप दॅट वे!''

चहाचा कप उचलून मी सावकाश घोट घेऊ लागलो. तिचा नवरा कसा आहे याबद्दल मला आता खरंच उत्सुकता होती, ''तुझ्या इतर कंपनीशी माझी ओळख करून दे ना. म्हणजे माझाही फायदा होईल थोडासा.''

''जरूर जरूर. चार-पाच माझ्या मैत्रिणी छान आहेत. पाहा तुमचा फायदा झाला तर!'' मला ठसका लागता लागता राहिला. ''मैत्रिणीच नाही, मित्रही चालतील.''

''का? मित्र का? मैत्रिणी का नकोत? असा प्रेजुडीस ठेवू नका गडे! मी तर ज्यांच्या ज्यांच्याशी माझ्या तारा जुळतात, त्यांच्याशी माझा परिचय वाढवते.''

''माझ्याशीही तार जुळली वाटतं?''

''अर्थात! तुम्हाला पाहिल्यावर मला वाटलं, की हा मनुष्य आपल्या सर्कलमध्ये येण्या योग्य आहे. बहुधा माणसाचा चेहरा फसवा नसतो.''

''बघ हं! एखादी तार तुटायची कधी.''

''वाद्यांशी माझ्यापेक्षा तुमचीच ओळख जास्त. ती का तुटते हे तुम्हाला माहीत नाही का?'' बोलण्यात ती हार जाणार थोडीच!

त्यानंतर थोड्याच दिवसांनी सुचित्राचा वाढदिवस होता. तीन-चार जोडपी, त्यांची सात-आठ मुलं, सुमित्राच्या खास दोन मैत्रिणी अन् चार-पाच इतर कोणी असे आमंत्रित मी गेल्यावर मला दिसले. साडी अन् दागिने हे स्त्रियांचे प्रिय

विषय! पण तिथं कोणी त्यांची चर्चा करीत नव्हत्या. सर्वजण सर्व विषयांवर बोलत होते. आज हॉल फुलं अन् रंगीबेरंगी दिव्यांच्या माळांनी सुशोभित केला होता. सुचित्रालाही खूप नटवलं होतं. ती आपल्या सवंगड्यांना तिची खास खेळणी अन् गमती दाखवत होती. सर्वचजण छान मूडमध्ये होते. त्या दिवशीच मी तिच्या शरचंद्रांना पाहिलं. किंचित घाऱ्या डोळ्यांचा हा तरुण अतिशय उमद्या व्यक्तिमत्त्वाचा होता. आज तो सर्वांशी मोकळेपणानी हास्यविनोद करत होता. मधूनमधून सुमित्राला काहीतरी कारण काढून चिडवतसुद्धा होता. सगळ्यांच्या आदरातिथ्यात तिला बोलायला फुरसतच नव्हती. तरी मी गेल्यावर तिनं माझी तोंडभर स्तुती करत सर्वांशी ओळख करून दिली. शरचंद्रांनी तेवढ्यात थट्टेनं म्हटलं, "या दोघांनी एकमेकांशी दोस्ती करून सुमित्रानं स्वत:च्या चित्रांचा एक चाहता मिळवलाय अन् यांनी एक श्रोता जोडला." यावर सुमित्रानं कोपरापासून हात जोडून त्याला मूक उत्तर दिलं.

सर्वांचं जेवणवजा फराळ थट्टा-विनोदात पार पडलं. मग छाया नावाच्या सुमित्राच्या मैत्रिणीनं एक स्वत:ची कविता म्हटली, कोणीतरी पाच-सहा शेर म्हटले, एका छोटीनं नृत्य केलं, सर्वांनी आग्रह केल्यामुळे सुमित्रानंही दोन गीतं ऐकवली अन् मग सर्वांचा माझ्याकडे मोर्चा वळला. खरं तर साथ असल्याशिवाय मी गाणं म्हणत नाही. पण सर्वांची मर्जी राखण्यासाठी मी 'जयगंगे भागिरथी' हे नाट्यगीत अन् कुमार गंधर्वांचं 'अवधूताऽ हम युगन युगन के जोगी' हे भजन म्हटलं अन् टाळ्यांच्या कडकडाटांनं सर्वांनी पसंतीची पावती दिली अन् खूप तारीफही केली. सुमित्राला हात धरून माझ्याकडे आणत शरचंद्रानं म्हटलं, "आनंद, आता हिलाही तुम्ही शास्त्रोक्त गायन शिकवा पाहू म्हणजे ही सकाळी उठून चांगली तास दोन तास रियाज करत बसेल म्हणजे मला जरा..." यावर सुमित्रानं बहुधा त्याच्या दंडाला चिमटा घेतला. त्याकडे दृष्टिक्षेप करत छाया म्हणाली, "पण मग सुमित्रेच्या हस्तकौशल्याचं काय होणार बाई?" यावर सगळेजण खूप हसले.

नंतर सुचित्राला प्रेझेंट देऊन खूप उशिरा चांदण्यात रमतगमत मी घरी पोचलो. वेळ अतिशय आनंदात गेल्यामुळे मन हलकंफुलकं झालं होतं. वाटलं सुमित्रा जर खरंच गाणं शिकेल तर काय बहार होईल! म्हणतात माणूस ज्याच्या त्याच्या क्षेत्रात काम करताना पाहावा, जास्त सुंदर दिसतो. मी सुमित्राला पेंटिंग करताना पाहिलं होतं. पॅलेटवर साधासाच दिसणारा रंग तिच्या ब्रशाचा स्पर्श

होऊन चित्रात जाऊन बसला, की खरोखर त्या रंगाला रंग चढतो. ब्रश धरणारी ती निमुळती बोटं, उभं राहण्याची ऐट, नजरेतला आत्मविश्वास, जरा जरा वेळानं मान कलती करून चित्राकडे पाहायची ढब, सर्व काही इतकं जीवघेणं होतं, की मी चित्रकार झालो नाही, याचीच मला खंत वाटली. नाहीतर तिलाच मी चित्रबद्ध करून टाकली नसती? पण तिचं एकच रूप का, अनेक रूपं चित्रांकित व्हायला हवी होती. तसंच माझ्याही क्षेत्रात मी कोण आहे हे तिला दाखवण्याची संधी मला घ्यायची आहे, माझं सौंदर्य तिला दाखवायचं होतं.

दुसऱ्या दिवशी खरंच ती माझ्या क्लासमध्ये आली. म्हटलं, "हे काय? निश्चय लगेच अमलातही आणला की काय?"

"मग? पतीची आज्ञा पाळायला नको? नाहीतरी त्याला माझा किती त्रास होतो! गाणं शिकल्यामुळे थोडा कमी होत असेल, तर काय हरकत आहे?"

मी तिला संथपणे सरगम म्हणायला लावलं अन् काय! तिचा तार षड्ज लागल्यावर माझ्या अंगावर अक्षरशः रोमांच उभे राहिले. तिला मन लावून शिकवायचं असा मी तेव्हाच निश्चय केला. पण... पण... हा विद्यार्थी अगदी अनियमित होता. तिच्यामागे चिकार कामं असत. पण ज्या दिवशी येईल त्या दिवशी नीट लक्षपूर्वक ऐकून म्हणायची. पण विशेष काही प्रगती झालीच नाही. तशात सात-आठ दिवस शरदची प्रकृतीच बरी नव्हती म्हणून तो घरीच निजून होता. मीही मग स्वतः होऊन विचारपूस करू लागलो. अधूनमधून सुमित्राच्या बाहेर जाण्याच्या वेळेला त्याला सोबत करून त्याची करमणूक करीत असे. त्याचे अनेक प्लॅन त्यानं मला त्यावेळी सांगितले. एकंदरीत स्वारी भलतीच महत्त्वाकांक्षी होती. सुमित्रावर त्याचं फार प्रेम होतं हे त्याच्या अनेक गोष्टींवरून दिसून येत होतं. तिला काही कमी पडू नये, ती सुखी राहावी ही त्याची तीव्र इच्छा त्याच्या बोलण्यातही दिसायची. फक्त तो फार वेळ तिला देऊ शकत नसे, कारण बिझनेस हा त्याच्या आयुष्याचा एक अविभाज्य घटक होता. सुमित्राएवढा तो तरल वृत्तीचाही नव्हता. ती जशी कलात्मक दृष्टीनं क्षणाक्षणातून जीवनरस शोषून घेत होती, जगण्याचा आनंदाचा प्रत्येक क्षण उपभोगत होती. तसं करणं त्याला शक्य नव्हतं. त्याचा जीवनाबद्दलचा दृष्टिकोन निराळा होता. मला आता शरदही आवडू लागला. मग मी दोघांनाही माझ्या एका कार्यक्रमाचं आमंत्रण देऊन टाकलं.

पण शरदला गाण्यात फारशी रुचीही नव्हती अन् त्याच्या प्रकृतीला सध्या जागरण झेपेल असंही वाटत नव्हतं. मी मनात म्हटलं आता सुमित्राही येणार नाहीच. पण शरदनं तिला माझ्याबरोबरच पाठवलं. म्हणाला, "तू जा ग सुमित्रे. सारखा नवऱ्याचा आंबट चेहरा पाहून कंटाळली असशील. अशा कार्यक्रमाला जाऊन बरं वाटेल तुला."

कार्यक्रम नेहमीपेक्षाही चांगला झाला. मनोमन मला वाटलं की ती समोर होती म्हणूनच जास्त रंगला. मनाचं पागलपण दुसरं काय! मयूरपंखी साडी नेसलेली ती सौंदर्यवती जेव्हा केव्हा दाद देत होती तेव्हा, इतर जाणकारांच्या वाहवाहीपेक्षाही मला ती मोलाची वाटत होती. बहुधा स्त्रिया इतक्या मोकळेपणी पसंती दर्शवत नाहीत, कृपण असतात. कार्यक्रम संपल्यावरही तिनं मन:पूर्वक माझं अभिनंदन केलं. पण लगेच जराशानं तिचा चेहरा चिंतातूर वाटू लागला. मीही ओळखलं की तिला शरदची काळजी वाटतेय. मग तिला पोचवण्याची सोय केली.

स्त्रीच्या सहवासात काय जादू असते ते मला कळत होतं. माझे थोड्या थोड्या अंतरानं चार कार्यक्रम होते. ते सर्व कार्यक्रम असे बेहद रंगले, की माझा मीच खूष होतो. त्या कार्यक्रमांना सुमित्रा सर्वांत पुढे बसली होती. तिला पाहिल्यावर जणू माझ्या अंत:करणात स्फूर्तीचं कारंज वाहू लागायचं. कुठलातरी अबोल जिव्हाळा आपल्या खांद्यावर हनुवटी रोवून आहे, असं उगीचच वाटायचं. मानेवर जणू मोरपीस फिरल्यासारखं वाटायचं अन् उत्साहाच्या भरात मी इतकं सुंदर गाऊन जायचो, की ऐकणारे दंग होऊन जात.

एकदा तिनं शरदला ओढून आणलं होतं. पण मारुबिहागचे लाडिक स्वर किंवा ठुमरीची नजाकतही त्याला मोहवू शकली नाही. शेवटपर्यंत कंटाळून गेला बिचारा! दुसरे दिवशी मला म्हणाला, "उस्तादजी, तुम्ही कलावंत मंडळी आम्हाला पूज्य आहात पण कृपा करून आमचं गायनकलेचं ज्ञान वाढवण्यासाठी कंबर कसू नका. आम्ही अज्ञानीच ठीक आहोत."

सुमित्रा म्हणाली, "अरसिकेषु कवित्व निवेदनम्। शिरसी मा लिख मा लिख मा लिख."

नंतर शरदच्या एका मित्रानं पावसाळ्याच्या शेवटीच्या हिरवळीचा आनंद लुटण्यासाठी जवळच्या शिरपूर तलावावर पिकनिकचा कार्यक्रम ठेवला होता.

त्यांचं दोघांचं मित्रमंडळच होतं. शरदनं मलाही चलण्याचा आग्रह केला. खरं तर मला खूप सर्दी झाली होती. मी वारंवार सांगून पाहिलं अन् मला त्याच्या ग्रुपमध्ये जाणं सयुक्तिक वाटत नव्हतं. पण कारनंच जायचं तर मुळीच त्रास होणार नाही, असं तो म्हणाला. सुमित्रानंही भर घातली म्हणून मी तयार झालो. सुमित्रा आमच्या कारमध्ये नव्हतीच. वसंत म्हणजे शरदचा मित्र सारखे विनोद सांगून हसवत होता. त्याची बायकोही आमच्या कारमध्येच होती अन् तिचं लहान मूल सांभाळता सांभाळता तिची तारांबळ उडत होती. पण वसंता त्याला घेण्याऐवजी, खेळवण्याऐवजी तिलाच चिडवत होता, थट्टा करत होता.

तलावाकाठी मोठ्या सतरंजा टाकून बसण्याची व्यवस्था केली होती. पोहे, जिलेबीचा नाश्ता करताकरता नकला, गाणी, विनोद, शेरोशायरी यांची धमाल उडवून दिली गेली. दालबाफल्याचं जेवण तयार होतंय तोवर सरोवराकाठीच्या झाडीमधून दूरवर चक्कर मारून यावी, तिथं खेळ खेळावे अशी कोणी सूचना केली अन् ती सर्वांनी उचलून धरली अन् सर्व तयार झाले. पण माझं खूप डोकं दुखू लागल्यामुळे मी सरळ सतरंजीवर लोळण घेतली अन् त्यांना जायला सांगितलं. यावर कोणी कॉमेण्ट केली, ''नाहीतरी हे गायक लोक नाजूकच बुवा! नुसतं गाण्यातच रंग खेळतात, रास खेळतात.'' यावर सर्व खदखदून हसले. पण मी लक्षच दिलं नाही. पण लगेच वसंताच्या बायकोनंही मुलाला घेऊन बसकण मारली. म्हणाली, ''मीही थकून जाईन गडे एवढं फिरून!'' अन् तीही दुसरीकडे आडवी झाली.

तेवढ्यात कोणी म्हणे, ''आता अवधूता जोगी समाधि लावून बसणार का?'' माझ्या 'अवधूता'या सुचित्राच्या वाढदिवसाच्या दिवशी मी म्हटलेल्या भजनावर ती कॉमेण्ट होती. मी त्या व्यक्तीकडे पाहून थोडं हसलो म्हणून त्यालाही दाद मिळाल्यासारखं वाटलं. दूर जाणाऱ्या सगळ्यांकडे लक्ष गेल्यावर दिसलं पिरोजी कलरचं सलवार-कुडता घातलेली सुमित्रा सर्वांत उठून दिसतेय, तसंच आज शरदनंही कोसाचं गळ्याजवळ अन् बटनाच्या पट्टीजवळ एम्ब्रॉयडरी केलेला गुरुकुर्ता घातलाय. तोही फार स्मार्ट दिसत होता. मी गायक असूनही अन् रोजच पायजमा कुर्ता घालत असूनही अजूनपर्यंत कोसाचा कुर्ता घेऊ शकलो नव्हतो. मी साधा ऑफिसातला कारकून अन् सकाळ, संध्याकाळ गायन क्लास घेणारा. ऑफिसात उशिरा आलं, तरी लवकर गेलं तरी सगळे सांभाळून घेत होते, कौतुक

करत होते. पण या ग्रुपमध्ये सामान्य वाटतोय का? हंऽ नको ते विचार! हिरव्यागार झाडांमधूनही येणारे उन्हाचे कवडसे अंगावर पडल्यामुळे बरं वाटत होतं. पण डोळ्यांना त्याचा त्रास होऊ नये म्हणून डोळ्यांवर हात आडवा घेऊन स्वस्थ पडून होतो. किती वेळ गेला कोण जाणे! पण चाहूल जाणवली अन् डोळे उघडून पाहिलं, तर सुमित्रा! मी स्वप्नात होतो की खरंच ती आली होती? छानसं हसत होती.

"घ्या. एक ॲस्प्रो विशाखाच्या पर्समध्ये निघाली. घेतल्याबरोबर छान वाटेल. दर्द एकदम गायब!'' जाहिरातीतल्या बाईसारखे हातवारे करत तिनं म्हटलं.

"राहू दे. थोड्या वेळात बरं वाटेल. ती मंडळी वाट पाहत असतील. तू जा.'' पण तिनं ऐकलं नाही. ग्लासात पाणी आणलं अन् मला गोळी घ्यायला लावली. पण माझं खरंच डोकं दुखत होतं म्हणून पुन्हा डोळे मिटून पडून राहिलो. इतक्यात शालिनीनं लहान मुलासाठी आणलेली व्हिक्सची डबी तिच्याकडे फेकली. ती घेऊन सुमित्रा म्हणाली, "अरे वा! पेशंट एक पण औषधं अनेक! मास्टरसाब, हात बाजूला करा पाहू.'' असं म्हणून बोटांवर व्हिक्स घेऊन ती माझं कपाळ चोळू लागली. वेदना, समाधान, दुःख, प्रेम अशा किती भावनांचे इतके विचित्र कल्लोळ त्या पाच मिनिटांत माझ्या मनात उठत होते, की त्यानं माझं अंतःकरण पार ढवळून निघालं. जणू त्या भावनांच्या वर्षावात मी न्हात होतो. तिच्या अनाहूत आपुलकीनं मी चिंबचिंब झालो. घशात हुंदका दाटून आल्यासारखंसुद्धा झालं. आतापर्यंत कधीच असा भावनाविवश मी झालो नव्हतो.

इतर सर्वांबरोबर गमतीजमती न करता माझ्यासाठी ही सुमित्रा परत आली. म्हणजे नक्कीच माझ्याबद्दल काही विशिष्ट भावना तिच्या मनात असली पाहिजे, असं मनोमन वाटलं अन् अनिर्वचनीय आनंद मनी दाटून आला. आपण असंच पडून राहावं अन् हिनं असंच कपाळ दाबत राहावं असं वाटत होतं. एवढ्यात तिनं विचारलं, "बरं वाटलं का आता?''

तिनं चटकन उठून जाऊ नये म्हणून काहीच उत्तर न देता मी माझा उजवा हात तिच्या हातावर ठेवला. मृदू, उबदार, सांत्वना देणारा तो हात असाच राहावा ही इच्छा होती. जरा वेळानं तिनं आपला हात अलगदपणे काढून घेतल्याचं मला जाणवलं अन् मग अंगावर शाल घातल्याचंही जाणवलं.

बऱ्याच वेळानं हसत-खिदळत सर्वजण परतले. तोपर्यंत माझी एक झोप झाली होती. सुमित्रानं डोकं दाबून दिलं ते स्वप्नातच असं वाटण्याइतकं मी तरल

मन:स्थितीत होतो. डोक्याला अजून व्हिक्सचा वास येत होता अन् अंगावर अजूनही शाल होती. सहज सुमित्राकडे पाहिलं तर ती कोणाशी तरी बोलण्यात जाम रंगली होती.

शाल कोणाची तरी असेल म्हणून घडी करून तिला परत करू लागलो, तेव्हा पुन्हा माझ्या गळ्याभोवती शाल लपेटत ती म्हणाली, "अहो, माझीच आहे. असू दे थोडा वेळ गळ्याभोवती म्हणजे तिलासुद्धा एखादा राग येईल."

मी सुखावलो. एवढ्यात वसंता ओरडला, "वहिनी, राग येईलच. पण तो एवढ्यासाठी की तुम्ही शालीला आपल्या अंगावरून काढून त्यांच्या अंगावर फेकलंत म्हणून!"

विशाखा म्हणाली, "बघ बाई सुमित्रा, हळूहळू सगळ्यांचीच डोकी दुखतील हं."

शरद डोक्याला हात लावत म्हणाला, "माझंही डोकं दुखतंच आहे गं केव्हापासून! पण मी गायक थोडाच आहे कौतुक करायला!"

त्यासरशी सुमित्रानं एक गुद्दा त्याच्या पाठीत मारला, तेव्हा सगळे हसत सुटले.

काही का असेना पण सुमित्राचं मन मला कळलंय म्हणून मी आनंदीत झालो. त्यानंतर दोन-तीन दिवस माझी प्रकृती बरीच नव्हती. इतका घसा दुखत होता की क्लासमध्ये जाण्यात काही अर्थच नव्हता. मन अगदी ठिकाणावर नव्हतं. जणू ते हिंदोळ्यावर झोके घेत होतं. एक विवाहिता माझ्याबद्दल इतकं प्रेम, अगत्य दाखवते हे कसं काय? मला कोणालाही फसवायचं नव्हतं. शरदबद्दल तर माझं फारच चांगलं मत होतं. पण अचानक मी त्याचा प्रतिस्पर्धी ठरलो होतो. त्याला याची कल्पना असेल काय? आजपर्यंत अत्यंत प्रामाणिकपणे वागणारा माझ्यासारखा एक सुसंस्कृत गायक कोणाच्या संसारावर निखारे ठेवेल हे मला स्वप्नातही पटण्यासारखं नव्हतं. पण आज मी त्याच भूमिकेत होतो.

सदसदद्विवेकबुद्धीला स्मरून सुमित्राकडे दुर्लक्ष करावं म्हटलं, तर ते शक्य नव्हतं. माझी तिच्याबद्दलची ओढ अनावर होती. कुठल्या मुहूर्तावर मी तिला पाहिलं अन् इतकं तीव्र आकर्षण उत्पन्न झालं, की बाकी कशात मला स्वास्थ्यच वाटेनासं झालं अन् आता तर खात्री पटली होती की तिलाही माझ्याबद्दल तसंच वाटतंय. मग त्या अत्यंत दुर्मीळ असणाऱ्या नाजूक प्रेमभावनेला प्रतिसाद

नाही द्यायचा का? जगाच्या कृत्रिम लागेबांध्यांना शिरसावंद्य मानून या अकृत्रिम, अलभ्य अन् दैवी देणगीचा आपण उपमर्द करायचा का? एका कलाकाराला दुसऱ्या कलाकाराची आंतरिक ओढ आणि खरी खरी ओळख पटली होती. मनात मृदू पालवी फुटली होती. तिला खतपाणी घालायचं की उपटून टाकायचं? विचारांच्या समुद्रात मी गटांगळ्या खात होतो, तीर लागत नव्हता.

अशा मनाच्या दोलायमान स्थितीतच मी क्लासमध्ये गेलो. विद्यार्थ्यांना मी येण्याची काहीच कल्पना नसल्यानं कोणीच आलं नव्हतं. कोणी येण्याची वाट पाहावी की क्लास बंद करावा, हे माझं ठरत नव्हतं. इतक्यात सुमित्राला माझी चाहूल लागली म्हणून ती डोकावली अन् मला पाहिल्यावर एखाद्या लहान मुलीला व्हावा तसा तिला आनंद झाला. डोळे विस्फारत चटकन पुढे येत ती म्हणाली, "हे काय हो? आलात का नाही दोन-तीन दिवस? तब्येत फार बिघडली होती का? मला इतकी काळजी वाटली सांगते. आज तरी ठीक वाटतंय का? एकदम प्रश्नांची सरबत्ती सुरू झाली. त्यामुळे कुठल्या प्रश्नाला उत्तर द्यावं ते कळेचना. पण त्यात तिला माझ्या प्रकृतीबद्दलची काळजी, भेटीची अधीरता स्पष्ट दिसत असल्यानं एक परीनं माझा अहंकार सुखावला. मी म्हटलं, "अजूनही बरं वाटत नाहीच."

"मग कशाला आलात आज?"

"तुझ्यासाठी!" मी तिच्याकडे स्थिर दृष्टीनं पाहत म्हटलं.

"असं?" मान किंचित कलती करून ती म्हणाली. मग चला तर छान चहा करते आलं घालून." तिच्या मागोमाग मी आत गेलो. मला खुर्चीवर बसवून तिनं विचारलं.

"ओळखा पाहू आज काय आहे?"

"काय आहे? मला कसं कळणार सांगितल्याशिवायच?"

"हरलात? आज माझा वाढदिवस आहे." डोळे नाचवत, खांदे उंचावत ती. मग माझ्या लक्षात आलं, की आज ती लव्हेंडर रंगाचं बहुधा नवंच जॉर्जेट नेसली आहे. तलम साडीनं तिच्या शरीराला वळसे देऊन सुशोभित केलं होतं, की तिच्या बांधेसूद शरीरानं साडीला डौल दिला होता कोणास ठाऊक!

"आज कोणाला आमंत्रण आहे?"

"कोणालाच नाही. शुचीच्या बर्थ-डेलाच सगळ्यांना बोलवतो आम्ही. आज फक्त घरच्यांनीच मजा करायची."

मी तिच्याकडे अनिमिष नेत्रांनी पाहत होतो.

''काय पाहाताय एवढं?''

''सौंदर्य!''

ती निरुत्तर झाली. पण लहान मुलीसारखं विचारलं, ''आज प्रेझेंट काय देणार मला?''

''एक अमूल्य वस्तू जी सहजासहजी कोणालाही मिळत नाही.''

''असं? बरोबर तर काही आणलेलं दिसत नाहीये अन् तुम्हाला तर माहीतच नव्हतं. पण ठीक आहे. मी चहा आणते. मग बोलू आपण निवांतपणे.'' टेबलावरचा स्पोर्ट्सचा अंक माझ्या हाती देऊन ती स्वयंपाकघरात गेली.

संध्याकाळ होऊन गेली होती. माझी तगमग मलाच सहन होत नव्हती. बसल्या जागेवरून मला तिची पाठमोरी लगबग दिसत होती. मला भावना आवरणं कठीण होऊ लागलं. कुठल्या तरी तिरीमिरीत मी उठलो अन् मागचा पुढचा विचार न करता तिला मागून मिठी मारली. तिच्या मानेवर ओठ टेकले अन् नंतर म्हणालो, ''सुमित्रा, सुमित्रा मला तू हवी आहेस फार... पण माझं वाक्य अर्धवटच राहिलं. गर्रकन वळून तिनं मला जोरात ढकललं. मी किचनच्या दारात अडखळलो. असं काही होईल असं मला वाटलं नव्हतं अन् तिलाही वाटलं नसावं. तिचे डोळे संतापानं लाल झाले होते. जोरजोरात श्वास घेत, नाकपुड्या फुलवत ती म्हणाली, ''शुद्धीवर आहात का तुम्ही?''

''सुमित्रा माझ्या अंत नको पाहूस. मी माझ्या भावनांशी प्रामाणिक आहे. मी खरं तेच तुला सांगतोय.''

''मग मी प्रामाणिक नाही असं तुम्हाला म्हणायचंय?'' गॅसवर भसकन दूध उतू गेलं. खटकन बटन फिरवत ती म्हणाली, ''मूर्खपणा करू नका.''

ती आज्ञा होती. त्यात अधिक्षेप होता. मी एकदम गळून गेलो. थकल्यासारखं वाटू लागलं. दुसऱ्याच्या घरात शिरून एका स्त्रीशी अतिप्रसंग करण्याचा अक्षम्य गुन्हा मी केला होता. मुख्य म्हणजे माझ्या आवडत्या व्यक्तीला मी हीन माणूस वाटत होतो. क्षणभर सर्व घर माझ्याभोवती फिरतयसं वाटलं. सुमित्रानं पाण्यानं भरलेला ग्लास माझ्यासमोर करत म्हटलं, ''हं! हे प्या.''

कसंबसं मी पाणी प्यालो. तिच्याकडे वर मान करून पाहायचंही धैर्य मला होईना. काय करू? आता काय बोलू ते सुचेना.

पण शांत स्वरात तीच म्हणाली, ''इतकी चीप वाटले मी तुम्हाला?'' त्यात राग नव्हता, आक्रस्ताळेपणा नव्हता. नुसती व्यथा, गूढ व्यथा होती. सगळं बळ एकत्र करून मी म्हणालो, ''सुमित्रा अगं कृपा करून गैरसमज नको करून घेऊस. तुझ्याबद्दल मी काहीच म्हणत नाहीये. तुला मी चीप कसं म्हणीन? माझं चुकलं असेल, तर क्षमा कर मला. पण खरंच मी मनापासून प्रेम करतोय तुझ्यावर!''

''पण मला ते नको असलं तरी? माझं प्रेमनिधान माझ्याजवळ आहे. शरद माझ्यावर फार प्रेम करतो. अहो, त्याच्यासाठी मी माझं माहेरही सोडलं अन् वेळ आली तर सर्व आवडत्या गोष्टीही सोडीन. त्याच्या-माझ्यात कोणीही येऊ शकत नाही. मला फक्त स्नेह हवाय. तुमची मैत्री हवीय. निर्भेळ मैत्रीचं महत्त्व तुम्ही अजून ओळखलं नाही का? कृपा करून माझ्या मोकळेपणाचा फायदा घेऊ नका.''

थोड्या वेळानं सावकाश एकेक वाक्य येत होतं. ''कलावंतांचं हृदय सामान्यांपेक्षा मोठं असतं- असावं. तुमच्या थोड्याशा परिचयानं मला वाटलं की तुम्ही मैत्रीच्या लायक गृहस्थ आहात. अन् खरंच सांगते माझी पारख चुकणार नाही. थोडा वेळ तुम्ही जरा मोहवश झालात. पण मनाचे तुम्ही वाईट नाही आहात. खरं ना? स्त्री-पुरुष संबंध एकाच चौकटीत बसले पाहिजेत असंच आपण शिकलो. म्हणून कधीकधी फार गफलत करतो आपण. मैत्री म्हणजे प्रेम नाही अन् प्रेम म्हणजे मोहही नाही. कसला एवढा मोह पडला तुम्हाला? या शरीराचा? नुसतं शरीर म्हणजे स्त्री नाही. तिचं आणखीही वेगळं रूप असू शकतं.''

''सुमित्रा, किती वेळा मला वाटलं की तुझ्याही मनात तेच आहे जे माझ्या मनात आहे. मग इतकी जवळीक का केलीस? उगीच माझा खेळ करण्यासाठी?'' मी धीर एकवटून तिला विचारलं.

''हे सगळे मनाचे खेळ आहेत आनंद. काहीतरी विपरीत मनात धरून आपण वागतो म्हणून तर साध्याशा मायेला, स्नेहाला आपण पारखे होतो. थोडीशी जरा आपुलकी दाखवली की लगेच प्रेम वाटावं का? प्रीतीची जात निराळीच असते. आनंद ती धग मी अनुभवली आहे. तुमच्या भावनेशी मी खेळते अन् आता उगीच उपदेश करते असं कृपा करून समजू नका. इतकी मी निर्दयी नाही.'' तिच्या डोळ्यांत पाणी तरारलं. जराशानं म्हणाली, ''आता तरी मन साफ झालं का? आजचा हा थोडासा वेळ आपण विसरून जाऊ या.'' तिनं माझ्याकडे प्रयत्नपूर्वक हसून पाहिलं. मला हसावंच लागलं.

तेवढ्यात शुचीचं ओरडणं ऐकू आलं, पाठोपाठ शरदही आला. माझ्या घशाला अक्षरश: कोरड पडली. वाटलं आता याच्यापुढे धिंड! या आधी निघून जायला हवं होतं. शरद माझ्या पाठीवर धपाटा घालत म्हणाला, ''वा उस्ताद, तुम्ही एकदम गायब झालात ते वेळेवर उगवलात हं. आज आमच्या राणीचा वाढदिवस आहे. राव! बघा तर खरं आम्ही काय आणलंय!''

सुमित्रानं माझी मन:स्थिती जाणली अन् म्हणाली, ''अरे, त्यांना फार त्रास नको देऊस. आजारी आहेत ते. दिसत नाही का ओढलेला चेहरा?''

मी कसंनुसं हसायचा प्रयत्न केला. दोघांच्या आग्रहानं मला रसमलाई घ्यावीच लागली. पण ते मिष्टान्न माझ्या घशाखाली उतरत नव्हतं. सारखं मनात येत होतं, की सुमित्रा नुसती दिसायला सुंदर नाही, तिचा अंतरात्माही सुंदर आहे; अन् शरदचा पत्नीवर केवढा हा विश्वास! खरोखर यांची मनं फार फार थोर आहेत. मी मात्र खुजा आहे, फार ठेंगणा आहे.

त्या दिवसांपासून मी तळमळतोय. सुमित्रानं मित्रत्व मागितलं. पण तेच मी कसं देऊ? तिच्यासमोर गेल्यावर मी माझं मन कसं आवरू? मनात एक बाहेर एक, मला जमेल? अन् मनात काही येऊ द्यायचंच नाही हे मला जमेल? मी क्लासमध्ये मुलांना गाणं शिकवतो. तिनं मला वेगळीच गोष्ट शिकवली. पण ती मला आत्मसात करता येईल? नव्या नव्या गोष्टी शिकायला मनाचा लवचीकपणा असायला लागतो ना? तो आहे का माझ्यात? हे परमेश्वरा, मला इतके रूप, गुण, दिलेस; आता दुसऱ्याला जाणून घेण्याइतकी समजसुद्धा दे रे!

■ ■ ■

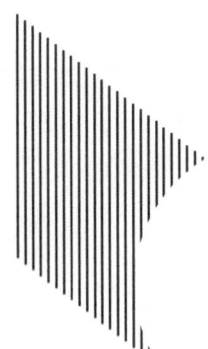

५ । हे काय हो तुमच्या दारात?

"वहिनी, अहो वहिनीऽ, बाहेर या पाहू." गेटपाशी उभं राहूनच राजाभाऊ ओरडत होते. नेहमी ते आरडाओरडा करतच यायचे. कधीकधी तर गेटच्याही बाहेरून खड्या आवाजात विचारायचे, "आहेत का अनंतशयनम् घरात? जाणार कुठं म्हणा! लोळतच पडलेले असणार नावाप्रमाणे!" अन् मग काहीतरी पुटपुटत खटखट गेट बंद करून, चपला घासत आत यायचे. अनंतरावांच्या नावापुढे शयनम् लावून नेहमी विनोद करायचे. पण आज त्यांचा आवाज वेगळाच वाटला. नेहमीप्रमाणे थट्टेखोर वाटत नव्हता. पद्मानं हातातलं काम टाकून हात पुसत बाहेर डोकावत म्हटलं, "अहो, आत तर या. बाहेरूनच काय ओरडताय?"

"नाही. तुम्हीच बाहेर या आधी अन् पाहा." ते पुन्हा जोरात म्हणाले.

तशी पद्मा बाहेर येत म्हणाली, "का? काही विशेष गोष्ट आणली आहे का मित्रासाठी?"

"मी नाही आणलं. कोणी दुसरंच ठेवून गेलंय. हे पाहिलं? हे काय हो तुमच्या दारात?" आणि त्यांनी गेटच्या बाहेर काठीनं निर्देश केला.

"काय आहे?" कपाळावर आठ्या घालत तिनं गेटपर्यंत जाऊन पाहिलं. पुठ्ठ्याचं दीडदोन फुटी घाणेरडं खोकं अर्धवट उघडंच पडलं होतं. कागदांचे तुकडे, चिंध्यांचे बोळे, प्लॅस्टिकची

प्लेट असलं काही त्यातून डोकावत होतं. अगदी गेटला लागूनच ते होतं. म्हणून गेटच्या दारानंच पद्मानं ते पुढे सरकवलं. त्यामुळे ते खोकं तिच्या आणि शेजारच्यांच्या गेटच्या कॉमन भिंतीकडे सरकलं. मग राजाभाऊंकडे वळून ती म्हणाली, ''कोणी टारगट पोरट्यांनी आणून टाकलं असेल हो. आता अर्धा तासापूर्वीच तर मी शेजारून आले, तेव्हा काहीही नव्हतं. बाहेरचे सफाईवाले तर कोणी येतच नाही नियमितपणे. पोछावासीला सांगीन उचलायला.''

''अहं, अहं तोपर्यंत थांबू नका. कोणाचा काही भरोसा? काही भलतंच असलं तर?''

''अहो काय असायचं? काहीतरी कचरापट्टी आहे त्यात. बसा आरामात. चहा करू का की आधी पोहेबिहे हवेत?'' आत येत पद्मानं हसून विचारलं.

''हांऽ करा पोहे, भूक लागलीच आहे. पण...'' त्यांनी अस्वस्थपणे आवंढा गिळला. भाजी चिरणं अर्धवट टाकून तिनं पोह्यांची तयारी केली. पण कानावर अनंतरावांचं नित्यांचं बोलणं थोडंफार येतच होतं. अंघोळ करून कपडे घालून ते बाहेर येऊन बसले, तरी राजाभाऊ नॉर्मल झाले नव्हते. ''साडेनऊ वाजता इतक्या रामपारी तुझी अंघोळ झालीच कशी? आज काही विशेष दिसतंय बुवा!'' अशी त्यांच्या स्वभावानुसार थट्टा न करता ते अजूनही कुरकुर करत होते. म्हणून अनंतरावच त्यांना थट्टेनं म्हणाले, ''अरे राजाआदमी, नेहमी माझ्या मानेची, गुडघ्याची कुरकुर चालू असते त्यावेळी तू मला चिडवतोस ना? म्हणतोस आज तुझे सांधे कोरस म्हणतायत की एकेकाचा सोलो प्रोग्राम चाललाय? आता मी विचारू का की माझ्या मानेची कुरकुर तुझ्या गळ्यातून का सुरू झालीय म्हणून?''

यावर नेहमीप्रमाणे हां... हां... हां असं सातमजली न हसता राजाभाऊ पडेल आवाजात म्हणत होते, ''अरे काय रे अनंता, सगळ्याचीच भीती वाटतेय बघ अन् तुम्हीही असे निवांत कसे? अरे बाबा, जमाना फार खराब झालाय. खरंच त्या बेवारशी खोक्यात काही असलं तर? गळ्याची कुरकुरच असली तर ठीक, ती घरघर झाली तर?''

आता आतमध्ये पद्मालासुद्धा धाकधुक व्हायला लागलं. तिला वाटलं आपण खोकं बाजूला सरकवलंय खरं पण आहे तर दाराशीच. शेजारच्यांच्या काय किंवा आपल्या दाराशी काय. दोन्ही सारखंच आणि शेजारी नातीचं पोट दुखतंय म्हणून सून मुलाला दवाखान्यात पाठवून घरात वयस्कर काका-काकूंचं

जोडपंच काळजी करत वाट पाहातंय. त्यांचा जीव आधीच काल रात्रीपासून टेन्शन, जागरण यामुळे बेजार झालाय. त्यात त्या खोकड्याची काही भानगड निघाली, तर त्यांचा त्रास वाढवायला आपण कारणीभूत व्हायला नको, या विचारानं दोघांना पोह्यांच्या प्लेट देऊन ती राजाभाऊंना म्हणाली, ''जरा काठी द्या इकडे.''

''काठी? कशाला?''

''ते खोकं जरा पुढे कचरापेटीजवळ सरकवून येते. आमची काठीसुद्धा घेतलीये. पण दुसरीही असली तर दोन काठ्यांनी जरा नीटपणे सरकवता येईल म्हणून मागतेय.''

''हो. हो. घ्या. पण माझी काठी मोडून, तोडून, फेकून देऊ नका हं आणि त्या खोकड्यानं पेट घेतला तर जाळूनही टाकू नका.''

''बरं. तसं काही झालं तर आमची काठीच जाळायला टाकायची, हे लक्षात ठेवीन आणि बॉम्बस्फोट वगैरे काही झाला, तर आवाज येईलच इथंवर. तेव्हा मी सुखरूप आहे की नाही ते पाहायला अन् तुमची काठी घ्यायला या मात्र. तिथंपर्यंत.'' आणि रागात त्यांची काठी ओढून घेऊन तरातरा ती बाहेर आली. मग तिनं दोन्ही काठ्यांच्या साह्यानं ते खोकं सरकवत नेऊन कचरापेटीजवळ ठेवून दिलं. घराजवळ परत आल्यावर तिला एकदम दमल्यासारखं झालं. रागारागात, भराभरा धावपळ केल्यानं अन् थोड्या टेन्शनमुळेसुद्धा तिला एकदम थकवा जाणवला. गेटाला धरून जरा वेळ ती उभी राहिली. तिला वाटलं काहीच तर नव्हतं त्या खोक्यात! राजाभाऊंनी आपल्याला घाबरवून सोडलं अन् आपण वेड्यासारखे घाबरलो. पण... पण... खरंच त्यात काही असतं तर! राजाभाऊसुद्धा कसे आहेत, मघापासून त्या खोक्याबद्दल नुसतेच बोलतायत. पण स्वत: काही काठीनं नुसतं दूरही केलं नाही; अन् मी दूर नेऊन ठेवतेय म्हटल्यावर माझ्यापेक्षा काठीचीच जास्त काळजी! अनंतरावांनाही 'तू कशाला जातेस? मीच जातो' असं काही म्हटलं नाही. आता कुठं बाहेर जायची तयारी आहेच म्हणा! जातील हळूहळू काठी टेकत. पण काहीही काम करायचा भयंकर कंटाळा! आता तिलाही एकदम कंटाळा आला.

समोर एक गाय रवंथ करत उभी होती. तिच्याकडे पाहून तिला वाटलं गाईला कशी काहीच काळजी नाहीये. थोड्या वेळानं कदाचित आपण दूर दृष्टिआड केलेलं ते खोकं वरखाली करून आत काही खायला मिळतंय का तेही

पाहील. पण आपल्याला मात्र तेवढं धारिष्ट झालं नाही. ते खोकं तर दूर नेऊन टाकलं. पण मनातली भीती कुठं दूर नेऊन टाकता येतेय!

गेल्या पंधरा दिवसांपासून कसली विचित्र भीती आपल्याला घेरून टाकतीये! इतकं असुरक्षित कधीच वाटलं नव्हतं. पण आता त्या असुरक्षिततेच्या भावनेमुळे हतबल झाल्यासारखंच वाटतंय, हातापायातलं त्राण गेल्यासारखंच वाटतंय, का? का केवळ वय वाढल्यामुळे असं झालंय, की भोवतालच्या परिस्थितीमुळे जीव दडपून गेलाय? कशामुळे?

समीरनं आधी शिक्षणासाठी अन् नंतर नोकरीसाठी अमेरिकेतचं राहायचा निर्णय घेतला, तेव्हाही असं कधीच वाटलं नव्हतं. त्याच्या प्रगतीच्या आड ते कधीच आले नाहीत. निवृत्तीनंतरही त्याच्याकडेच जावं असं वाटत नव्हतं. थोड्या दिवसांसाठी, फिरण्यासाठी अमेरिका छान वाटते. पण नेहमीसाठी इथंच, आपल्या घरात, आपल्या माणसांत, आपल्या देशात राहायचं त्यांनी ठरवलं होतं, कारण हे सगळं सोडून दुसरीकडे नव्यानी रुजणं अशक्यच होतं. म्हणायला हे दोघंच होते, पण पुष्कळ नातेवाईक अन् मित्रपरिवारही मोठा असल्यामुळे घरात येवलीजावळी खूप होती. त्यामुळे यांना कधी एकटं वाटतंच नव्हतं. कधी धावपळीत, कधी रमतगमत, कधी कर्तव्यकठोर तपात, तर कधी प्रेमाच्या वर्षावात, असं अनेक परींनी त्यांनी आयुष्य उपभोगलं होतं, अगदी आसूसून. पण हल्लीच काहीतरी बिनसत होतं. ताप आलेल्या माणसाला सगळं बेचव लागावं, तसं झालं होतं.

त्सुनामीसारखी वादळं, कुठलं भू-स्खलन, कुठल्या नद्यांचे पूर, अशा नैसर्गिक आपत्ती आल्या, की माणूस निसर्गापुढे किती छोटा आहे, याची जाणीव होते. निसर्गाच्या रौद्ररूपाची भीती वाटते. पण तरीही पीडित लोकांना मदत करण्यात कृतकृत्यता वाटते. आम्ही सगळे एक आहोत, आम्ही त्यांच्यासाठी काही करायलाच पाहिजे ही भावना जीवनाला अर्थ देऊन जाते. पण आतंकवादाच्या राक्षसाची अनेक भीषण रूपं पाहिल्यावर मात्र आता माणुसकी मरतेय की काय, अशी धास्ती वाटायला लागते. संसदेवरचा हल्ला, मुंबई लोकलमधले बॉम्बब्लास्ट, अक्षरधाम मंदिरातले स्फोट, ट्रेनचे डबे जळणं, असल्या सगळ्या बातम्यांनीसुद्धा जीव उडून जातो. मग प्रत्यक्ष ते अनुभवणाऱ्यांचं काय होत असेल, याची कल्पनाच करवत नाही. त्याच पठडीतला २६ नोव्हेंबरला मुंबईच्या हॉटेलचा

मुकुटमणि ताज, दिमाखदार ओबेराय हॉटेल अन् इतर अनेक ठिकाणांवर झालेले हल्ले पाहून अगदी सैरभैर झाल्यागत झालं. मुंबईला जवळचे, दूरचे अनेक नातेवाईक राहातात. त्यामुळे तिथं कारणानिमित्तानं खूप येणं-जाणं होतं. ॲक्सिडेंटची नुसती बातमी, तर दुःखदायी असतेच पण त्यात कोणी आपलं आहे, असं कळल्यावर त्या प्रसंगाची धार काळीज कापत जाते.

त्या दिवशी भारताची मॅच पाहत साडेदहा-अकरापर्यंत टीव्हीसमोरच हे दोघं होते. मग अनंतरावांनी न्यूजकडे मोर्चा वळवला अन् ती सवयीनुसार दार-खिडक्या, गॅस इत्यादीची पाहणी करून पाण्याचा तांब्या भरत होती अन् हॉलमधून घाबरलेली त्यांची हाक आली. 'काय झालं, काय झालं' विचारत ती जवळ गेली.

एक हात डोक्यावर धरून दुसऱ्या हातानं ते टीव्हीकडे बोट दाखवत होते. मुंबईवरच्या हल्ल्याच्या न्यूज येत होत्या. त्या पाहून तिच्या पाठीतून लाट सरसरत गेली, पोटात गोळा उठल्यासारखं झालं, बॉम्बब्लास्ट साखळीसारखे कुठंही होतात हे आता माहीत झालं होतं. म्हणजे कोणत्याही स्टेशनवर, इमारतीत, बाजारात कुठं होणार हे निश्चित. नीलाचं कुटुंब म्हणजे अनंतरावांची सख्खी पुतणी मुंबईलाच होती. तिच्या काळजीनं त्यांचा जीव खालीवर होत होता. पूर्वी तिघं भाऊ एकत्रच राहत होते. मोठ्या भावाच्या या मुलीवर अनंतरावांचा फार जीव होता, तिला अंगीखांदी खेळवलं होतं, तिच्या शाळा-कॉलेजासाठी धावपळ केली होती अन् आता भाऊ नव्हते, तरी यांच्याकडे ती हक्कानं माहेरपणाला यायची. समीर आता अमेरिकेतच राहाणार म्हटल्यावर ती म्हणाली, "माझ्याकडे येऊन रहा आता. नाहीतरी नंदिनीचं लग्न झाल्यावर आम्ही दोघं एकटेच राहाणार!"

"थांबा, पाणी आणते. रिलॅक्स व्हा पाहू." त्यांच्या मनाची स्थिती जाणून ती म्हणाली,

"मोबाईल, मोबाईल दे आधी."

तिनं धावत जाऊन पाणी, मोबाईल आणला. पण हात थरथरत असल्यानं त्यांना नंबर लावता येईना. मग तिनंच नंबर लावला. सगळ्यांच्या खुशाली कळल्यावर यांचा जीव खाली पडला. दीपक वेळेवर घरी परतले होते आणि मुलगी नंदिनी जी रोज दहा-साडेदहापर्यंत घरी येते, तीही लवकर आली होती आणि आजच लवकर झोपायला गेल्यामुळे त्यांना या भयानक गोष्टीची कल्पनाच

नव्हती. यांच्याकडूनच कळली. पण थोड्या वेळासाठी का होईना यांच्या मनावर भलताच ताण आला होता. त्याच वेळी कॉल लागला म्हणून बरं. नंतर लगेच मोबाईल सेवा बंदच झाल्या. दुसऱ्या कोणाकडे कॉल लागेना आणि नंतर टीव्हीवरचे भीतिदायक शॉट्स पाहून अन् रोज सकाळ, संध्याकाळ सगळ्या हल्ल्यांचं विवरण ऐकून जीव उडून गेला होता.

रोज नव्या-नव्या बातम्या कळत होत्या. इतके दिवस वाटायचं ब्लास्ट झाल्यावर जितकं नुकसान व्हायचं तेवढं होऊन गेलं. नंतर मदतीला लोक धावायचे, पण यावेळी हॉटेलमधल्या लोकांना आतंकवाद्यांनी गोळ्या घातल्या होत्या, त्यांना ओलीस ठेवलं होतं. आतंकवाद्यांचा अनिर्बंध संचार चालू होता, ते नक्की किती आहेत तेही कळत नव्हतं, कुठं स्टेशनवर बेछूट गोळीबार केला होता, कुठल्या हॉस्पिटलवर कब्जा करण्याचा प्रयत्न केला होता.

कुठं काय होईल अन् काय ऐकायला मिळेल याची शाश्वतीच नव्हती. नंतर कळलं हेमंत करकरे, अशोक कामठे असे निधड्या छातीचे ऑफिसर अन् अनेक पोलीस शहीद झाले होते. सेनेचं अन् आतंकवाद्यांचं ताज हॉटेलवर जणू युद्धच सुरू होतं. तब्बल साठ की अडुसष्ट तासांनंतर सेनेला यश मिळालं. मात्र एवढ्या मोठ्या देशाची सुरक्षाव्यवस्था किती तकलादू आहे, हे सर्व जगापुढे आलं. एका प्रगत स्टेटची राजधानी असलेल्या मुंबईची ही स्थिती आहे, तर मग मागासलेल्या मध्य प्रदेशाच्या शहरांच्या स्थितीची, तर कल्पनाच करवत नाही. पोलीस यंत्रणा, शासनव्यवस्था यांच्या कार्यप्रणालीची लक्तरच लोंबताना दिसतायत. सशस्त्र आतंकवाद अगदी दारातच उभा आहे, दारावर टकटक करतोय असं वाटलं. पण... पण आता काय करायचं? आतंकवादापुढे नतमस्तक होऊन बेमौत मरून जायचं? हीच आपल्यासारख्या दुर्बल, नि:शस्त्र जनतेची नियती आहे? वेळप्रसंग आला, तर आपण करायचं तरी काय असतं? प्रतिकार करायचा, किमान पक्षी स्वत:चं, दुसऱ्याचं संरक्षण कसं करायचं, याचं आपण शिक्षणच घेतलं नाहीये. किंबहुना त्याचा जराही विचार आपल्या मनात आला नाहीये. समीरला आपण इंजिनीअर केलं. पण दोन ठोसे कसे लगवायचे याचं मात्र कधी प्रशिक्षण दिलं नाही. आपल्या तरुण मुलामुलींना अन्यायाविरुद्ध लढा द्यायला शिकवायला नको? जगात टिकून राहायला दुष्ट प्रवृत्तींशी झुंज कशी द्यायची, ते शिकवायला नको? नाहीतर चांगल्या शक्ती नामशेषच होऊन जातील

की!

त्यानंतरच्या दिवसांत विचार करकरून पद्‌माला भलतं टेन्शन आलं होतं. अन् नंतर ती थकून गेली होती. रात्री-बेरात्री जाग आल्यावर भलभलते विचार मनात येऊन तिची झोप उडून जायची. आता हातापायातला जोर ओसरल्यावर वयाच्या सत्तर वर्षांनंतर आपण काय करणार या विचारानं ती कोसळल्यासारखी व्हायची, तर सामान्य माणसाच्या पराक्रमाच्या कथा एकदम उत्साह वाढवायच्या. विष्णू झेंडे नावाच्या उद्‌घोषकानं सी.एस.टी. स्थानकावर स्वत:चा जीव धोक्यात घालून लोकांना दुसऱ्या मार्गानं जाण्याबद्दल सूचना दिल्या आणि आंतकवाद्यांकडून स्टेशनवर होणारी अपरिमित प्राणहानी टाळली. सामान्य माणसानं असं प्रसंगावधान दाखवावं, याचं तिला फार अप्रूप वाटलं होतं, अन् मनाला उभारीही आली होती. त्याचं नाव विष्णूसहस्त्रनामासारखं घ्यायला हवं असं तिला वाटलं अन् तिनं अनेकांना तसं सांगितलं होतं.

कोणा एका आयानं कामा हॉस्पिटलच्या वॉर्डमध्ये अंधार करून सगळ्या बाळंतिणींनी आपल्या मुलांना पाजायला घ्या, असं सांगितलं. म्हणजे कोणीही मूल रडणार नाही अन् आतंकवाद्यांना सुगावा लागायला नको हा हेतू. एखाद्या पालनकर्त्यादेवीप्रमाणे तिनं सर्वांना वाचवलं. मग तिचं प्रात:स्मरण करायला काय हरकत आहे? असं काही वाचलं की तिचं गेलेलं बळ परत यायचं.

सामान्य माणसातल्या असामान्य धैर्याचा असा कस लागलेला पाहून तिला हुरूप यायचा. पण अशी परीक्षा देण्याची आत्यंतिक वेळ यावीच कशाला? ती टाळायला नको? अशी वेळ येऊ नये म्हणून शासनानं सजग राहायला नको? त्यासाठी काय करायला हवं? सामान्य जनतेनंही काय करावं? ही विचारांची जीवघेणी आंदोलनं तिला भयंकर त्रास देत होती. बोलावं तरी कोणाजवळ ते कळेना. अनंतरावांना हायपर टेन्शन होतं, ते पंचाहत्तरीकडे झुकलेले. राजाभाऊ आल्यावर ते दोघंही कुठल्याही वाक्यावर सातमजली हसत अन् ताण घालवत. ते योग, प्राणायाम, शवासनही करायचे. तिला हे दोन्हीही फारसं जमत नव्हतं. शेजारच्या काकू तिच्याच वयाच्या! सगळे काकू म्हणत म्हणून हिच्याही त्या काकूच झाल्या होत्या. त्या घरात मूल येणार, खेळणार या एकाच विचारानं भारलेल्या होत्या अलीकडे! नोकरी करत असतानाचे पूर्वीचे लोक सगळे दुरावले होते. नातेवाईक येत जात होते. पण त्यातले वयस्कर लोक स्वत:च हरवल्यागत

झाले होते. त्यांनाच आधार हवा होता. अन् तरुण वर्ग इतका आपल्यातच गुरफटला होता की हिच्या प्रश्नांची आच त्यांच्यापर्यंत पोचतच नव्हती. कधी कोणी म्हणत होतं 'हम कर भी क्या सकते है?' तर कोणी म्हणत होतं 'जे जे होईल ते ते पाहावे,' एवढं काय? अकर्मण्यवाद! या सगळ्याचीच तिला फार चीड आली होती.

पण आपण तरी भरीव कार्य काय केलं? मनाला समाधान वाटावं असं काय केलं? मनात आलं की कुठल्या कुठल्या सामाजिक संस्थांना डोनेशन्स दिली होती. पण सातत्यानं असं काहीच केलं नाही. मग आता कुठल्यातरी संस्थेत दाखल व्हायचं का? म्हणजे आपल्याही विचारांना दिशा मिळेल, विचारांची देवाणघेवाण होईल. पण अशा कुठल्या संस्था आहेत? अन् इतक्या उशिरा आपल्याला काही करणं जमेल? पण हे कोणाला विचारावं? विचारलंच पाहिजे, काहीतरी करायलाच पाहिजे. नाहीतर आपल्याला मिळणार नाही. आपण काय आपल्याच रिंगणात गरगर फिरतोय जन्मभर! रिटायर झाल्यावर दोनदा अमेरिकावाऱ्या झाल्या. शिवाय गावोगावीच्या दूरच्या, जवळच्या सर्व नातलगांनाही भेटी दिल्या. यात दहा वर्षं कशी गेली ते कळलंच नाही. 'काहीच वेचले नाही, शेवटी हात झाडिले', असंच झालं का आपलं? छट्! हे काही बरोबर नाही असं मनात येऊन तिनं डोकं झटकलं अन् हातातली काठी गालाला लागली. ती भानावर आली. थंडी असली तरी उन्हाचे चटके लागत होते. ते चटके अन् आठवणींचे चटके दोन्ही तिला असह्य झाले होते.

किती वेळ आपण असं वेड्यासारखं हरवून उभं होतो कोण जाणे, असं वाटून गेटचं दुसरं उघडं दाराजवळ आणण्यासाठी ती दोन पावलं पुढे झाली. तेवढ्यात चार-पाच मुलं मोठ्यामोठ्यानं बोलत रस्त्यानं जात होती, आपसात टाळ्या देत म्हणत होती "क्या डेअरिंग है यार! दिन दहाडे बँक लुटो और फरार हो जाव! कोई रोकटोक तो हैही नही!"

तिला गेट लावताना पाहून कोणी तरी म्हणालं, "आण्टी, ताला भी लगा लो. कब कोई आ जाएँ भरोसा नाही." आणि हसत सर्व पुढे निघून गेले.

"बाप रे! कोणाची बँक लुटली! काय म्हणतायत बाई ही पोरं?" असं पुटपुटत पद्मा आत आली. घ्या तुमची आवडती काठी सहीसलामत आणलीये बरं. रागारागात राजाभाऊंपुढे काठी नाचवत ती म्हणाली.

"अहो, मोठ्या प्रवासाला निघताना धडपणे चालता नको का यायला? काठीशिवाय कसं चालणार? काल अगदी निघतच होतो बरं." तिच्या प्रश्नार्थक

चेहऱ्याकडे पाहत अनंतराव म्हणाले, ''अगं, ते गंमत करतायत तुझी. किती वेळ उन्हात उभी होतीस? बैस जरा. पाणी पी थोडं.''

''वहिनी, अहो काल ती कनाडिया रोडवरची नवीन उघडलेली बँक लुटली गेली नाही का? काल १२ डिसेंबर होता ना? नातवाचा वाढदिवस. मीही पैसे काढायला जाणार होतो सव्वादहा वाजता. पण वैशुला कुठं जायचं होतं म्हणून मला थांबावंच लागलं घरात. पण ती बारा वाजता आली. मग मूडच गेला म्हणून गेलो नाही. नाहीतर बँकेत हार्टफेलच झालं असतं. अहोऽ, ते बुरखाधारी हातांत सुरे-पिस्तुलं घेतलेले नुसते पाहिले टीव्हीवर, तरी आपली घाबरगुंडी उडते. मग खरंचच कोणी पिस्तुल दाखवलं, तर आपलं काय होणार! सगळ्या कर्मचाऱ्यांना म्हणे एका खोलीत कोंडून ठेवलं अन् दहा मिनिटांत नोटा थैल्यात कोंबून पसाऽऽर!'' दोन्ही हातांनी पसाऽर दाखवत राजाभाऊ म्हणाले.

''बाप रे! मीसुद्धा काल सकाळी साडेदहाला टिळकनगरच्या बँकेत गेले होते. आता इंदूरला खूपच बँक दरोडे पडायला लागलेत ना?'' तिच्या हातातलं पाण्याचं भांडं हिसकलं होतं अन् साडीवर पाणी पडलं होतं हे तिच्या लक्षातही आलं नाही.

''अगं हो, म्हणून तुला सकाळी पेपर दाखवला नाही. उशीखाली ठेवून दिला. उगीचच टेन्शन कशाला सकाळपासून!'' तिच्याकडे प्रेमानं पाहत अनंतराव म्हणाले.

''खरंऽऽच! काल नयन आली होती मुलांना घेऊन त्यातच वेळ गेला संध्याकाळपर्यंत अन् रात्री, आज सकाळी मी शेजारीच ये-जा करतेय म्हणून न्यूजही पाहिली कुठं?''

''जाऊ दे! असल्या न्यूज पाहूच नयेत. मी राजा आदमीलाही म्हणालो की काळजी करू नकोस. तुझ्या सुनेनंच वाचवलं तुला.''

''हांऽऽ! वाचलो म्हणूनच देवादिकांना दंडवत घालायला आलोय.'' अनंत-नारायण अन् लक्ष्मीदेवी असं या दोघांना संबोधून राजाभाऊ यांना नमस्कार करायचे तसा आता नमस्कार केला अन् नंतर म्हणाले, ''पण देवा, खरं सांगू? फार फार भीती वाटतेय, पोटात कसंतरी होत राहातं थोडावेळ, कशातच जीव रमेनासा झालाय.'' मनात आलं ते भरभर बोलून ते एकदम चूप झाले. त्यांनी म्हटलेलं याही दोघांच्या प्रत्ययाला आलं होतंच. वाटत होतं भीतीच्या लाटा वरवर चढतायत अन् आपण त्यात गरगरतोय, गुदमरतोय अन् मग तिघंही

एकमेकांकडे सचिंतपणे पाहत राहिले. कितीवेळ आपल्याच विचारात तिघंही हरपून गेले होते.

ती भानावर आली ती काकूंच्या हाकांनी. ''पद्मा वहिनी, पद्मा वहिनी, अहो नंदिनीला मुलगा झाला.'' धडपडत पद्मा बाहेर धावली. त्या काय बोलतायत अन् आपण काय म्हणायला हवं याचा थोडा वेळ तिला उमजच पडेना. पण मग कशीबशी म्हणाली, ''वा! वा! छान! तुम्हाला बधाई हं! खूप खूप बधाई! सगळ्यांनाही सांगा. म्हणजे मीही येईनच.''

''हो. हो. हे घ्या पेढे. खरं तर पाचवीला द्यायचे. पण विश्वासला इतका आनंद झाला की आत्ताच घेऊन आला पॅकेट. देवाला नैवेद्य दाखवला अन् तडक तुम्हाला द्यायला आले.'' पेढ्यांची वाटी पद्माच्या हाती ठेवून तिचे दोन्ही हात धरून त्या गदगदत होत्या. त्या हसतही होत्या अन् आनंदानं रडतही होत्या. त्यांना कसं शांत करावं ते पद्माला कळतच नव्हतं. हे सगळं अंगणातच चाललं होतं. ती प्रेमानं म्हणाली,

''या ना या. आत या, चहा घ्या.''

''नको नको. मी चहा ठेवलाय गॅसवर. विसरलेच बघा.'' अन् भरकन वळून तुरुतुरु चालत त्या घरी गेल्या. आता त्यांचे हातपाय दुखत नव्हते, दम लागत नव्हता. त्यांचा उत्साह चकित करणाराच होता अन् त्याची लागण आता सर्वांनाच झाली. राजाभाऊ उत्साहानं पुढे झालं अन् विचारते झाले, ''वहिनी, हे काय हो तुमच्या दारात? काय चाललंय? मघा विचारलं ते भीतीनं अन् आता विचारतोय ते कौतुकानं. आम्हालाही द्या ना कृष्णजन्माचा प्रसाद. आता दुष्टांचं निर्दालन होणार अशी आपण आशा करायची का? आशेवरच जगतो ना आपण!''

''तथाऽस्तु! तथाऽस्तु!!'' अनंतराव दाराकडे येत आतून ओरडले.

पद्माला आश्चर्यच वाटलं. इतक्या लवकर या दोघांचा मूड बदलला कसा? हातात पेढे देऊन, आपला उत्साहसुद्धा काकूंनी तिला पांघरला होता, तरीही ती मात्र मोहरून आली नव्हती.

■ ■ ■

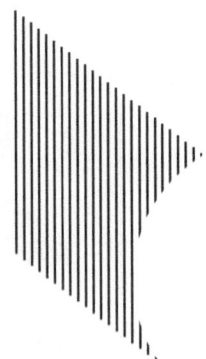

६ कम टायगर कम

लिफ्ट उघडल्याबरोबर टायगर उड्या मारत बाहेर पळाला अन् उजव्या बाजूला वळला. वृंदा थांब थांब म्हणतेय तरी तो सुसाट तीरासारखा धावत होता. वरून लिफ्टमध्ये वृंदाबरोबर सुजेनसुद्धा आली होती. तिला टायगर आवडायचा. त्याच्या डोक्याला हळूच हात लावत, थोपटत ती वृंदाला त्याच्याबद्दल काही विचारत होती. ही पण त्याचं कौतुक सांगत होती. त्याला फिरायला किती आवडतं, नुसतं 'चल' असं कोणीही कोणाला म्हटलं, की हा कसा तटकन उठून उभा राहातो, दाराला लटकवलेला बेल्ट कसा ओढून ओढून खाली पाडतो, मागे-पुढे उड्या मारत तोंडातून वेगवेगळे आवाज कसे काढतो, ढुश्शा मारत त्यानं अंग घासायला लागल्यावर आपलाच कधीकधी तोल कसा जातो, हे वर्णन करता करता लिफ्ट तळमजल्यावर आली केव्हा अन् दार उघडलं केव्हा ते कळलंच नाही.

टायगरच्या बाहेर टाकलेल्या पहिल्या उडीतच जोरात ओढ बसल्यानं बेल्टच्या हुकचा गळ्यात अडकवलेल्या जागेचा भाग तुटला. बेल्ट वृंदाच्या हातातच अन् टायगर ढील मिळाल्यामुळे कानात वारं शिरलेल्या वासरासारखा चौखूर धावू लागला. सुजेनला ऑफीसला जायचं म्हणून अन् टायगरच्या मागे जायचं म्हणून वृंदा, धावल्यासारख्या उजवीकडे वळून समोरच्या शंभर फुटांवरच्या गेटकडे आल्या. पण तिथं तो दिसेना. एरवी तो गेटपाशी येऊन

वाट पाहत उभा असतो अन् 'पाहा, मी कसा आधी आलो' असं जणू दाखवत असतो. गेटच्या बाहेर येऊनसुद्धा तिनं टायगर, टायगर अशा हाका मारल्या तरी तो पळत आला नाही.

"आयम् गोईंग. टेक केअर अं!" सुजेननं ऑटोला हात दाखवत म्हटलं.

"ओ! या.या." टायगरच्या काळजीमुळे तिच्याकडे पाहिलं न पाहिलंसं करत वृंदानं सेक्युरिटीच्या माणसाकडे मोर्चा वळवला. "क्यों भैय्या, टायगर को देखा क्या बाहर जाते हुए?" "नहीं मॅडम, मैं बस अभी आया । ड्यूटी बदली नं अभी अभी? मैं थोडा लेट ही हो गया । नै तो आठ बजे आ जाता हूं। हां गोपाल ने देखा होगा तो कै मालूम।"

"वो चले गए क्या?" त्याच्या टकळीचा कंटाळा येऊन तिनं विचारलं.

"हां जी. मैं आया और वो निकले ।"

आठ-सवाआठच्या दरम्यान सर्वांची डयूटी बदलते. दोन मोठ्या गेटच्या मध्ये गार्डसाठी एक रूम होती. तिथं एक-दोघंजण रात्रंदिवस असतातच. कार आली किंवा जायची असेल, तर तत्परतेनं गेट उघडून देतात. पण आत्ता हा कोणी नवखा तिथं दिसत होता म्हणून आपल्या रोजच्या वाटेनं बाहेर जावं की आधी इथंच पाहावं ते तिचं ठरेना. तिथं मोठमोठ्या नऊ-दहा मजली पाच इमारती गोलाकार आकारात होत्या. मध्ये थोडी बाग, एक हॉल, स्वीमिंग पूल अन् भोवती भरपूर मोकळी जागा लोकांना चालायला, वाहनांच्या ये-जासाठी ठेवलेली होती. खरं तर इथं फिरायला पुष्कळ जागा होती. पण सगळीकडे टाईल्स लावलेल्या अन् सिमेंटचे रस्ते होते. तिथं टायगरला 'शी,शू' करायची सवय नव्हती आणि ते चालणारसुद्धा नव्हतं. म्हणून त्याला तिथं फिरण्याची सवय तिनं लावलीच नव्हती. त्याऐवजी थोड्या अंतरावर म्युनिसिपालिटीची बाग होती. जिथं मध्ये मोठं मैदान होतं तिथं किंवा जाण्या-येण्याच्या रस्त्यावर थोड्या बाजूला झाड-झाडोरा असेल तिथं त्याला दिवसातून चार-पाच वेळा नेलं की त्याची सोयही व्हायची अन् आवश्यक रपेटही व्हायची. पण तरी धावायलाच लागला की कुत्रा कुठंही जातो.

इथं प्रत्येक इमारतीच्या मागेपुढे मोकळी खूप जागा अन् कार पार्किंगही होतं. तिथंसुद्धा त्याची जायची शक्यता होतीच. उजव्या बाजूस वळून तो गेटाकडे

जाण्याऐवजी तिकडे तर नसेल गेला? या विचारानं वृंदा घुटमळली. 'कम टायगर कम' अशा हाका मारत एक चक्कर मारावी या इराद्यानं ती तिकडे चालू लागली. तेवढ्यात मागून एक वॉचमन आला. त्याला बहुधा गार्डन सांगितलं म्हणून तो तातडीनं येऊन वृंदाला म्हणाला, ''मॅडम, वो हिरॉईन गेटके बाहर दिखी थी, लेकिन टायगरको जाते हुए मैने नही देखा.'' हिरॉईन म्हणजे एक पांढरे मोजे घातल्यासारखे पांढरे पाय असलेली, बदामी रंगाची रस्त्यावरची कुत्री! लाघवी अन् लहानशी होती. टायगरला नेण्या-आणण्याच्या वेळी ती त्याच्या सारखी मागेपुढे करायची. त्याला तिच्यात मुळीच रस नव्हता. पण ती त्याची शेपटी धरायची, उडी मारून तोंड चाटण्याचा प्रयत्न करायची. तो चांगला आडवा-तिडवा, काळ्या, चमकदार लांब केंसांचा जर्मन शेफर्ड कुत्रा होता. शेपटी चांगली लांब-रुंद, केसाळ, टोकाला खूप केस असलेली गोंडेदार होती. जबडा निमुळता असला तरी वरचा चेहरा रुंद होता. अन् जोरात भुंकला की समोरच्याच्या छातीत धडकीच भरायची. म्हणून तर त्याचं नाव टायगर ठेवलं होतं. पण हिरॉईनला त्याची भीती वाटायची नाही. एवढीशी ती कशाला त्याच्या मागे लागते, असं वाटून हाड् हाड् केलं की जाण्याऐवजी ती रस्त्यातच लोळायची, वाकडी वाकडी मान करत अनुनय करायची. हाड् करणाऱ्याच्याच मागे मागे चालत त्याला चाटायचा प्रयत्न करायची, मागून कपडे ओढायची. त्यामुळे तिला रागावताही यायचं नाही. त्या नखरेलबरोबरच तर टायगर गेला नाही? या विचारानं तिनं आधी बागेपर्यंत जायचं ठरवलं. बहुधा तो रोजच्या जागेवरच गेला असेल.

आज नाहीतरी जास्तच वेळ झाला. संदीप असला की साडेसात आठच्या आधीच त्याला घेऊन जातो. पण काल तो हैदराबादला गेल्यामुळे आज उठायलाही तिला उशीर झाला. शिवाय थोडं आईशी बोलण्यात, तिच्या झोपेची, चहाची चौकशी करण्यात वेळ गेला. पण उशीर झाला तरी टायगर असा कधी पळून जात नाही. आज काय त्याला जास्तच घाई झाली का? पण तसं असलं तर मागेपुढे करून दहा वेळा दाराकडे जाऊन तो सांगतो. आजकाल तो फारच विचित्र झालाय! पण त्याचा तरी काय दोष?

मैसूरला मोठं घर, मागे-पुढे बागबगीचा होता. वेळेवर लगेच नेलं नाही, तर झाडाखाली, मातीत त्याची सोय व्हायची. पण तशी वेळ बहुधा यायची नाही. बाहेरचे लांबच लांब निवांत रस्ते, बाजूला भरपूर मातीची जागा, झाडं-झुडपं

सगळंच त्याच्या आवडीचं होतं. रमतगमत, धावत कुठंही उंडारावं, जवळपासच्या घरातल्या कुत्र्यानं भुकून सलामी दिली, तर आपणही प्रत्युत्तर द्यावं, संदीप-वृंदानं हाक मारली, तर तीरासारखे धावत जवळ यावं, फेकलेल्या बॉलमागे धावून जावं, तोंडात धरून परत आणावा, समोरच्यानं हात पुढे केला की शेकहॅण्डसाठी आपला पंजा पुढे करावा, अशा सगळ्या गमतीजमती आता इतिहासजमा झाल्या होत्या.

इथं मुंबईला फ्लॅट मोठा, हवेशीर असला तरी बंदिस्तच होता! गेटच्या बाहेर अगदी खूप नाहीतरी ऑफीसच्या वेळी वाहनांची जास्त वर्दळ असायची. पण राखीव जागा, उच्चभ्रू वस्ती असल्यानं रस्ते स्वच्छ केले जायचे. रस्त्यावर बाजूला ठेवलेल्या मोठाल्या कुंड्यांमध्ये पाणी टाकून हिरवळ जपली जात होती. पहाडी जागेच्या पुढे बांधलेल्या दगडी भिंतीवरून वेली सोडलेल्या होत्या अन् प्रत्येक कॉलनीच्या मागे पहाडी भाग जंगल होतंच. ते सगळं टायगरला आवडायचं. पण रस्त्यावर कडेला लायनीत कार्स पार्क केलेल्या असत. त्यामुळे वाहनांना चुकवून, त्याला घेऊन कधीकधी सरळ चालतासुद्धा यायचं नाही, की त्याला हवं तसं रस्त्यात धावता यायचं नाही. शिवाय बागेत त्याला पाहिलं की कोणी नाक मुरडत. एवढा मोठा कुत्रा पाहून कोणी भ्यायचे 'बागेत कुत्र्यांना आणू नये' असंही कोणी म्हणत. त्यावर 'स्ट्रीट डॉग्जना तुम्ही आडवू शकता का? ते तर येतातच. मग याचं फिरणं तुम्हाला का चालत नाही?' असा वाद घालावा लागायचा. टायगरसाठी अनेक तडजोडी कराव्या लागायच्या. तिथंच बागेतच तो असेल, असायलाच हवा. नाहीतर कुठं जाणार? असे उलटसुलट विचार करतच ती बागेत आली अन् पाहू लागली.

पण सगळीकडे शुकशुकाट होता. नऊ वाजेपर्यंत कोण असणार! तरी पलीकडच्या छोट्या मैदानाच्या मधेच उभ्या असलेल्या घसरपट्टीपावेतो जाऊन तिनं त्याला हाका मारल्या, दगडी बाकांच्या मागेही नजर फिरवली. आता मात्र तिच्या गळ्यात आवंढा आला. कुठे पडला धडपला तर नाही? कोणाच्या कारखाली तर आला नाही? छट् असले वाईट विचार नाही करायचे! येईल तो. नक्कीच! हिरॉईनबरोबर गेला असेल. येईलच. गार्डला, वॉचमनला सांगून ठेवायला हवं असा विचार करत ती परतली. तेवढ्यात तिला आठवलं, की आपल्या विंगच्या लिफ्टनंतरच्या जागेत समोर बसणारा वॉचमन आज दिसलाच नाही.

इकडे त्यांच्या फ्लॅटमधला इंटरकॉम खणखणला. इंदूरहून आठ दिवसांपूर्वी आलेल्या वृंदाच्या आईला पेपर वाचता वाचता दचकल्यासारखं झालं इतका तो

आवाज कर्कश होता. 'हॅलो' म्हणत रिसीव्हर उचलला, तर पलीकडून कोण बोलतंय अन् काय बोलतंय याचा बोधच होत नव्हता. "आप कौन बोल रहे है ये पहले बताइये । और जल्दी जल्दी मत बोलिये. मैं जैसा बोलती हूँ वैसे साफ साफ अपनी बात बताइये।" पंचाहत्तरी ओलांडलेल्या आईनं समोरच्याला दटावलं.

"मैं सिक्युरिटीसे बोलता। आपका कुत्ता बेसमेटमें होताय।"

"हमारा कुत्ता? वो तो बाहर गया है घुमने मॅडम के साथ।"

"बेसमेंट में है। लोगोने घेर के रखा होगा. आप ले जाइये।"

"मॅडम नही है क्या उसके साथ?"

"नही।"

वृंदा त्याच्याबरोबर नाही तर कुठं गेली अन् टायगर एकटाच परत आला? तोही बेसमेंटमध्ये कार पार्किंगच्या जागेवर का गेला? त्याला काही सांगायचं आहे का? वृंदा सुखरूप आहे ना? आईच्या छातीत धडधडलं. डोक्यात अनेक विचार गर्दी करून ओरडू लागले. तिचं डोकं, अंग एकदम गरम झालं. फोनवर तो माणूस बोलतच होता. "उसको ले जाईये। लोग डरताय।"

"रुकना, रुकना, पहले बताईये एस-२ में ही है क्या कुत्ता? और दुसरी बात वो टायगर ही है क्या?"

"हां. हां. वोईच है."

"लम्बा है? काला है? लम्बी पूछवाला है?" तिनं शहानिशा करायला विचारलं.

"हां। हां। मुझे पत्ता है पक्का, वो आपकाही कुत्ता है।" अन् त्यानं फोन ठेवला. तिथंच उभं राहून ती शांतपणे विचार करायचा प्रयत्न करू लागली. यांच्या विंगचं कार पार्किंग एस-१ आणि एस-२ मधे होतं खाली बेसमेंटला. तिथं टायगर का गेला असावा? लोकांनी घेरलं होतं म्हणजे दुसऱ्या गेटजवळ बसलेले लोकच असतील. बेसमेंटमध्ये तर कोणीच नसतं. खाली कारमध्ये बसायला वृंदाबरोबर गेली असताना पाहिलं होतं की कार बाहेर जाण्यासाठी गेट उघडायला तिथला गेटमन उठायचा. त्याच्याबरोबर चार लोक पलीकडे बसलेले असत. दुसरं म्हणजे किल्ली, तर वृंदा घेऊन गेलीये. मग आपल्याजवळ काय? नंतर आठवलं की शेजारच्या ब्लॉकमध्येही एक किल्ली देऊन ठेवलीये. टायगरसाठी एक पातळशी काठीही आणली होती. ती घेऊन शेजारची किल्ली आणण्यासाठी तिनं दार उघडलं.

त्यानंतर दुसरं जाळीचं दार उघडलं. तो समोरच्या लिफ्टमधून वृंदा, बाहेर आली. अरे! वृंदा तर सहीसलामत आहे! क्या बात है! आईच्या डोक्यावरचा भार एकदम उतरला अन् ती छानसं तोंडभरून हसली.

"हे काय? तू कुठं निघालीस?" वृंदानं विचारलं.

"टायगरला आणायला. तो म्हणे बेसमेंटमध्ये गेलाय. सिक्युरिटीचा फोन आला होता."

"तो नाहीय तिथं. मी पाहून आले खाली." आत येत वृंदा.

"मग तो काय म्हणाला, की चार-सहा लोकांनी त्याला घेरलंय? कुठं मारलं तर नाही? अन् इतरांना म्हणे त्याची भीती वाटते."

"चक्रम आहे तो वॉचमन. तो आता नोकरीवरच नाहीये. गार्डकडून त्याला बहुधा कळलं असावं. म्हणून त्याचा कयास आहे की टायगर बेसमेंटमध्ये आहे. पूर्वी एक-दोन वेळा लिफ्ट उघडली की तो साइडला धावला होता. तिथून जिना लागतो. त्यावरून धावत तो बेसमेंटमध्ये खाली जातो. पूर्वी गेला होता म्हणून आताही तो तिथंच गेला, असं वाटलं त्याला आणि मुख्य म्हणजे तू कोणाच्या सांगण्यावरून धावतपळत कुठं जाऊ नकोस."

"पण मग असा कोणाचा फोन आला तर काय करायचं?"

"काही नाही करायचं. मी पाहून घेईन काय ते."

"पण मला वाटलं तू कुठं फिरायला गेलीस अन् टायगर आलाय सांगायला."

"नाही. तो हरवलाय अन् मी आलेय सांगायला." वृंदा खुर्चीवर बसत म्हणाली.

"काय? टायगर हरवलाय? कुठं?"

"कुठं ते माहीत असतं, तर शोधून नसता काढला?" मग वृंदानं सगळी हकिकत सांगितली.

"येईल गं. थांब मी चहा करते. साडेनऊ होतील आता तरी तुझा चहा राहिलाय आणि कुत्री येतात परत वास घेत. तू काळजी नको करूस." स्वयंपाकघराकडे वळत आई.

"तो बहुधा हिरॉईनबरोबरच गेलेला आहे. गार्ड म्हणालाच की त्यांनी तिला गेटपाशी घोटाळताना पाहिलंय म्हणून." वृंदा.

"बरोबरच आहे. ती बोलवणार अन् हा जाणार. शरीरधर्मच आहे जनावरांचा! टायगर एवढा घोडा झाला तरी तुम्ही काही त्याला सोबतीण आणली नाही. मग तो परस्पर ठरवणार नाही? तोही विचार आपण करायला हवाच."

"त्याला सोबतीण आणून मी काय तिची गर्भारपणं, बाळंतपणं करू? अर्थात तोही एक बिझनेसच आहे म्हणा! खूपजण करतात अन् त्या ब्रीडची पिल्लं विकतात ना. खूप मागणी असते. मैसूरला नेलं होतं त्याला दोनचारदा. पण संदीपला कुठं वेळ आहे त्याच्या फॉलोअपसाठी? अन् मला फार वेळ त्यात घालवायला नाही आवडत. संदीपनं कसं लहानपणापासून त्यात रस घेतलाय. कुत्र्यांचा शौकीनच आहे तो. खरा श्वानप्रेमी! आयरिश सेंटर, डाल्मेशियन, ग्रेट डेन, लॅब्रॅडोर, डॉबरमॅन हे कुत्र्यांच्या ब्रीडचे शब्द मी त्याच्याच तोंडून पहिल्यांदा ऐकलेत. कुत्र्यांचे दर्दी वेगळेच असतात."

त्यानी सकाळचं दूध कुठं संपवलंय? टायगरच्या स्टीलच्या वाडग्याकडे पाहत वृंदा विचार करत होती. कुठं असेल तो? फिरून आल्यावर तो दूध पूर्ण संपवायचा मग दुसरं खाणं. आता भुकेला झाला असेल बिचारा. हा विचार आल्यावर तिनं ओठाशी नेलेला चहाचा कप परत खाली ठेवला अन् विमनस्कपणे कपाळ, डोळे चोळले.

"वेडी की काय तू? इतकं हळवं होऊन चालतं का? तूच मला शिकवतेस ना की निगेटिव्ह विचार करू नयेत म्हणून. बी पॉझिटिव्ह." तिला थोडं हलकं वाटावं म्हणून आईचा प्रयत्न.

"खरंय गं! पण कुत्र्याचं प्रेम माणसाला हळवं करतंच. दोघंही मुलं कॉलेजमध्ये असल्यापासून बेंगलोरलाच होती. आता तर परदेशीच. मुलांवर प्रेम करायची हौस आपण कुत्र्यावर प्रेम करून भागवतो. त्याला कुरवाळणं, दुखलं-खुपलं पाहाणं, फिरायला नेणं. हे सगळं आपण त्याच्यासाठी नाही आपल्यासाठीच खरं तर करतो अन् तोही त्याची परतफेड करतो. तू एक मार्क केलंय का? प्रेम करणं, लाड करणं हाच त्याचा स्थायीभाव असतो. आपला मूड ठीक नसेल तरी तो लाड करेल, शेपटी हलवेल, तुमच्या अंगाशी तोंड अंग घासेल, तोंडानं लाडीक आवाज काढेल. "हे मात्र खरंय हं. मलाच फक्त आवडत नाही त्यानं साडीला अंग घासलेलं. तू इंदूरला होतीस तेव्हा आम्ही तुझ्याकडे आल्यावर कसा तो दोन पायांवर उभा राहून पुढले दोन पाय छातीवर टेकवायचा अन् तोंडाशी तोंड

आणायचा ना? तेही मला चालायचं. पण तो अंग घासायला आल्यावर मी अंहं-अंहं करायची. तेही त्याला कळायचं.'' आई कौतुकानं म्हणाली.

''तेच म्हणते. कळतंसुद्धा किती त्याला? संदीप मुलांना रागावला की टायगर अगदी कान पाडून, मान वाकडी करून, सोफ्याखाली शिरून बसायचा. जसं काही यालाच रागावतोय. एक दिवस माझा पाय फार दुखत होता त्या दिवशी फिरायला नेताना त्यानं अजिबात दंगामस्ती केली नाही. रस्त्यानंसुद्धा बरोबर चालला. कुठं दूर गेला नाही की धावपळ केली नाही. जसा काही तोच मला फिरवत होता.'' दुजोरा देत वृंदा म्हणाली, ''सुशांत अन् सुनीतवरसुद्धा फार जीव आहे त्याचा. नुसती चाहूल लागली की नाचणं सुरू! आता मला बाहेर नेणार म्हणून आनंदाचा जल्लोष! बाहेर जायचा फार आनंद!''

''तेच तर आहे. बाहेरचे हजार प्रकारचे वास घ्यायला, अनुभवायला त्याला आवडतं. रस्त्यात सगळ्याच वस्तूंचे वास घेत घेत तर चालतोच. पण मध्येच थांबून मान वर करून तो कधी तंद्री लागल्यासारखं करतो. त्यावेळीसुद्धा तो दूरचा काही अंदाज घेत असतो.

एकदा मी काय केलं, सुशांतचा फोन आला तेव्हा मी त्याच्या कानाजवळ नेला. त्याला आवाज तर कळला. पण सुशांतचा वास येत नाही, तो दिसत नाही हे पाहून त्याचा गोंधळ उडाला. त्याला उगीच त्रास नको व्हायला म्हणून आता त्याला मुलांचे आवाज ऐकवत नाही. त्यांचं जग काही वेगळंच आहे. कदाचित आपण त्याच्यावर अन्याय करत असू असं वाटून अपराधीही वाटतं थोडं. का गं म्हणून तर तो पळाला नसेल?'' भावनाविवश होऊन तिनं विचारलं.

''नाही गं, काहीतरी विचार नको करूस. इंदूरला असताना मागेही पळाला होताच ना? तेव्हाही आला होता ना परत? तसाच आताही येईल.'' आई.

''हो. पण तेव्हा तो वर्षभराचासुद्धा नव्हता. मी अन् कविता दिवाळीच्या दिवशीच नाही का मंगल प्रभातच्या कार्यक्रमाला जात होतो, तेव्हा आमच्या कारच्या मागे घरातून निघून कसा काय तो धावला ते संदीपला कळलंच नाही. त्याला त्यानं हाका मारल्या तरी परतला नाही. त्याला पूर्वीच्या ट्रेनरची मोटरसायकलच्या मागे धावायची सवय लावली होती ना, तीच सवय कधीकधी डोकं वर काढायची.''

''पण खरं तर तू आरशात पाहिलं असतंस तरी तो मागे येतोय हे कळलं असतं. तसं बायकांना तर आरशात पाहायला भारी आवडतं ना? मग तू कसं

पाहिलं नाहीस?'' तिला मोकळं करण्यासाठी आईचा प्रयत्न.

''जोकिंग? तुझ्या मुलीला कुठं आवडतं आरशात पाहायला? पण खरंच पाहायला हवं होतं म्हणजे सगळ्या कटकटी चुकल्या असत्या. पण कधीकधी आपण इतक्या घाईत असतो ना. आमच्यामागे एकजण सारखा हॉर्न देत येत होता त्याचा मला राग येत होता. म्हणून मी आणखी स्पीड वाढवत होते. शेवटी पलासिया क्रॉस करून मी जेव्हा एम.जी.रोडला लागले, तेव्हा त्यानी कारच्याजवळ मोटरसायकल आणून सांगितलं, की पलासियापर्यंत एक काळा कुत्रा तुमच्या कारमागे धावत होता. हे ऐकल्यावर माझं धाबं दणाणलं. पण मी टर्न घेऊन पलासियाला येईपर्यंत टायगर बहुधा ट्रॅफिकमध्ये गोंधळून नाल्याकडच्या उतारावरून खाली निघून गेला होता. अर्थात हा नंतरचा कयास होता.''

''केवढं जिवावरचं निभावलं गं बाई! एवढंसं पोर एवढ्या मोठ्या ट्रॅफिकमध्ये कुठल्या वाहनाखाली आलं असतं तर! बिच्चारा!''

''काय शोधाशोध केलीये त्यानंतर! शेजारपाजारचे, आम्ही, मुलांचे मित्र सर्वजण शोधत होते, वेगवेगळे उपायही सुचवत होते. नुसता गोंधळ चालला होता. जीव असा टांगणीला लागला होता की, ते सर्व आठवलं की अजूनही बेचैन होऊन जाते मी.''

''पेपरलासुद्धा दिलं होतं ना नावानिशिवार? मला आठवतंय अजून, थोडं थोडं.''

''हो ना. 'अग्निबाण'मध्ये फोटो, माहिती, पत्ता सगळं दिलं होतं अन् हॅन्डबिल छापून डिलर्सकडून सर्व पेपर्सच्या प्रतींमध्ये टाकून दिली होती. शिवाय लोकल टीव्हीच्या न्यूजमध्येही बातमी दिली होती. तेव्हा कुठं दोन कामवाल्या बायकांनी फोन करून सांगितलं, की एका पोलीस इन्स्पेक्टरकडे तो आहे. बरं बाई, पण त्यानं सहजासहजी कसा दिला परत!''

''द्यावाच लागला त्याला! आम्ही तिथं गेल्यावर टायगर नाचायलाच लागला, हॅं हॅं करत जवळ यायचा प्रयत्न करू लागला, बेल्ट तोडायला पाहू लागला. मी तर त्याच्याजवळच बसकण मारून रडायला लागले. टायगरही रडल्यासारखा आवाज काढू लागला. त्याची अन् आमची अशी स्थिती पाहिल्यावर, तर पोलीस इन्स्पेक्टरची खात्री पटली, की कुत्रा आमचाच आहे. पण त्याच्या इथेसुद्धा त्याच्या पूर्वीच्या कुत्र्याचा जो फोटो टांगलेला होता तो अगदी टायगरचाच वाटावा, असा

होता.''

''असं? चमत्कार म्हणावा असंच आहे ना? हे नव्हतं हं माझ्या लक्षात.''

जराशानं खालच्या आवाजात वृंदा म्हणाली, ''का गं आई,... आई, आतासुद्धा इतिहासाची पुनरावृत्ती होणार का? पुन्हा तशीच हॅन्डबिलं, जाहिरात वगैरेचं तेच सोपस्कर होतील?''

''नाही गं, असं काही होणार नाही.'' आई तिला आश्वस्त करत होती.

''की असं काही करायची गरजच पडणार नाही? म्हणजे टायगर आता नऊ वर्षांचा झालाच. कुत्र्याचं आयुष्य दहा-बारा वर्षांचंच असतं. शिवाय त्याला मोतीबिंदूही झालेत. नीट दिसत नाही म्हणून कशाच्या तरी खाली...''

दोन्ही हातांनी डोकं धरून आई म्हणाली. ''पुरे झाले तुझे तर्क-वितर्क! नेहमी चांगलं बोलावं माणसानी. मी अंघोळ करून देवापुढे दिवा लावते, प्रसाद ठेवते, तू जरा तोंडबिंड धू. थोडं काही खाऊन घे. प्रार्थना कर आणि जाऊन ये बागेपर्यंत. त्याची दुसऱ्यांदा फिरायला नेण्याची वेळही झालीय ना? कदाचित येईल तिथं. नाही आला तर मग पुढे पाहू.''

आईनं उत्साह दिला म्हणून वृंदा बागेत पोहोचली. पण तिथं कोणीच नव्हतं. 'कम टायगर कम' अशा हाका मारूनही तो आला नाही की हिरॉईनसुद्धा दिसली नाही. म्हणून तो तिच्याच बरोबर असू दे अशी तिनं मनात प्रार्थना केली. नंतर त्याच रस्त्यावर पुढे वळणावर डाव्या हाताला पंधरा-वीस फूट उंचीवर खूप झाडझाडोरा होता. वर काय होतं कोण जाणे, पण वर जायला अरुंद अशा दगडी पायऱ्या होत्या. तिथंही कधीकधी टायगर जाऊन यायचा. तिथंही पाहावं म्हणून घाईघाईनं वृंदा तिकडे वळली अन् तिचं हृदय लक्कन हललं. आश्चर्याची गोष्ट म्हणजे टायगर उड्या मारत त्या पायऱ्यांवरून खाली आला; अन् तोंडानं वेगवेगळे आवाज काढत अंग घासत तिच्याभोवती नाचू लागला. तिनं त्याला जसं जवळ छातीशी धरलं तसं डोळ्यांतून केव्हा झरझर पाणी वाहू लागलं ते तिला कळलंही नाही. काय करू नि काय नाही असे दोघांनाही होऊन गेलं होतं. दोघांच्या प्रेमाचा पहिला भर ओसरल्यावर उठून उभं राहत ती म्हणाली, ''कुठं गेला होतास रे बदमाश? मम्मीला किती काळजी वाटत होती ना! असा त्रास देतात का चांगली मुलं? अन् तुझी हिरॉईन कुठं?'' पण या एकाही प्रश्नाचं उत्तर तिला मिळालं नाही. 'चला रे आता घरी.

शोन्याला भूक लागली असेल ना?'' असं म्हणत वृंदानं त्याच्या गळ्याच्या पट्टयात बरोबर आणलेली चेन अडकवली. पण तो पुन्हा पायऱ्यांकडे वळला अन् ओढ घेऊ लागला. ''अरे, अजून तुझी 'शी' बाकीच आहे का?'' असं म्हणत पुन्हा तिनं चेन सोडली.

पण टायगर धावत-पळत एकदा वर जात होता पुन्हा खाली येऊन तिची पॅन्ट ओढत होता. असं चार-पाचदा झाल्यावर तिला कळलं की, तो वर यायला सांगतोय. ती कधीच वर गेली नव्हती. नुसतीच झाडी आहे की कोणाची राखीव जागा आहे तेही माहीत नव्हतं. पण टायगरच्या कासावीस वाटणाऱ्या आविर्भावामुळे तिला वर जावंच लागलं. ती येतेय पाहिल्यावर तो आणखी थोडं पुढे जाऊन थांबला. घाईघाईनं वर आल्यावर टायगर जिथं उभा होता तिथं नजर गेल्यावर ती हबकलीच! कपड्याच्या गाठोड्यात गुंडाळलेलं अगदी लहान मूल तिथं ठेवलेलं होतं. डोळे मिटलेलेच होते म्हणून ते जिवंत आहे की नाही तेही कळत नव्हतं. पण ते पाहायला त्याला हात लावावा की नाही तेही तिचं ठरत नव्हतं. आपण अशावेळी हात लावायचा असतो की नाही तेही तिला माहीत नव्हतं. अशा वेळी पोलिसात वर्दी द्यायची असते का की कुठल्या अनाथाश्रमात? पण आपल्या तर कोणीच अजून ओळखीचं नाही. आपल्या अपार्टमेंटमधल्या कोणाला सांगावं का? पण त्यांचे नंबर आत्ता जवळ नव्हते. आईला कळवून तिला धावपळ करायला लावावी? काय करावं ते पटकन ठरवता न आल्यामुळे ती डोळे विस्फारून, गालावर हात धरून, धपापत्या उरानं तशीच जडवत उभी होती अन् टायगर एकदा तिच्याकडे, एकदा मुलाकडे पाहत उभा होता.

■ ■ ■

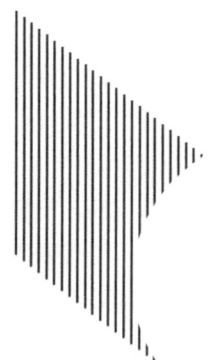

७ कुस्मी

कुस्मी आज काही न बोलताच कामं करतीये हे वसुताईंच्या केव्हाच लक्षात आलं होतं. नेहमी बडबड करणारी, काहीतरी विचारणारी, नाहीतर गाणं तरी गुणगुणणारी कुस्मी आज एवढी गप्प गप्प कशी याचं त्यांना आश्चर्यच वाटलं. पण घातला असेल नेहमीप्रमाणे तिच्या बापानी दारू पिऊन गोंधळ, अशी मनाची समजूत घालून त्यांनी फ्रीजमधून भाजी काढली. ती आली की त्या न्यूजपेपर वाचणं थांबवून पटकन उठायच्या. साडेसातला राणी शाळेत गेली की आधी त्या पेपर चाळायच्या नि महत्त्वाच्या बातम्या, एखादा लेख यावर नजर फिरवून घ्यायच्या. कारण नंतर दिवसभर काही जमायचंच नाही. थंडी, पाऊस काही असलं तरी कुस्मी आठ वाजता यायचीच. मग त्या तिघांचा चहा करून सत्यमला उठवायच्या. त्यालाही कॉलेजला जायचं असायचं. पण बेटा काही केल्या हलायचाच नाही.

नेहमीप्रमाणे तिची भांडी घासणं झाल्यावर तिच्यापुढे चहाचा कप ठेवून त्यांनी विचारलं, "का गं, एवढी गुमसुम का आहेस? घरी काही झालं का?" एवढं विचारण्याचाच अवकाश की कुस्मीच्या डोळ्यांतून घळाघळा अश्रूच वाहायला लागले. बापरे! एवढं झालं तरी काय! तिची अम्मा किंवा कोणी आजारी आहे का की त्यांच्या झोपडीवर काही संकट कोसळलंय की शेजारपाजाऱ्यांशी काही भांडण झालंय? एक ना दोन.

तेवढ्यात इतके विचार त्यांच्या मनात येऊन गेले. पण तिला जरा शांत होऊ द्यावं म्हणून सत्यमला उठवून अंघोळीसाठी कपडे गोळा करत त्या परत आल्या. ज्याअर्थी ती एकदम रडायला लागली त्याअर्थी नक्कीच काही प्रॉब्लेम आहे. नाहीतर तिचा हात नि तोंड दोन्ही बरोबरच चालतात. अशी भिंतीला टेकून, डोळ्यांवर ओढणी घेऊन उभी राहिलीच नसती. मग टेबलापुढे खुर्चीवर बसत, चहाचा कप समोर ओढत त्यांनी पुन्हा थट्टेच्या स्वरांत म्हटलं, "अगं, आता काही बोललीच नाहीस, तर मला कसं कळेल? पाऊस येत नाहीये म्हणून तूच पाडतीयेस का?" कसेबसे डोळे पुसत कुस्मी पुटपुटली, "माजी शादी करायचं म्हणतीये अम्मा अन् मेरेको नही जाना है गांवमें ।"

"काय? तुझी शादी? अन् एवढ्यात?" वसूताईंचा कप ओठापर्यंत गेलेला परत आला. बाप रे! ही एवढी मोठी झाली? लग्न करण्याइतकी मोठी अन् आपल्याला कळलं नाही? म्हणजे राणीसुद्धा तीन-चार वर्षांत लग्नाची होईल? ती हिच्यापेक्षा तीन वर्षांनीच लहान आहे ना! आपण इतके बिझी असतो का की आपल्या काही लक्षातच येत नाही की आपलं लक्षच नसतं कशाकडे? नंतर हे अन् आणखी इतर प्रश्न त्यांच्यासमोर आले. पण सगळ्यांना बाजूस करून त्या कुस्मीकडे वळल्या. म्हणाल्या, "हे बघ कुस्मी, नीट सांग पाहू काय म्हणाली अम्मा? शादीबद्दलच बोलली की आणखी कुठं कामाला जाण्याबद्दल बोलली?" कारण काम सोडायचं असलं की गावी कोणी आजारी आहे म्हणून जायचंय इथंपासून ते कोणाचं तरी लग्न, कोणाची मयत इथंपर्यंत कोणतंही कारण देऊन पंधरा-वीस दिवस बुट्टी मारली, की त्या घरी दुसरी बाई शोधली जाते. तेवढ्या वेळात नव्या कामाचा थोडा अंदाज घेऊन नाही पटलं, तर पुन्हा पूर्वीच्या घरी रुजूही होता येतं. ही या कामवाल्या बायकांची टेक्निक वसुताईंना आता माहीत झाली होती. म्हणून खरं काय ते जाणून घेण्यासाठी त्यांनी सरळसरळ सवाल केला होता.

"नाही. दुसरीकडे कुठं नाही जायचं. मीच आता शादीलायक झालेय, असं अम्मा म्हणती. तर दोन-तीन जागी गोष्टी चालल्यात अन् देवउठनी ग्यारसनंतर कुठंतरी पक्कं झालं, की शादी पण करून टाकायची असं म्हणती."

"पण तुला करायची आहे का इतक्यात शादी?"

"न करून सांगती कोणाला? बापू ठरवतील तेच होणार! हमको कौन

पुछता?'' तिनं हताश स्वरांत म्हटलं.

"पण तुला पसंत आहे का मुलगा?''

"मतलब?''

"म्हणजे... म्हणजे तो दिसायला कसा आहे? ठीकठाक आहे? तू जशी चटपटीत, स्मार्ट आहेस तसा तुला शोभेलसा आहे?''

"मी कुठं त्याला पाहिलं? आमच्यात असं काही नसतं.''

"म्हणजे काय? तुझी पसंती-नापसंती त्यांना कळायला नको?''

"ती कळायची कशासाठी? ते तर खुदहीच तय करके आते है शादी.''

"अगं, लग्न तेच ठरवणार गं! पण तुला त्याच्याबरोबर जन्म काढायचा आहे, तर तुला तो मुलगा पसंत आहे का हे विचारायला नको?''

"हांऽऽऽ! हे तर माज्या ध्येनमधेच आलं नाही बघा. मी तर सिर्फ बोलती की मी शहेरमध्ये राहिली की नै? तर मला गावमध्ये राहायला नक्को वाटतं. ते पण हमेशा के लिये. जनमभर. इसके वास्ते मेरेको शादी नाही मंगताय.''

आता वसुताईंच्या लक्षात आलं, की पसंती-नापसंतीबद्दल तिनं काही विचार केलाच नाही नि त्याबद्दल तिचं काही म्हणणंच नाही. निदान सध्यातरी. तिला फक्त शहरात राहण्याऐवजी पुन्हा खेड्यात जावं लागेल याचंच वाईट वाटतंय. म्हणजे तिथलं जीवन इथल्यापेक्षाही किती निकृष्ट आहे, हेच दिसतंय. इथंतरी काय! बाप घराची चौकीदारी करतो. जिथं घरं बांधली जातात तिथं सिमेंट, रेती गिट्टी, लोखंडी सामान येऊन पडतं. त्याची रखवाली करण्यासाठी तिथंच विटा-पत्र्यांची कामचलावू झोपडी बांधून राहायचं. एक घर बांधून झालं की दुसरीकडे. पाणी, विजेचीही सोय असली तर असली नाही तर नाही. तशा स्थितीतच मुलं होतात. मुलं मोठी होतात, कामं शिकतात, आईवडिलांना मदत करतात. हिची आई धुणीभांडी, स्वयंपाकपाणी जी मिळतील ती कामं करते, अन् स्वच्छ राहाते म्हणून खोल्या घेऊन राहणाऱ्या विद्यार्थ्यांची स्वयंपाकाची कामंही मिळतात आणि यांची जेवण्याखाण्याची ददात मिटते. पूर्वी जेव्हा ती इथं भांड्यांच्या कामाला लागली होती, तेव्हा म्हणाली होती, की माझ्या मुलींना माझी जाऊ गुरंढोरं चारायला पाठवते. वेळेवारी जेवूखाऊ घालत नाही म्हणून मला काळजी वाटते. म्हणून मुलींनाही इथंच आणीन. म्हणजे शहरात भांडी घासणं नि इतर काम करून जेवण्याखाण्याइतका तरी पैसा मिळतो. खेड्यात तेही नाही.

जिथं काम मिळेल तिथं जावंच लागतं. ओळखीपाळखीनं, नात्याच्या बंधनानं एकामागे दुसराही येतो. हीच कालगती आहे.

हातातला कप टेबलावर आपटला अन् वसूताई भानावर आल्या. बाई गं! किती वाजले अजून अंघोळ व्हायचीय, स्वयंपाक आटपायचाय. सत्यम उठला की नाही अजून? अन् कुस्मी इथंच उभी अजून? खरंच तिचं लग्न ठरवतायत अन् तिला ते नकोय, हा मुख्य प्रश्न आहे. नाही का? म्हणून त्या अवघडून भिंतीला टेकून उभ्या असलेल्या कुस्मीला म्हणाल्या, "आता आधी चहा घे पाहू आणि खाल्लंस का काही? हवं तर दोन स्लाईस खाऊन घे म्हणजे बरं वाटेल. अम्माला सांग मला भेटायला. बघू काय म्हणतेय ते. ती भाजी चिरून ठेव. मग बाकीची कामं कर."

ऑफीसच्या कामातही अधूनमधून कुस्मीचेच विचार घोळत होते. काय सांगावं भगवतीला? तिचं लग्न एवढ्यात करू नको म्हटलं, तर ती ऐकेल? का नाही ऐकणार? तिच्यासाठी आत्तापर्यंत आपण काय कमी केलंय? ती नवीन नवीन इथं आली तेव्हा आपल्याचकडे कामाला सुरुवात केली होती. काम अगदी स्वच्छ अन् वागायलाही चोख. कधी इकडची वस्तू तिकडे व्हायची नाही. म्हणून आपण तर किती ठिकाणी कामं मिळवून दिली. कधी तिची झोपडी जवळ असायची तर दुसऱ्या वर्षी दूर! मग तिला यायला उशीर व्हायचा. पण तेही आपण ॲडजस्ट करून घेतलं. नंतर दोन बाळंतपणंही झाली. त्या मुलांना सांभाळायला जेव्हा तिनं मोठ्या मुलींना एकेक करून इंदूरला आणलं, तेव्हा कळलं की तिला एक मोठा मुलगा आहे अन् तीन मुलीही आहेत. पण आणखी एक मुलगा हवाच असं सासू म्हणते म्हणून मुलाची वाट पाहाणं चालू होतं. शेवटी आपणच तिला ऑपरेशन करून घे म्हणून परोपरीनं समजावलं. परिवार नियोजनाच्या शिबिरांची माहिती दिली. त्यांच्यापर्यंत पोचण्याची सोय करून दिली. तेव्हा तिनं ऑपरेशन करून घेतलं. नंतर केव्हातरी येऊन म्हणालीसुद्धा, "भेनजी, आपके भोत भोत एहसान है मेरे उपर। आपने ऑपरेसन का बताया इसलिये बच गई। नै तो और दो-चार बच्चों की लैन लग जाती। जो है उनका पेट पाल नहीं सकते तो और बच्चे क्यूं पैदा करना? लेकिन मेरा मरद बडा ही निगोडा है। रोजरोज सराब पीके आताय और आगे-पीछे का कुछ सोचता ही नही । अब क्या करे!" अन् मग डोकं धरून बसायची.

अशी फटकळ तरीही लोभस वाटणारी भगवती आपली झोपडी टिकवून धरण्यासाठी जिवाचा आटापिटा करत होती, मुलींनाही कामाला लावत होती. इतक्या लहान मुलींना कामाला नको आणूस आमच्याकडे असं म्हटलं, तर ती म्हणायची, "तुमच्याकडे तुम्ही मना केलं, तर दुसरीकडे पाठवीन. पण कामं तर करायलाच हवीत. नाहीतर खाणार काय?"

"मुलींना शाळेत का पाठवत नाहीस?" असं विचारलं की ती म्हणायची, "भेनजी, हम एक जगह कहाँ रहते है? और इस्कूल पढे समझो, फिर भी इनको कौन नोकरी देगा? हम लोगों को तो बर्तन, झाडूपोछा करना है उसके लिये पढालिखा होना जरुरी तो नही।" असले तिचे बिनतोड युक्तिवाद ऐकले की आपणच चूप बसलेलं बरं! नाही का?

मग वसुताईंनी ठरवलं की नाहीतरी लहान मुली कुठंतरी काम करणारच, तर मग आपणच त्यांना रोजगार का देऊ नये? त्यावेळी त्यांची मोठी सुपर्णा दोन्ही मुलांना घेऊन माहेरपणाला येणार होती. मोठा तीन वर्षांचा नि लहान मुलगी दीड महिन्याचीच होती. तिला सांभाळायला कोणीतरी हवंच होतं, कारण सुपर्णाची काहीतरी प्रकृतीची कुरकुर चालूच होती. म्हणून भगवतीला महिनाभर तिचं तेलपाणी करायला अन् कुस्मीला मुलं सांभाळायला ठेवून घेतलं होतं. त्यावेळी ती जेमतेम नऊ-दहा वर्षांचीच असेल. पण रडक्या निकितालाही ती इतकी छानपणे सांभाळायची की सर्वांनाच आश्चर्य वाटायचं. पण कुस्मीला आपली अन् चाचीच्या घरची लहान भावंडं सांभाळायची पहिल्यापासून सवय होती अन् तेही घरातली सर्व कामं उरकून. त्यामुळे तिला ते काम असं वाटतच नव्हतं. इतक्या छान घरात, सगळ्या सुखसोयी असताना दोन गुबगुबीत मुलांना नुसतं सांभाळणं, त्यांना दूध देणं, खाऊ घालणं, त्यांची खेळणी आलटून पालटून त्यांना देणं, वाटलं तर त्या खेळण्यांशी आपणसुद्धा खेळणं, हे तिला काम असं न वाटता सुखकारक बदल वाटत होता.

मुलं सुटी झाल्यामुळे सुपर्णाची प्रकृतीही सुधारली. चांगली दोन महिने राहून ती परत गेली. त्यावेळी कुस्मीलाही मुलांना सांभाळायला घेऊन गेली अन् तीन महिन्यांनी कुस्मी परत आली ती अंतर्बाह्य बदलूनच. चांगलं जेवणखाण, चांगलं वातावरण आधी इथं मग तिथं जवळजवळ सहा महिने मिळाल्यानं तिचीही प्रकृती सुधारली. पूर्वीची मरियल कुस्मी आता भरली होती, उजळली होती. ठीकठाक कपडे घातल्यावर घरच्यासारखीच वाटायची. मुलांशी बोलता

बोलता अन् इतरांची ऐकून मराठी बोलायला शिकली होती. अधूनमधून हिंदी शब्द पेरून ती लहानसहान मराठी वाक्य छान बोलायची.

मग वसुताईंनी तिला आपल्याकडेच जास्त वेळ ठेवून घ्यायचं ठरवलं. ती सकाळी येऊन आधी भांडी घासायची, ती ठिकाणी लावून, ओटा साफ करून थोडी स्वयंपाकाची तयारी करून द्यायची. मग झाडूपोछा, पसारा आवरणं, कपड्यांच्या घड्या घालणं, अशी कामं करायची. पावणे दहाला वसुताईंबरोबरच बहुधा जेवून, मग कपडे धुऊन, स्वयंपाकघर आवरून इतर घरी कामाला जायची. पुन्हा चार वाजता येऊन भांडी घासणं, राणी, सत्यम यांची विचारपूस, त्यांची काही कामं असल्यास ती करून साडेपाचला घरी जायची.

जास्तीच्या कामाचेही वसुताई भरपूर पैसे द्यायच्या. शिवाय राणीचे कपडे कुस्मी वा तिच्या लहान बहिणीला व्हायचे, सत्यमचे कपडेही तिच्या भावाला कामी यायचे, वसुताईंच्या साड्या भगवतीला मिळायच्या. घरचं जुनं सामानही त्या सरळ तिच्याकडे पाठवून द्यायच्या. त्यामुळे त्यांच्यावर ती खूष होती. या बदल्यात मुलींनी थोडं वाचायला, लिहायला शिकावं अशी त्यांची अपेक्षा होती. सुरुवातीला तर 'मुझे टैम नही है।' हे त्यांचं पेटंट वाक्य मुली बोलत. पण नंतर फारच खनपटीस बसल्यावर इतक्या वर्षांच्या प्रयत्नांनी आता फक्त कुस्मी आपलं नाव, घरातल्यांची नावं लिहायला शिकली होती. थोडं फार वाचता यायला लागलं होतं. पण तरी शिकण्याची आवड यथातथाच होती. इतर लहान बहिणींना जेमतेम अक्षरओळख झाली होती. लिहिणं-वाचणं, तर अगदी आवडत नव्हतं. मग परीक्षेला बसणं तर दूरच. त्यांच्या घरात फक्त मोठा किसन तेवढा. 'आठवी फेल' होता. 'आठवी फेल' या पदवीचं त्यांना हसू आलं. त्याबरोबर समोरच्या टेबलावरची मिसेस मोटवानी जवळ येऊन विचारती झाली, "साहिबा, आज किस सोचमें डूबी हो जी? एनी प्रॉब्लेम?"

"अं? हांऽऽ! वैसे ज्यादा कुछ नही रे. बस ऐसेही।"

"एँ? आपने 'बस ऐसेही' कह दिया और हमने मान लिया? लंचटाईम होने को है और बात तक नहीं की आपने हमसे. सुबहसे मूँह लटकाएँ बैठी हो।"

"कुछ नही जी. हमारी कुस्मी है नं। उसके कुछ प्रॉब्लेम्स है।"

"धत तेरी! आप भी नं बहोत सिर चढाकर रखती है मेडसर्व्हन्ट्स को. उनके लिये क्या परेशान होना? हूं!" अन् मिसेस मोटवानी सॅन्डल्स टकटक वाजवत

निघून गेली. वसुताईंना वाटलं तिला सांगावं, 'बाई गं, कुस्मी आम्हाला आमचीच वाटते. ती आम्हाला परकी कुठं आहे? म्हणून तिचे प्रॉब्लेम्स आम्हाला आमचेच वाटतात.' पण हे ऐकायला मिसेस मोटवानी समोर होती कुठं!

दुसरे दिवशी संध्याकाळी भगवती आली. "पाय लागू भेनजी, क्या काम निकाला?" असं म्हणत टेबलावरच्या गवारच्या शेंगा निवडायला घेऊन भिंतीशी फतकल मारून बसली. वसुताईंनी हिंदीतच तिला विचारलं, "अगं कामाशिवाय यायचंच नाही का अगदी?"

"टैमच कुठं भेटतो भेनजी? आत्तासुद्धा रोटीसब्जी ठोकायला जायचं आहेच. पण संदेसा मिळाल्यावर मी येणार नाही, असं कसं होईल?"

"वेळ न घालवता मुद्द्याचंच बोलते हं. तू म्हणे लग्न करतीयेस कुस्मीचं अन् तेसुद्धा तिची पसंती न विचारता. ते खरं का?" सरळसरळ त्यांनी विचारलं.

"नासपीटीनी सांगितलं का लगेच? परवापास्नं तोंड वाकडं करून बसली आहे. जर्राय शहाणपण आलं नाहीये अजून." उसळून भगवती म्हणाली.

"तिच्या मनातलं ती इथं नाही सांगणार, तर कोणाला? तुम्ही तर तिचं काही ऐकतच नाही."

"पण मी माझ्या सगळ्या मुलामुलींचं ऐकत बसू, तर पागलच होऊन जाईन. माज्यापाशी टैम नाही. केव्हा एकदा झोपते राती असं होऊन जातं. मग आम्ही जे सांगू तेच ऐकायचं असा कायदाच करावा लागतो. नाहीतर घर चालवणं मुश्कील होऊन बसेल मला!" ती तावातावानं म्हणाली.

"कुठं ठरवलंय लग्न?"

"आमचं गाव है नं आपल्या मध्य प्रदेसमध्ये खरगोनजवळ बमलोदा म्हणून? बस त्याच्या पडोसचंच एक गाव है चांगले खेतीबाडीवाले लोक आहेत. म्हणजे खायची ददात राहणार नाही, असं माझा मरद म्हणतो."

"पण तुमचीही खेती आहे, तरी पोट भरत नाही म्हणून तुम्ही सगळे अन् तुझा दीरसुद्धा शहरात आलात ना? मग हिचं सुरळीत चालेल याची काय गॅरेंटी?"

"गॅरेंटी तर जिंदगीची तरी कुठं असती? पण आमची खेती कमी आहे अन् त्याचेच पाच भाग होतात. त्यांच्याकडे मोठी उपजाऊ जमीन आहे. मधे कुआँ पण आहे अन् दोनच भाऊ आहेत. बहिणींची लग्न झालीयेत अन् हा सर्वांत

छोटा. तसं ठीक आहे.''

''पण ती इतके दिवस शहरात राहिली. तिला कसं आवडेल खेड्यात?''

''सगळं आवडेल धीरेधीरे. आता जिथे माँ-बाप सादी करून देतील तिथंच मुलीला जावं लागेल न भेनजी? जिथले तीळ-तांदूळ लिहिलेले असतील तिथंच मनुष्य जातो.''

''पण तू पाहिलास का मुलगा? कुस्मीला दाखवला का?''

''हाय राम! मग तर गहजब होऊन जाईल! हे शेहेरी चोंचले आमच्याकडे अजून कोणी चालवून घेत नाहीत हं! आमच्यात मुलगी-मुलगा लग्न होईस्तोवर एकमेकांना पाहत नाहीत. सगळं मोठे लोकच तय करतात. खरं सांगू? मी पण मुलगा पाहिला नाही. माझा मरद भलता हेकट, त्यांच्यापुढे कोणाची हिंमत आहे! त्याला 'तानशाह'च म्हणतात.''

''पण आता काळ किती बदललाय गं?''

''तो काळ माझ्याच मानगुटीवर बसलाय वेताळ बनून, नवऱ्याच्या रूपात.''

''पण तुम्ही मुलांचा विचार आज केला नाहीत, तर उद्या ती तुमचा विचार करतील?''

''पण हे त्याला कुठं समजतंय अन् त्याला सांगणार कोण? मी पण काही बोलणार नाही. मला तर 'पाव की जूती' समजतो तो.'' अन् तिचा आवाज भरून येऊन मोठा हुंदका आला. चौकीदारीशिवायही तिचा नवरा कधीकधी इतर कामं करतो अन् दोनअडीचशे रुपये रोज मिळवतो. पण सगळे पैसे दारू पिण्यात अन् नंतरच्या खाण्यात उडवतो. तिनं कधी पैसे मागितले तर मार ठरलेला! सगळं घर तीच कष्ट करून चालवते. पण त्याच्या लेखी तिची किंमत शून्य! हे सतत सलणारं, टोचणारं दुःखच तिच्या हुंदक्याच्या रूपानं बाहेर पडलं.

''अगं, त्यानं तोंडानं म्हटलं नाही तर काय झालं? मनातल्या मनात तो तुझं मोठेपण नक्कीच मानत असणार! तुला खरं सांगते. शिवाय नुसतं त्याचं काय घेऊन बसलीस. मुलांना, इतरांना काय दिसत नाही? त्यांना नक्कीच सर्व कळतंय.''

आपल्या कष्टाचं मोजमापसुद्धा कोणी करतंय ही भावनाच सुखकारक असते हे ओळखून तिला जरा बरं वाटावं म्हणून वसुताई तिला प्रेमानं म्हणाल्या.

त्याच्या प्रेमाच्या शिडकाव्यानं ती लगेच तरारून उठली. डोळे पुसत म्हणाली, “हांऽऽऽ! ती आस बाळगूनच तर जगतेय. नाहीतर काय ठेवलंय या जिंदगानीत!” तिचं दु:ख तर त्यांना स्पर्शून गेलंच. पण कुस्मीच्या प्रश्नांची तड लावायला हवी म्हणून त्या म्हणाल्या, “अगं भगवती, तुम्ही सर्व इथंच राहाता. पुढेही इथंच राहाणार. मग मुलीसाठी इथलाच मुलगा का नाही पाहत?”

“त्याचा विचार नाही केला असं थोडंच आहे? एक तर आम्ही बंजारा जातीचे. रोटीबेटी व्यवहारही आमच्याच जातीत होतात. उंचे लोग आमची मुलगी चालवून घेणार नाही अन् कमतर जातीत आम्ही मुलगी देणार नाही. मग आमच्या जातीचे असे कितीसे मुलगे इथं असणार? दुसरं म्हणजे आमच्यासारखंच चौकीदारी, जुडाई, फरशा लावणं अशी मकानसंबंधी कामं करणारी मुलं कमवायला लागली की, देखादेखी बुरी संगत लागून प्यायलाच लागतात. मग गिरस्तीचा विस्फोट ठरलेला! जे आपण भोगतोय तेच मुलीला कशाला भोगायला लावावं म्हणून म्हणती की गाववालाच बरा.” भगवतीचं तावातावानी ठाम सांगणं.

हे सगळं वसुताईंना नवीन होतं. तरी शेवटचा प्रयत्न म्हणून म्हणाल्या. “हे बघ बाई, तुम्ही तिचे आईबाप आहात. जे काय कराल ते तुमच्या दृष्टीनं तिच्या हिताचंच असणार. पण मलाही ती आपली वाटते. म्हणून मी एक सुचवते. तुला आणखीही तीन मुली अन् एक लहान नि एक मोठा मुलगा आहे. शिवाय नवरा घरात पैसे देतच नाही. त्यामुळे सगळ्यांचं भरणपोषण करताना तुझ्या नाकीनऊ येतात, हेही मला दिसतंय!”

“हांऽऽऽ! सगळ्यांना दिसतं पण त्याला कुठं दिसतं?”

“तर मग कुस्मीला मी माझ्याचकडे ठेवून घेऊ? नेहमीसाठी. तिचं लग्नही मीच करीन. चांगला मुलगा पाहून ती जिम्मेदारी माझी.”

“ना बाबा ना. जातीच्या बाहेर कधी लग्न करायचं म्हटलं, तर माझा मरद तिची हड्डीपसली एक करून टाकेल. अन् तुम्ही फुकटच्या फाकट गोत्यात याल. पुन्हा मी यात शामील आहे अशी शंका जरी आली, तर माझी गठडीच वळेल तो. असा खून सवार असतो त्याच्या डोक्यावर की मला हमेशा भीती असते की त्याच्या हातून काही भलतंसलतं होऊन जाईल अशी! त्यालाही कुठं जेलात चक्की पिसावी लागली, तर माझ्या पोरांचं काय? तुम्हाला अंदाजा नाही तो किती खूँखार आहे त्याचा!” आता मात्र वसुताई हतबुद्ध झाल्या. कुस्मीच्या

भल्यासाठी आपण थोडीफार तोशीस सोसली, तर काय हरकत आहे? आपल्या इतक्या ओळखी आहेत. तिचं कुठंही सहज जुळवून देऊ असा त्यांचा सरळ, साधा हिशोब होता. पण असे काही भयानक फाटे फुटणार असतील तर त्याला काय अर्थ आहे? आपण कोणाचं भलं करायला जावं अन् व्हायचं भलतंच! असे सगळे विचार मनात येऊन त्या तिच्याकडे पाहत डोळे हलवत राहिल्या. जराशानं विचार करून म्हणाल्या, "मी येऊ का तुझ्या नवऱ्याला भेटायला?"

"ना...ना... भेनजी, मुळीच नको. बायकांना काही अक्कलच नसते, असं त्याचं ठाम मत आहे. शक्ती, बुद्धी, कारीगिरी सगळं पुरुषांजवळच असतं. बायका सगळीकडे फक्त राडाच करून ठेवतात असं तो म्हणतो. घराच्या कामातसुद्धा बायका काही सांगायला लागल्या, की त्यांचं बोलणं त्याला आवडत नाही, रागावतो. घरी येऊन मग मला तो वाटेल तसं ऐकवतो. तुमचा त्यानं अपमान केलेला मला मुळीच आवडणार नाही. तेव्हा कृपा करा अन् याबाबत त्याच्याशी बोलू नका." भगवती अगदी अजिजीनं, नमस्कार करून त्यांना म्हणाली.

त्यांच्याकडच्या विशेष समारंभाच्या वेळी उशीर झाल्यावर तिला किंवा कुस्मीला घरी नेण्यासाठी तो कधीतरी आला होता. पण घराच्या समोरच उभा राहायचा. कधी घरात आलेला आठवत नाही. रस्त्यानं खाली मानेनं चालणारा हा फाटका माणूस इतका चक्रम, विचित्र असेल हे त्यांना खरंच वाटेना. हे वेडेवाकडे तिढे कसे सोडवावे याचा उपाय त्यांना सापडेना. निदान आत्तातरी थोडा काळ जाऊ द्यावा मग होईल काहीतरी, असा विचार करून त्या चूप बसल्या.

कुस्मीला वसुताईंचा खूप आधार वाटायचा. तब्येत कधी थोडी नादुरुस्त असली तर तिला त्या बळंबळं दोन-तीन दिवस गोळ्या घ्यायला लावायच्या. कामावर येऊ नकोस आराम कर असं म्हणायच्या. इतरांपेक्षा त्या खूपच मायाळू होत्या हे अगदी सुरुवातीलाच जेव्हा ती आईबरोबर कामास यायची तेव्हाच तिच्या लक्षात आलं होतं. काही खाल्लंस का असं त्या आवर्जून विचारायच्या. हे नऊ-दहा वर्षाच्या कुस्मीच्या छान लक्षात राहिलं होतं. मग दीदीची मुलं सांभाळायला तर खूप बरं वाटलं होतं. घरची किंवा चाचीकडची तिची भावंडं काटकोळी, किरकिरी होती. मग आया त्यांना अफूची बारीकशी गोळी देऊन झोपवून

टाकायची. पण दीदीची मुलं छान टगी होती. मांडीवर झोपवताना, खांद्यावर घेऊन फिरवतानाही इतकं छान वाटायचं. त्यांना लावलेल्या पावडरीचा वास सारखं घेतच राहावंसं वाटायचं. लहान मूल इतकं सुंदर दिसतं, त्याचा स्पर्श इतका मुलायम, हवाहवासा हे तिला इथंच कळलं, अशा कितीतरी गोष्टी नव्यानं कळत होत्या. मुलांना घेण्याआधी आल्या आल्या गरम पाण्यानं, सुगंधी साबणानं अंघोळ करायला लागायची. तेव्हा छानशा टाईल्स लागलेल्या बाथरूममध्ये बसूनच राहावं, अंघोळच करत राहावंसं वाटायचं. राणीचे जुने असले तरी उत्तम प्रतीच्या कापडाचे डिझाईनचे कपडे तिला मिळायचे, ते घालून केस विंचरून, पावडर कुंकू लावून ती आली, की ती कामवाली कुस्मी न वाटता कुस्मावती वाटायची. कोणी आलं की दीदी म्हणायची, "कुस्मावती, बाळाला घेऊन ये बरं इकडे." कुस्मावती हे नाव, ते कौतुकानं बोलावणं, दीदी, तिची बाळं हे सगळं तिला इतकं भावलं की, त्या घराच्या प्रेमातच पडली. कोणी आलं की हात जोडून हसून नमस्कार करायचा, या बसा. म्हणायचं, ट्रेमधून पाणी द्यायचं, नम्रपणे हिंदी, मराठी कसं बोलायचं हे ती इथंच शिकली.

नाहीतर तिच्या घरी सर्व वसवसाटच असायचा. दीदीकडून तीन महिन्यांनी आल्यावर तिच्या वागणुकीतली आदब, कामातला पद्धतशीरपणा, सफाई हे सर्व पाहून कधी, नव्हे ते बापूनंसुद्धा कौतुकाचे चार शब्द उच्चारले. आपला बाप हसतोसुद्धा हे तिला त्याचवेळी पहिल्यांदा कळलं. नाहीतर त्यांना त्याच्या हिरवट, गढूळ डोळ्यांनी नुसतं रोखून पाहिलं तरी जिवाचा थरकाप होऊन जाई. म्हणून या मुली त्याच्याकडे पाहायचंही टाळायच्या. सकाळी उठलं, की खालमानेनं झोपडी आवरणं, भोवतालच्या रेतीमातीचा केर काढणं, पाणी भरून ठेवणं, अम्माला स्वयंपाकात मदत करणं किंवा स्वत:च रोट्या करणं, याशिवाय ती सांगेल ते पटापट करणं, अशा सर्व गोष्टी या मुली अगदी लहानपणापासून करत. यात जरा जरी चूक झाली, तर पेकाटात लाथ, नाहीतर मुस्काटात पडायची. लाड-प्यार या गोष्टी स्वप्नातही दिसत नव्हत्या. मग आईबरोबर नाहीतर एकेकट्यानं इतर ठिकाणची कामं निपटून अंधार व्हायच्या आत घरी येऊन, पुन्हा घरची कामं आटोपून जेवलं की बाप यायच्या आत एका कोपऱ्यात चिडीचूप सगळे झोपून जायचे.

या रुटीनमध्ये वसुताईंचं घर हा तिचा मोठा विरंगुळा होता. त्यांच्याकडचा कामाचा भार असा वाटतच नसे. त्यांच्याकडच्या मिक्सर, टोस्टर, गॅस, चॉपर अशा

स्वयंपाकघरातल्या सोयींनी काम करायला मजा यायची. गाद्या, दुलया, सोफासेट, टीव्हीकेसवरचा पसारा आवरणं, म्हणजेही नवलाई असायची. बागेत वेगवेगळी फुलं असायची, त्यांना पाणी घालताना खूप आनंद वाटायचा. उन्हाळ्यात मोगरा, पावसाळ्यात जुई, थंडीत चमेली फुलायची. ती फुलं देवाला, थोडी बाऊलमध्ये टेबलावर अशी ठेवूनही उरली, तर ती घरी घेऊन जायची अन् कटोरीत ठेवून द्यायची. झोपडीत थोडा सुगंध पसरला, तर अम्माला बरं वाटावं, अशी इच्छा!

राणी तिच्यापेक्षा तीन वर्षांनी तरी लहान होती तरी थोराड होती. त्यामुळे कुस्मीबरोबरीचीच वाटायची. राणीचे कपडे कुस्मीला व्हायचे. पण परिस्थितीमुळे आलेलं शहाणपण कुस्मीजवळ भरपूर होतं म्हणून राणीला मदत करायला, तिच्याशी खेळायला ती नेहमी तयार असायची अन् दोघींचं जमायचंसुद्धा. ऑफीसच्या कामानिमित्त कधी वसुताईंना दुसऱ्या गावी जावं लागलं, तर त्यांच्या नात्यातल्या एक वयस्कर बाई घर सांभाळायला, स्वयंपाक करायला राहत. पण राणीला सोबत करायला कुस्मी यायची. मग दोघी खूप धमाल करायच्या. त्या मानानं सत्यम तिच्यापेक्षा वर्षानंच मोठा होता तरी जरा फटकूनच वागायचा. त्याचे मित्र, त्याचे खेळ, टीव्ही, पुस्तक यातच तो बिझी असायचा. पूर्वी दोघा बहीण-भावांची एकच खोली असायची. त्यावेळी खोलीभर त्याच्या वस्तूंचाच जास्त पसारा असायचा. तो आवरता आवरता कुस्मी परेशान होऊन जायची. क्रिकेटचा कीट, कपडे, पुस्तकांचे ढीग होऊन जायचे. मग राणी 'माझ्या वस्तू ठेवायला जागा रे' म्हणून ओरडायची. मग भांडणं ठरलेली. एरवी एक चॉकलेट अर्धेअर्धे करून खाणारे दोघं हमरीतुमरीवर यायचे, मारामारीही करायचे. सरशी नेहमी आडदांड नि मोठा असल्यानं सत्यमचीच व्हायची अन् रडण्याचं काम राणीकडे असायचं. तरी राणी भांडण्यात पटाईत होती अन् रडून शेवटी आपलं खरं करायची. तिला मदत म्हणून कुस्मी नेहमी सत्यमशी भांडायची. मग तो राणीला राणीमाशी अन् कुस्मीला कुस्मीकाकू या नावांनी चिडवायचा.

एकदा असंच तो राणीला धपाटे घालत असताना कुस्मी तिला म्हणाली, "तो जवळ आला की त्याच्या हाताला, दंडाला चाव म्हणजे मारणार नाही परत." त्याबरोबर रागावून त्यानं कुस्मीलाच धपाटे घालायला सुरुवात केली. ते चुकविण्यासाठी ती खाली वाकून बसली अन् त्याची पोटरी समोर आल्याबरोबर पोटरीला चावली. त्याबरोबर तो कळवळला. अन् मारणं थांबवून ओणव्यानंच पोटरी

चोळू लागला. पण त्याआधीच कुस्मीचा सल्ला अमलात आणण्याची संधी राणी पाहत होती. वाकलेल्या सत्यमचा उघडा खांदा समोर दिसल्याबरोबर त्याच्यावर झडप घालून ती त्याच्या खांद्याला चावली. हे परत काय झालं ते न कळून तो गडबडला अन् धापा टाकत, खांदा चोळत पलंगावर गडबडा लोळू लागला. त्याबरोबर दोघी तिथून पळून गेल्या. कुस्मी खांदे उडवत म्हणाली, "आता सत्तूबाबा वेळ पाहून आपल्या एकेकटीची जास्त कुटाई करेल हं. तयार रहा."

राणीनं मान डोलावली अन् भांडणात जिंकल्याचा आनंदही व्यक्त केला. पण नंतर काय झालं कोणास ठाऊक! सत्यम पूर्वीइतकी मारामारी करेनासा झाला. केव्हातरी पाठीत एखादा गुद्दा किंवा केस ओढणं, दंड ओढणं एवढ्यावरच भांडणाचा शेवट व्हायला लागला. पण त्याच्या गुबगुबीत हाताचं मारणंसुद्धा कुस्मीला आवडायचं. घरी भावाचा, बापाचा मार खाताना त्यांची हाडच जास्त लागायची. आता मोठं झाल्यावरसुद्धा ती त्या दिवशीची मारामारी कुस्मीला अजून साग्रसंगीत आठवत होती. आता तर सत्यम खूप उंच, सडसडीत झाला होता. तरी अजून कपाळावर केस पूर्वीसारखेच यायचे. त्याचे आल्या-गेल्याशी सफाईदार वागणं, मित्रांशी बोलतानाचा आक्रमकपणा, पुस्तकात बुडून जाऊन वाचणं, बाहेरून आल्या आल्या भूक लागली, भूक लागली, म्हणून ओरडणं, आई आई करत आईच्या कमरेला मिठी मारणं, वसुताईंच्या खांद्यावर हनुवटी रोवून उभं राहाणं सगळं सगळं तिला अपूर्वाईचं वाटायचं, मनानं टिपून घेतलं होतं अन् ते सर्व तिला भारीच आवडलं होतं. एरवी तिच्या तो वाऱ्यालाही उभा राहत नव्हता. पण वेळ पडली अन् एखादं काम सांगितलं, तर ते करायला तिला आवडायचं. केव्हातरी त्यानं केलेली थट्टाही आवडायची. सिनेमातल्या हिरोसारखा तो सुंदर, आकर्षक होता. पण आकाशातला चंद्र कसा सुंदर, आकर्षक, आल्हाददायक असला तरी तो आपल्यापासून खूप दूर आहे, आपला हात कधीच तिथपर्यंत पोहोचणार नाही, याची खात्री असते, तशीच तिला खात्री होती.

अशी ती वसुताईंच्या घरात, घरातल्या माणसांत गुंतली होती. ती माणसं तिला आपली वाटत होती. असंच आपलंही घरकुल असावं अशी आस तिच्या मनात मूळ धरून होती.

अम्मा-वसुताईंच्या भेटीचा नतीजा तिला कळला होता. आता काय हा प्रश्न आ वासून तिच्यापुढे उभा होता. जेव्हा तिला भावानं सांगितला की तिच्यासाठी

पाच हजार रुपये बापूला मुलाकडून मिळणार आहेत, तेव्हा तर तिची खात्रीच झाली की, तिच्या नशिबाचं गावंढळ गाव अन् गावंढळ नवरा काही चुकत नाही. आधी रडरड रडली, पण रडणार तरी किती! थकून जाऊन हे सर्व तिनं वसुताईंना सांगितलं अन् म्हणाली, ''मला तर मरून जावंसं वाटतंय. काय उपयोग आहे या जिंदगानीचा!''

''तुझा बापू मरू देईलच कसा तुला? मेलीस तरी यमाकडून परत घेऊन येईल तुला. त्याला पाच हजार हवेत ना तुझे. बरा सोडेल तो! हांऽऽ तर!'' वसुताई गरगर डोळे फिरवत, ओढत परत आणण्याचा अभिनय करत, विनोदानं म्हणाल्या.

त्याबरोबर कुस्मी खी: खी: खी: करत हसू लागली. तिला साथ देत त्याही हसल्या. मग म्हणाल्या, ''बघ अति झालं नि हसू आलं, अशी म्हण आहे. तेव्हा लक्षात ठेव की वाईट वाटलं, फार दु:ख झालं, तरी आपलं मन त्यातून बाहेर पडायचा मार्ग धुंडाळत असतं. दु:खामागून सुख येतच असतं. सारखं बदल होणं हा प्रकृतीचा नियम आहे. फक्त मनाची उभारी कायम ठेवावी. मला वचन दे पाहू हातावर हात ठेवून हांऽऽ असं. आता म्हण मी कधी मरण्याचा विचारसुद्धा मनात आणणार नाही, असलेल्या परिस्थितीत चिकाटीनं मार्ग काढण्याचा प्रयत्न करीन.'' आणि तिनं तसं म्हटल्यावर त्या हसत पुढे म्हणाल्या,''अगं प्रत्येकावरच बरे-वाईट प्रसंग येतात. आमच्यावरसुद्धा आले होते. नवरा गेल्यावर अगदी एकटी पडले होते मी. तोपर्यंत सासरच्यांचं करण्यात श्रम, पैसा, वेळ सर्व खर्च झालं. पण माझं जाऊ दे. तुझ्या अम्माकडे पाहा. कशी ठामपणे उभी आहे. आणखी एक गोष्ट! सगळं वाईटच होईल असा का विचार करायचा? कदाचित तुझा नवरा फारच चांगला असेल, सासू, दीरही चांगलेच असतील. मग तुला हवं तसं आयुष्य तू जगशील. घरातल्यांना, इतरांनाही मदत कर. प्रेम दे, प्रेम घे आणि आनंदात रहा.''

कुस्मीला वाटलं अम्मा म्हणती, जिस घरमें ब्याहके जाएगी वहासे अर्थीपरही बाहर निकलना. त्यापेक्षा वसुताईंच्या विचारांनी केवढं बळ दिलंय असं वाटतं. मग तिनं परिस्थितीशी समझौता करून टाकला.

अलीकडे तिच्या अम्मानं बचत करून गॅस, आरशाचं कपाट वैगरे घेतलं होतं. एकाच कॉलनीत पुष्कळ घरं बांधली जात होती. म्हणून झोपडी मोठी करून

खाली विटांवर कामचलावू प्लॅस्टर करून घेतलं होतं, बोअर वेलचं पाणी, नेहमी पेटणारी ट्यूब, अशा सोयी झाल्या होत्या. हे सगळं पुसून आता गावात शेणामातीचं सारवण, कुब्याचं पाणी आणणं, घासलेटचे दिवे, चुलीवरचा स्वयंपाक, साडीचा घुंघट असल्या गैरसोयींनाच सामोरं जावं लागेल, याची मनाची तयारी करून टाकली होती. कमीत कमी मुलगा धोती लपेटून राहाणारा तरी नसावा, पॅण्ट पेहेननेवाला असावा अन् त्याचे केस सत्तूबाबासारखे कपाळावर झुलणारे असावेत, अशी ती देवाची प्रार्थना करत होती.

पण लग्न मंडपात ती दुल्हनच्या वेशात सजून घुंघट घेऊन लग्नघडीची वाट पाहत असताना तिची सर्वांत लहान बहीण सोना तिच्या कानाला लागली. म्हणाली, "दीदी, जीजाजी तो एक पाँवसे लंगडा के चलते है, कहते है की उनको बचपनमें पोलिओ हुआ था।"

काही क्षणभर तर तिच्या काही लक्षातच आलं नाही. आलं तेव्हा "नहीं नही मुझे नहीं करनी है ये शादी" असं म्हणत उभी राहिली. "कुठं आहे तो कुआँ? मी मारते त्यात उडी. अम्माऽ, जाते गंऽ!" असं म्हणत ती पुढे झाली. पण खरं तर तिच्या तोंडून एकही शब्द फुटला नव्हता, तिला उठवतही नव्हतं, नुसतंच डोळ्यांतून पाणी गळत होतं. सगळ्यांना वाटलं पियेर सोडून जावं लागणार म्हणून रडतीये. म्हणून तिच्या मेंदी लावलेल्या तळहातांना दोघी बहिणी हळूहळू थोपटू लागल्या. त्याबरोबर तिला वसुताईंचा तळहातावरचा स्पर्श आठवला. दिलेलं वचनही आठवलं. पण मनात हाहाकार उठला होता. आता कसलं वचन नि कसलं काय! "अरे भगवाना, काय करू रे? इधर जाऊ या उधर जाऊ? बता दे रे."

■ ■ ■

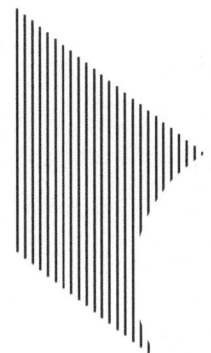

८ । कथा एका व्यथेची

अंगणात झाडांच्या सान्निध्यात बसून मी एक छानसं पुस्तक वाचत होते. तेवढ्यात नयना अन् संगीता धडधडतच आल्या. संगीता तिची कायनेटिक गेटमधून आत येऊन उभी करेपर्यंत तर नयना घाईनं माझ्यासमोर येऊन खुर्चीत बसकण मारत म्हणाली, ''अरे, तुम्ही लोक करता काय? नुसत्या काऊचिऊच्या कथा लिहिता अन् कल्पनेच्या राज्यात विहार करता का? समाजाच्या उपयोगी गोष्टींकडे तुम्ही डोळेझाक का करता?'' एवढी तोफ माझ्यावर डागल्यावर तिला दम लागला.

ती पूर्वीपासून अशीच आक्रमक शैलीत बोलते. जणू आपणच काही गुन्हा केलाय, असं ऐकणाऱ्याला वाटावं. ''अगं बाई जरा श्वास घे, पाणी पी नि मग बोल. पावसाच्या झडी थांबल्यात पण तुझं बरसणं चालू राहू दे. ए, तुला माहीत आहे हं. उगीच काहीतरी मी कधी खरडलं नाही. काही कुठले प्रॉब्लेम विशेषत: स्त्रियांचे सांगण्यासाठीच मी लिहिते. आता बोल तुझा काय प्रॉब्लेम आहे?'' तिला पाणी देत मी विचारलं.

''प्रॉब्लेम माझ्या एकटीचा नाहीये. माझा, तुझा, आपल्या पोरींचा, सगळ्या समाजाचाच आहे, असं म्हणत तू टीव्ही पाहत नाहीस का? तुला जे समोर दिसतं त्याविरुद्ध जोरात ओरडावंसं नाही वाटत का? ती एक जाहिरात येती परफ्यूमची. त्यात एक मुलगा ते परफ्यूम लावतो अन् कुठून कुठून मुली धावत येतात.

पोहोणाऱ्या, डोंगरावरून घसरणाऱ्या, धावणाऱ्या, धडपडणाऱ्या, अगदी कमी लांबी-रुंदीची अंतर्वस्त्रं घातलेल्या, अशा मधमाश्यांसारख्या घोंघावत त्यांच्याकडे झेपावतात अन् तो मस्त हसत असतो. 'मधमाश्यांसारख्या घोंघावत' हेच त्यांचं वर्णन योग्य आहे आणि डोळ्यांत वखवख! असा वखवखलेपणा पडद्यावर दाखवलाच पाहिजे का? ते पाहिल्यावर मी तर भयंकर अस्वस्थ झाले. अशाच अनेक जाहिराती, अनेक टॅलेंट हंट शोज, अनेक कार्यक्रम अस्वस्थ करतात. सिनेनट्या, मॉडेल्स, टीव्ही नायिका कुठल्याही कार्यक्रमात अगदी शोभलं नाही, तर अर्धनग्नच हिंडत असतात. जणू त्यांना म्हणायचं असतं की पुरुषांच्या वासना चाळवण्याशिवाय त्यांना काही कामच नसतं. ती छलाईका खटारा...''

"ही कोण छलाईका?'' संगीतानं मध्येच विचारलं.

"ती गं, ती मॉडेल, नृत्याच्या कार्यक्रमास परीक्षक म्हणूनही येते अन् स्वत:ही चवन्नी छाप नाचते ती. मी तर तिला खटाराच म्हणते. परवाच्या एका टीव्ही कार्यक्रमात अर्ध्यापेक्षा जास्त मांड्या अन् अर्धी छाती उघडी टाकून बसली होती. मात्र तिच्या आजूबाजूला बसलेले दोघं पुरुष पूर्ण बाह्यांचं शर्ट-कोट-पॅंट घालून बसले होते. जणू अर्धनग्नता हाच तिचा ड्रेसकोड होता. परीक्षक म्हणून बसतानाही तिच्याबद्दल आदर वाटावा असा वेश घालावा, असं तिला वाटत नाही. ती करिनाही 'सारेगमप' या 'झी'च्या शोमध्ये अशीच हिंडत होती अन् मधूनच काखेतून ड्रेस वर ओढत होती. जणू तो खाली सरकत होता. खराच ड्रेस सरकत असला तर असं घालून येणं किती अयोग्य आहे आणि ड्रेस सरकत असल्याचा ती केवळ 'शो' करत असेल, तरी ते किती आक्षेपार्ह होतं? स्टेजवर उभं राहून भोवती तरुण मुलं, मुली, परीक्षक उभे असताना अशी हालचाल करणं चीप नाही का वाटत? तसाच प्रकार अंताक्षरी, व्हॉइस ऑफ इंडिया, अशा कार्यक्रमांतही दिसतो.

कार्यक्रमाचं संचालन करणारा अन्नू कपूर पूर्ण पोशाख घालतो. मात्र जूही परमारच्या ड्रेसला बाह्या, खांदे बहुधा नसतातच. असली तरी एखादी नाजूक दोरी असते. का? जणू काही बाह्यांचा ड्रेस घातला, तर तिचा आवाज बसूनच जाईल. तसंच टॅलेंट हंट शोजमधल्या साध्याशा मुलींचा मेकअप, केशरचना, ड्रेसेस (काळे) इतके भयानक असतात, की त्या मुली चांगल्या दिसण्याऐवजी हिडीसच दिसतात. त्या मुलींचं स्वरूप असं का बदलून टाकायचं? वर म्हणायचं

गाण्याचे कार्यक्रम नुसते ‘ऐकण्या’ऐवजी आता ‘बघायचे’ असतात. छाती, खांदे उघडे पाडले तर त्या मुली दर्शनीय होतात का? हा त्या कलाकारांवर एक प्रकारे अन्याय, अत्याचारच नाही का?

इकडे मूक प्राण्यांवर अत्याचार होऊ नये म्हणून समाजात अनेकजण क्रियाशील असतात. सर्कसमधल्या प्राण्यांवर अत्याचार होऊ नये, माकडांना मदास्यानं त्रास देऊ नये, अस्वलाला दरवेशानं टोचू नये, असं हिरिरीनं प्रतिवादन करणारे आपण, तरुण मुलींना आपली कला सादर करायची असेल, प्रगती करायची असेल, तर मात्र अर्धनग्न व्हायची तयारी ठेवायला हवी, असं कसं म्हणू शकतो? हा त्या मुलींवर अत्याचारच नाही का?'' अतिशय संतापून नयना विचारत होती. तिची तळमळ शब्दाशब्दांतून दिसत होती.

मी म्हटलं, ''तुझं म्हणणं अगदी खरं आहे नयना. डोळसपणे तू सगळीकडे पाहातेस अन् या गोष्टी चुकीच्या आहेत, हे तुला अन् मलाही जरी वाटले, तरी कार्यक्रम करणारे जे लोक आहेत अन् त्यांच्या नियमाप्रमाणे त्यात भाग घेणारे जे आहेत त्यांनाही हे सर्व जर पसंत असेल, तर आपण काय करणार?''

''पण आम्हाला ते दाखवतात ना? एकीनं केलं की दुसरीलाही ते करावंसं वाटतं किंवा करणं भाग पडतं अन् मग तोच ट्रेंड चालू होतो त्याचं काय?''

''मलाही तेच म्हणायचंय. आपल्याला काय करायचंय, आपल्याला आवडत नसेल, तर पाहू नये असं म्हणून नुसतं चालणार नाही. आपल्या विचारांना, संस्कारांना, कलाप्रकारांनाही सुरुंग लागायची वेळ आली तरी आपण काही करायचं नाही का?'' संगीताही आता सरसावली.

''म्हणजे तुलाही असंच काही म्हणायचंय का?'' मी विचारलं.

''तर गं! अगं, या ‘शोज’मध्ये उगीचच जवळीक दाखवायचा जो ‘शो’ असतो तो नाही आवडत.''

''पण ती काही सांगायच्या आधी मी माझं म्हणणं पूर्ण करते आधी.'' पुन्हा आवेशात येऊन नयना आपली बाजू मांडू लागली– ''आपण तरुण मुलामुलींना उच्च शिक्षणासाठी कॉलेजात घालतो. नाही का? त्यांना खूप अभ्यास करायचा असतो. त्यासाठी त्यांना ते एकाग्र होतील, असं स्वच्छ वातावरण द्यायला नको का? समोरच्या पडद्यावर नटीची अर्धी छाती नि मांड्या उघड्या पाहिल्यावर

आपल्या बरोबरीच्या मुलीच्या अंगाचा विचार तरुण मुलांच्या मनात येणारच; आणि त्यांनी काही कॉमेंट्स केल्या, काही आगळीक केली की मुलीला ते त्रासदायक, अपमानास्पदच वाटणार. हेही एक प्रकारचं रॅगिंगच नाही का? ही परिस्थिती बदलायला नको? तरुण मुलींनाही ते पाहायला आवडत नाही. तसंच माझ्या दहा वर्षांच्या नातींनी एकदा टीव्हीवर नुसते अंडर गारमेंट्स घातलेल्या, लचकत, मुरडत चालणाऱ्या मुली पाहिल्या अन् ती हबकूनच गेली. तिच्या प्रश्नांना उत्तर देताना माझी पुरेवाट झाली, ती अन् तिच्या वयाची मुले-मुलीसुद्धा समाजाचा घटक आहेत ना? त्यांचा विचार का नाही करायचा? शिवाय समाजातल्या वयस्कर लोकांचाही विचार नको व्हायला? उघड्या-नागड्या मुली अन् त्यांच्या कामुक हालचाली टीव्हीवरच्या पिक्चरमध्ये आल्या की माझ्या आईला बघवत नाही. काहीतरी कारण काढून ती तिथून निघून जाते. मग आम्ही ओशाळतो. वाटतं आपण निर्लज्ज झालो आहोत का? आमच्या शेजारचे बाबूजी अन् त्यांचे मित्र ध्यान, प्राणायाम यात मग्न असतात. त्यांच्याही मन:शांतीवर दरोडा घातल्यासारखं नाही होत का? त्यांनी टीव्ही पाहायचा नाही का? चांगली करमणूक पाहायची त्यांना म्हणजे वरिष्ठ नागरिकांना हक्कच नाही का नि चांगली करमणूक देण्याची जबाबदारी चॅनेलवाल्यांची नाही का?''

''हे तर तू घरगुती लोकांचं सांगतीयेस अगं! समाजात खलप्रवृत्तीचे लोकही असतात. करमणुकीच्या नावाखाली भडक कार्यक्रम पाहिले, की तर ते जास्तच चेकाळतात. सिनेनट्या, मॉडेल्स तर त्यांच्या मनोऱ्यात सुरक्षित असतात. पण रस्त्यावरच्या मुली मात्र सुरक्षित नसतात. परवाच पेपराला वाचलं ना, की गोकुळ अष्टमीला रात्री देवळातून आईबरोबर परतणाऱ्या मुलीला गुंडांनी पळवण्याचा प्रयत्न केला होता. जवळच तिच्या मैत्रिणीचं घर होतं तिथं ती धावत गेली अन् इतर माणसं मदतीला आली म्हणून ती वाचली. पण या नंतर ती अन् मधे पडून जायबंदी झालेली तिची आई काय भयंकर मानसिक तणावाखाली जगत असतील! अशा कित्येक केसेस होत असतील ज्या आपल्यापर्यंत येतच नाही.'' संगीता म्हणाली.

''पण हे सगळं आधीसुद्धा होतंच बरं का. सगळ्या वाईट गोष्टींचं खापर टीव्ही कार्यक्रमांवर फोडणं बरोबर नाही. म्हणजे मी त्यांची बाजू घेतेय असं नाही. पण त्यांचा बचावमुद्दा काय असू शकतो ते सांगते आहे.'' मी म्हटलं. तर दुसरी बाजू मांडली नि त्यांना चिडवलं, ''होऽऽ! पण हा वकिली डावपेच झाला आणि अट्टल गुन्हेगारसुद्धा वकिलांच्या मदतीनं सुटतात अगदी निरपराध म्हणून! पण तरी आपण

त्यांना गुन्हेगार म्हणून न्यायालयासमोर खेचतोच ना? गुन्हा सिद्ध झाला नाही तरी तो झालेला असतोच ना?

हल्ली फिल्मी काय नि टीव्हीवरची काय नृत्यं तर अगदी उबग आणणारी असतात बहुधा! काही वेळा पाश्चात्त्य नृत्यप्रकार आपल्यावर थोपवण्यासाठी ते कार्यक्रम असतात, तर काही वेळा त्यांच्या नृत्यांची अगदी घाणेरडी नक्कल असते, त्यात आपले शास्त्रीय नृत्यप्रकार दिसतच नाही. दिसलेच तर अगदी क्वचित! नृत्य म्हणून बुगीवुगी या नृत्य कार्यक्रमात काही वेळा जे काही असतं ते इतकं सवंग अन् रद्दी असतं, की आपल्याला ते बघवतच नाही. नृत्य म्हणजे छाती अन् कंबर शक्य तितक्या लवकर लवकर हलवणं असाच समज सगळ्या स्पर्धकांचा असावा, असं वाटतं. त्यातही फिल्मी नट्यांची नक्कल असतेच.

नाहीतरी स्पर्धक वेड्यावाकड्या उड्या मारणं अन् हातवारे करणं म्हणजेच नृत्य असं समजतात. यात कुठंही लालित्याचा दूरान्वयानंही संबंध नसतो. तरुण, तरुणी अगदी मोठ्या बायकाही प्रसिद्धीच्या हव्यासापोटी अशाच पद्धतीनं नाचतात. पण जेव्हा छोट्या मुलामुलींना ट्रेनिंग देऊन अशाच पद्धतीनं नाचवलं जातं, तेव्हा लक्षात येतं, की आपली नवी पिढी किती चुकीच्या मार्गानं जातेय अन् चीड येते. कला या शब्दाचा त्यांना अर्थच माहीत नाही. मग कलासाधना कुठली? काहीतरी करून झटपट प्रसिद्धी मिळवणं, हाच एकमेव हेतू वाटतो आणि त्याला हे प्रोग्रामवाले खतपाणी घालतात. कुठलीही कला पाहिल्यावर आपल्या चित्तवृत्ती प्रसन्न व्हायला हव्यात, तुमच्या भावनांचं उन्नयन व्हायला हवं, परमानंदाची अनुभूती व्हायला हवी. पण हे आम्हाला काय दाखवतात? तर हिडीस लटके-झटके! आपल्या मुलांना वाटतं हेच खरं नाचणं! कारण दुसरं काही पाहायला टीव्हीवर किंवा बाहेरही मिळतच नाही.

तिचं गत गाण्याचीही टॅलेंट हंट शोमध्ये परीक्षकच सांगतात, की तुम्ही रफीची, किशोरकुमारची नक्कल करू नका. आता तशा तऱ्हेची गाणी (म्हणजे मधुरगाणी) कोणता नट म्हणतो! त्याऐवजी तुम्ही स्वतःचं गाणं म्हणा. (म्हणजे आम्ही सांगतो तर ओरडून म्हणा.) ती गाणी तासभर ऐकली की डोकं चढून जातं. यांनी म्हणजे संगीतकारांनी आरडाओरड्याचीच गाणी तयार करायची. आम्हाला जबरदस्तीनं ऐकवायची अन् वर म्हणायचं आजकाल अशीच गाणी पॉप्युलर होतात, लोकांना अशीच गाणी आता आवडतात. हे सगळं पाहिल्यावर वाटतं, की कोणीतरी

यांचे कान धरून यांच्याकडून हे काम मुद्दाम करवून घेत आहे. अशीच काही वर्षं गेली की जुनी गाणी चलनातून बाद होतील, लोक माधुर्य विसरूनच जातील, शामच्या नृत्यातलं लालित्य विसरूनच जातील.'' उद्वेगानं संगीता बोलत होती.

''पण यावर उपाय आपण शोधून काढायला नको का?'' मी विचारलं.

''आपण काय करणार गं! आपण काय चॅनेल उघडू शकतो? टीव्ही तर नको असलेले सगळे कार्यक्रम घेऊन आपल्या दारातच ठाण मांडून बसलाय.'' संगीता हारल्यागत म्हणाली.

''आपल्यासारखेच अनेकांना वाटत असेल अन् नसेल. लक्षात आलं तर आपल्या नव्या पिढ्या आपले शास्त्रीय नृत्य, गायन, वादन या कलापासून दूर होत आहेत, हा धोका सगळ्यांना दाखवून द्यायला हवा.'' नयना ठासून म्हणाली.

''समजा ते आपण शंभर लोकांना दाखवून दिलं तरी काय होईल?'' मी विचारलं.

''असे शंभरजण एकत्र आले तरी हरकत नाही. अगं, आपण काही कलाकार नाही. तरी आपल्या कलाबद्दलची सगळ्यांची अनास्था, दुर्गती पाहून वाईट वाटतं. मग जे स्वत: कलाकार असतील त्यांना काहीच वाटत नाही? ते डोळे मिटून का बसतात? त्यांनीच यावरचा उपाय सांगावा. निदान त्यांचे विचार तरी ऐकवावेत. सगळ्यांनी याबद्दलचा विरोध वर्तमानपत्रांना, मासिकांना, नेत्यांना, मंत्र्यांना, सरकारला पत्र लिहून कळवावा. सह्या करून निवेदनं पाठवावीत. अगदी रान उठवायला हवं म्हणजे काही बदल होईल.'' नयना म्हणाली.

''मला वाटतं लहान मुलांनाच आपल्या कलाप्रकारांची ओळख करून द्यायला हवी. तिथूनच सुरुवात करायला हवी. तरुण पिढी तर पाश्चात्त्य विचारांत, रंगांत रंगून गेली आहे.'' संगीता विचार करत डोळे बारीक करून म्हणाली.

''मग शाळांकडे मोर्चा वळवला तर?'' मी विचारलं.

''म्हणजे काय?'' संगीतानं न कळून विचारलं.

''म्हणजे एक संस्था काढायची. त्यातल्या सभासदांनी प्रत्येक शाळेत जाऊन शास्त्रीय संगीत, नृत्य शाळेत शिकवलं जातं का याची चौकशी करायची. हे विषय जर नसतील शिकवले जात, तर ते शिकवण्याची व्यवस्था करण्याची विनंती करायची. त्याबद्दलचा अहवाल तयार करून शासनाला द्यायचा. नुसते महोत्सव करून चालणार नाही. ते तर हवेतच. पण त्यात सहभागी होणारे मोठेच असतात.

लहान मुलांपर्यंत ते लोण पोहोचतच नाही. म्हणून सगळ्या शाळांमधून हे विषय शिकवायला हवेत, यावर जोर द्यायला हवा. सगळी परिस्थिती पेपरमधून प्रसिद्ध करायची. याला सतत चालना मिळेल, असा सतत प्रयत्न करायचा. हे कार्य सफल करण्यासाठी वरिष्ठ नागरिकांची कार्यशक्ती, महिला समाजाची कार्यशक्ती या कामांकडे वळवायला हवी. मनुष्यबळ अन् आर्थिक बळ या दोन्ही मुख्य गोष्टी कोणतंही काम सफल करण्यासाठी लागतात. त्या मिळाल्या की अर्धी लढाई जिंकली असं होतं.'' मी भराभर त्यांना मदत करण्याची योजना आखली. महत्त्वाच्या गोष्टी मार्गी लावायच्या असल्या, तर काय करावं याचा विचार मीही कधीतरी करून ठेवला होता.

संगीतानं उत्साहानं मला मिठीच मारली अन् म्हणाली, ''तू तर सगळा आराखडा तयारच ठेवला होतास जसा काही. आता आमची सगळी काळजी मिटली आम्ही अगदी योग्य व्यक्तीच निवडली आमच्या मनातली व्यथा सांगायला. तूच कर आता जे काय करायचं ते. संस्था काढ, कार्यकर्ते मिळव, सरकारदरबारी आपली व्यथा सांग. आम्ही तुला हवी ती मदत करू हं.'' तिनं तोंड भरून आश्वासन दिलं.

संगीतानंही तिचीच री ओढली, ''समाजाला तुमच्यासारखे विचारी लोकच दिशा देऊ शकतात. कुठल्या गोष्टीवर तू लक्ष केंद्रित करावंसं म्हणजे समाजाचं काम योग्य मार्गानं जाईल हे आम्ही तुला सांगून टाकलं. यापुढेही हे काम आम्ही हौशीनं करूच बरं. पण आता मात्र मला अर्ध्यातासात घरी पोहोचलंच पाहिजे. मी कुठं अजून रिटायर झालेय तुझ्यासारखी! किती कसरत करावी लागतेय मला अजून. म्हणून निघते आता.''

अन् मी उडालेच. त्यांनी कशी सुरुवात करावी याबद्दल मी मार्गदर्शन करायला गेले, तर त्यांनी माझ्याच गळ्यात सर्व घातलं. मी काही बोलू बघत होते, चहा-नाश्त्यासाठी थांबवत होते. पण त्या दोघी आल्या तशाच धावपळ करत निघूनही गेल्या. म्हणजे माझ्या फिरकी घेण्यासाठी त्या निघून जाण्याचं नाटक करत होत्या. अन् काही भरीव काम करण्यासाठी त्या लगेच येणार आहेत की मला एक मोठं काम करायची प्रेरणा देण्यासाठीच त्या आल्या होत्या? म्हणजे हात झटकून मोकळं होण्याची आपली मूळ प्रवृत्तीच त्यांनी दाखवली का की खरंच कंबर कसून त्या त्यांच्या व्यथेच्या मागे लागणार आहेत? त्या जोपर्यंत पुन्हा भेटत नाहीत तोपर्यंत मला कळणारच नाही. पण मला माझ्या स्वभावानुसार टेन्शन आलं. माझी प्रकृती,

सीमितशक्ती, मध्यमवर्गीय आर्थिकबळ लक्षात घेता, हातून कितपत काही भरीव घडेल याबद्दल मी साशंक होते. आता प्रश्न आहे की त्यांनी सांगितलेलं काम मिशन समजून मीच पुढे न्यायचं की या कानानी ऐकून त्या कानानी सोडून द्यायचा निगरगट्टपणा मीही करायचा, की इतर कोणा योग्य व्यक्तीला शोधून जी माझ्यापेक्षा वयानं लहान असेल, माझ्यापेक्षा कल्पक असेल, माझ्यापेक्षा जास्त शक्ती-बुद्धी असलेली असेल, तिला हे सर्वांत महत्त्वाचं काम करायला प्रेरित करायचं?

विचार करता करता अंधार केव्हा झाला ते कळलंच नाही. वरच्या अंधाऱ्या, कुंद आकाशातून काही संकेत मिळेल का या आशेनं मी वर पाहत राहिले.

■   ■   ■

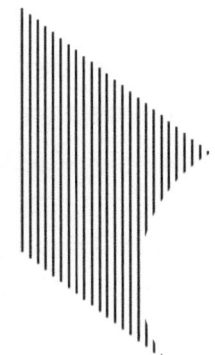

९ ‖ संजीवनी

मंगलाष्टकं संपली अन् टेपवर बिसमिल्ला खाँची सनई सुरू झाली. त्या हृदय उंचबळून टाकणाऱ्या मंगल स्वरांवर झुलत वधूच्या हातातली भरघोस फुलांची माळ वराच्या गळ्यात पडली. वरानंही वधूकडे हसत हसत पाहून आपल्या हातातली माळ तिच्या गळ्यात घातली. सगळ्यांनी आनंदानं टाळ्या वाजवल्या. करवल्यांनी आपल्या हातातल्या तांब्यामधलं पाणी दोघांच्या डोळ्यांना लावलं. तिथं अतिशय शिस्तबद्ध काम चालू होतं. इतर ठिकाणासारखा लग्नाच्या वेळचा गडबड, गोंधळ, दोघादोघांनी एकाच वेळी तारस्वरात मंगलाष्टकं म्हणणं असं काहीही नव्हतं. मुलं गर्दीत घुसून पुढे पुढे जाण्याचा प्रयत्न करत नव्हती. फोटोग्राफरचा, व्हिडिओवाल्याचा कोन लक्षात घेऊन आपण त्यात आलोच पाहिजे, अशा हेतूनं बायकाही धडपडत नव्हत्या.

त्याऐवजी इथं वरच्या प्लॅटफॉर्मवर फक्त वर-वधू पाटांवर उभे होते. त्यांच्यामागे करवल्या नि मधे अंतरपाट धरणारे दोघे गुरुजीच फक्त होते. बाजूला उभं राहून मंगलाष्टकं म्हणणारं जे कोणी असेल ते माइकवर आपली मंगलाष्टकं म्हणत होतं अन् नंतर लगेच माईक दुसऱ्याच्या हाती सोपवत होतं. त्यामुळे प्रत्येक कवनाचा अर्थ सर्वांना कळत होता अन् म्हणणाऱ्यालाही समाधान वाटत होतं. बाकीचे सर्व खालच्या जागेत शक्यतो रांगेतच उभे होते. मुलं सर्वांच्या पुढे उभी होती. त्यामुळे व्हिडिओ ऑपरेटरचं

कामही सोपं झालं होतं.

लग्न लागल्यावर पुढचे विधी करण्याआधी वधू-वरांना सुशोभित खुर्च्यांवर बसवलं. त्यामुळे भेटायला येणाऱ्या लोकांना सोयीचं झालं. संजीव म्हणजे वरानं सुंदर जोधपुरी ड्रेस घालून साफा बांधला होता, सारिका डाळिंबी शालू नेसून बिंदी, कमरपट्ट्यापासून दागिने घालून सजली होती. त्यांच्याशेजारी दोन्हीकडच्या दोन मुली वही-पेन घेऊन बसल्या होत्या. मागे सुंदर रंगीत फुलाचं अतिशय नयनरम्य डेकोरेशन केलं होतं. हॉलमध्ये अन् स्टेजवर हारही लटकत होते, सगळीकडे चमकदार रंगीत पताकाही लागल्या होत्या. मग कोणी कोणी हळूहळू खुर्च्यांवरून उठून आहेर द्यायला येऊ लागलं. हे सर्व चित्र इतकं देखणं होतं, की लग्न लागल्यानंतर स्थिरस्थावर होऊन खाली खुर्च्यांवर बसलेले आमंत्रित भान हरपून सगळा सोहळा पाहत होते. मंद सनई वाजत होती. मुलींनी, स्त्रियांनी माळलेल्या मोगऱ्याच्या गजऱ्याच्या गंधात निरनिराळ्या पर्फ्यूम्सचे सुवास मिसळत होते. त्यात अत्तर-गुलाबपाण्याचा सुगंध मिसळून त्या सुगंधाच्या लाटा सनईच्या लहरींवर आरूढ होऊन सगळीकडे पसरत होत्या, वातावरण अधिक प्रफुल्लित करत होत्या. वाटत होतं हे सारं कधी संपूच नये.

एवढ्यात कोणी तरी चिरक्या आवाजात ओरडलं, "अरे अतुल, सुशांत, सुमेधा इकडे पाहा." आणि या आवाजाबरोबर आमची तंद्री भंग पावली. एक मुलगी डावा पाय ओढत चालत पुढे आली. डावा हात मगगटाजवळ वाकडाच होता. पण उजव्या हातानं बोलवण्यासाठी ती दाराजवळ खेळणाऱ्या सात-आठ मुलांच्या घोळक्याला खाणाखुणा करत होती. आधी त्या मुलांचं तिच्याकडे लक्षच नव्हतं, ती सारी आपल्याच बोलण्यात गर्क होती. म्हणूनही मुलगी आणखी थोडी पुढे येऊन हाका मारू लागली. नंतर म्हणाली, "शुरेखामावशी तुम्हाला बोलवतीये. लौक्कर यानं!" ती 'स'ऐवजी 'श' म्हणत होती अन् उच्चारही विचित्रच वाटले. एव्हाना सर्वांच्या नजरा तिच्याकडेच वळल्या होत्या. सगळ्याच मुलांप्रमाणे तिनंही एक सुंदर ड्रेस घातला होता. पण काय कारणानं कुणास ठाऊक! तिला तो शोभतच नव्हता. इतर मुलांपेक्षा ती थोडी उंचाडी वाटत होती. म्हणजे अकरा-बारा वर्षांपेक्षा जरा मोठीच असेल. पण या वयाच्या मुलींना जशी वागण्या-बोलण्याची, स्वत:च्या हालचालींची जाणीव आल्यासारखं वाटतं तसं काही तिच्याबाबतीत वाटत नव्हतं, पातळसेच केस पोनीटेलमध्ये बांधले

होते नि वर गजराही माळला होता. वाटलं, बोलताना ती जरा जास्त 'आ' करत होती. जणूकाही शब्दांचा उच्चार करायला तिला बरेच कष्ट पडत होते अन् मानसुद्धा मधूनच भलत्यावेळी वाकडी करत होती. बहुधा काहीतरी डिफॉर्मिटी असावी. तिच्या तिथं येण्यामुळे एकदम सुंदर वातावरणाला तडा गेल्यासारखं वाटलं. खूप मेवे घातलेल्या, गरमगरम केशरीभातात खाताना एकदम दाताखाली खडा यावा तसे अनेकांचे चेहरे झाले. एवढ्यात कोणा मुलाचं तिच्याकडे लक्ष गेलं अन् ते सगळे धावत तिच्याकडे आले. तिनं हात आतल्या बाजूकडे करून काही सांगितलं. तशी सगळी मुलं तिला ओलांडून आत पळाली. जाता जाता कोणाचा तरी तिला धक्का लागला अन् ती हेलपाटली. जवळच एक खुर्ची असल्यानं ती पडली नाही. पण खुर्चीवरच जरा वाकडी झाली. त्या मुलानं पुन्हा तिच्याजवळ येऊन तिला नीट सरळ उभं केलं अन् खुर्चीकडे बोट करून काही सांगितलं. बहुधा खुर्चीवर बसं असं म्हणाला असावा. पण तिला कुठलं चैन पडतंय! मुलांच्या मागे तीही उत्साहानं आत गेली- तशीच पाय ओढत.

हातात सरबताचा ग्लास घेऊन माझ्याशेजारी खुर्चीत बसलेली माझी मैत्रीण विशाखा म्हणाली, ''किती बेसुरी मुलगी आहे ना ही? अशा मुलांना आतच का बसवून नाही ठेवत? कुठे पडलीबिडली, तर सांडलवंड व्हायची, कोणाचे कपडेही खराब व्हायचे. इतक्या सुरेल, सुंदर वातावरणाला एकदम गालबोट लागल्यासारखं वाटलं बघ! खरं तर अशा मुलांना आणूच नये अशा थाटामाटाच्या समारंभाला.''

तिचं म्हणणं अगदीच खोटं आहे असं म्हणता आलं नसतं. कदाचित अनेकांना तसं वाटलंसुद्धा. पण तीही लहानच होती. असेल वेडीवाकडी. पण तिलाही सगळ्यात उत्साहानं भाग घ्यायची इच्छा असेल अन् कोणावरही अशी शेरेबाजी करणं कितपत योग्य आहे, असं वाटून मी म्हटलं, ''असेल गं कोणी नातेवाईकच. घरच्या लग्नात सगळे येणार, तर तिलाही आणली असेल. तू भारी एकदम टोकाचा निर्णय सुनावतेस.''

''मी कोण निर्णय सुनावणारी? तुला तरी तिला पाहायला आवडलं का ते खरं सांग.'' विशाखा म्हणाली.

''आपल्या आवडण्याचा प्रश्नच कुठं येतो? तो तिच्या असण्याचा प्रश्न आहे. आपण फक्त संजीवलाच आपल्या मुलाचा मित्र म्हणून ओळखतो. आपल्याइतपतच

ओळखीच्या कुटुंबातली ती असती, तर कदाचित लग्नाला येणाऱ्यांनी तिला आणलंच नसतं. पण ज्याअर्थी ती आत-बाहेर करतेय, मुलांना नावानं बोलावतेय त्याअर्थी ती अगदी जवळच्या नात्यातली असावी. आपण तिला पहिल्यांदाच पाहिली म्हणून थोडं विचित्र वाटलं एवढंच. घरातलीच ती असली तर इकडेतिकडे फिरणार नाही? इतर मुलांप्रमाणेच लग्नसमारंभात, उत्सवात, मजेत भाग घ्यायचा तिला अधिकार नाही का?''

''तू तर तिचं वकील पत्र घेतल्यासारखं बोलतीयेस.'' विशाखा रागात म्हणाली.

''मी तर ओळखतही नाहीये तिला. मग वकीलपत्र कसं घेईन? मी फक्त शक्यता सांगितली.''

''पण आपण कशाला उगीच वाद घालायचा? मला वाटलं ते मी सांगितलं. असं पाहा, आपण अपंगांच्या शाळेत गेलो, तर तशी मनाची तयारी करून जातो. तिथं मी डोनेशनसुद्धा देईन. पण जेव्हा लग्नासारखा समारंभ यांनी इतक्या डोळसपणे, सौंदर्यदृष्टी ठेवून अ‍ॅरेंज केलाय, तर या कुरूपतेचं दर्शन कशाला घडवायचं? आम्ही आनंदात डुंबत असताना तिला पाहिल्यावर एकदम दचकायला झालं.'' नाराजीनं विशाखा तणतणली.

''अगं, पण सगळेच कुठं तुझ्यासारखे सुंदर असणार? किंवा जन्मभर सौंदर्यदृष्टीच फक्त कशी जोपासणार? दुनियेत कुरूपताही आहे ना? त्यांनी काय बुरखे घालून राहायचं?'' या वयातही विशाखा कपडेलत्ते, स्वत:चं सौंदर्य याबद्दल भलती चिकित्सक होती. एकीकडे मला तिचं कौतुकही वाटायचं. सौंदर्यदृष्टी वाईट आहे असं कोण म्हणेल? पण फक्त आपण, आपलं घर, आपला संसार अत्यंत देखणा असताना याबद्दल तिचा आत्यंतिक आग्रह होता. त्या पायी स्वत:चे सासू-सासरे जवळचे नातेवाईकही तिनं तोडले होते. हे मात्र मला मुळीच योग्य वाटलं नव्हते. पण ती मला म्हणायची, ''सगळ्यांच्या उस्तवाऱ्या करून जरासं काही चुकलं, की पुन्हा तुझ्यावर दोषारोपण होतंच ना? मला त्या कटकटीच नको आहेत. माझ्या दृष्टीनं हाच सुखाचा मूलमंत्र आहे.'' पण हे तिचं म्हणणं मला कधी पटलं नव्हतं.

हे सगळं आठवून मला तिला सांगावंसं वाटलं. ''बाई गं, फक्त स्वत:चाच, स्वत:च्या आनंदाचा विचार करून चालतं का? दुसऱ्याचा विचार करायची तुला

सवय आहेच कुठं? पण माझं हे सांगणं ती सरळपणी ऐकेल? ते कोणत्या शब्दांत सांगावं याचा मी विचार करत असतानाच पुन्हा ती सर्व मुलं आतून बाहेर धावत आली. त्यांच्यामागे तीही पाय ओढत आली. मुलांनी पेढे देणाऱ्याकडून पेढे मागितले, तर हिनंही घोळक्यात शिरून हात पुढे केला. मग पेढे खाऊन दडदड करत बाहेर अंगणात पळाली. पण ही मधेच उभी राहून एकाग्रपणे पेढ्यावरचा पातळ कागद काढत होती. बहुधा दोन्ही हात, डोळे यांचा मेळ बसत नव्हता. ती मतिमंद होती का? माझ्या मनात चुकचुकलं. जरा वेळानं तो कागद निघाला. मग पेढा तोंडात कोंबून आपण जणू एखादा पराक्रमच केलाय अशा थाटात, आनंदात ती सगळीकडे पाहू लागली.

तेवढ्यात तिला कोणी ओळखीचं दिसलं, तशी तोंडात पेढा आहे याचं भान न राहून ती काहीतरी बोलण्याचा प्रयत्न करू लागली. पण तोंडाचा नुसताच आवाज आला. बोलणं कळतच नव्हतं. तेवढ्यात एक वयस्कर गृहस्थ आले अन् तिला हात धरून आत चल म्हणू लागले. पण तिला आत जायचंच नव्हतं. म्हणून ती ओढाओढी करू लागली. शेवटी त्यांनी तिला हॉलच्या पलीकडच्या भिंतीजवळच्या खुर्चीत जरा जबरदस्तीनंच बसवलं अन् इथून उठू नकोस असं बजावलं. हे त्यांच्या हातवाऱ्यांवरून सहज कळत होतं. निदान हॉलमध्ये बसायला तर मिळतंय, मजा पाहायला तर मिळतेय असा विचार करून केवळ नाइलाजानं ती त्या खुर्चीत बसली होती. पण अगदी नाराज झाली होती.

ते पाहून विशाखा म्हणाली, "पाहिलंस? मी म्हणतेय तस्संच या गृहस्थांना पण वाटतंय. अगं, आपल्याकडे कोणी येणार असेल, तर आपण नवीन गालिचा घालतो. फाटकीतुटकी सतरंजी घालत नाही. ती आतल्या खोलीत फेकतो. नको त्या गोष्टींचा पसारा आत दडवून टाकतो. नाही का? मी तर सरळ अशा वस्तू फेकूनच देते. तसंच हेही आहे."

तिनं ठसक्यात मला ऐकवलं.

मला खरं तर रागच आला. फाटकीतुटकी सतरंजी ही एक निर्जीव वस्तू आहे. वापरून झाल्यावर वस्तू जशा फेकून देता येतात तशी जीतिजागती माणसं, त्याची नाती काय भिरकावून द्यायची असतात? खरं म्हणजे एखाद्या सजीवाची निर्जीव वस्तूशी तुलना करणं, हेच किती चुकीचं आहे? हा शुद्ध अमानुषपणा नाही का? असा कठोरपणा दाखवणं सगळ्यांनाच कसं शक्य आहे?

पण असा कठोरपणा दाखवणं हाच मोठा पराक्रम आहे, असं ती सुचवत होती का? कदाचित तसं असेल म्हणा! सौंदर्याच्या आत्यंतिक आसक्तीपोटीच, आपलं म्हणणं पटवून देण्याच्या नादातच ती अनवधानानं काहीतरी बोलून गेली असेल. तिच्या प्रतिपादनाचा असा टोकाचा अर्थ आपण कशाला घ्यायचा!

पण समजा, तिला तसंच ठामपणानं म्हणायचं असेल, तर ती किती उलट्या काळजाची आहे? एवढ्या सुंदर, उत्तमोत्तम वस्तूंचा ध्यास घेणाऱ्या या विशाखाचं मन एवढं गढूळ आहे? नुसतं गढूळच नव्हे तर भयंकर दूषित आहे, असं म्हणावं लागेल अन् ही माझी मैत्रीण आहे? शी: मला तर लाजच वाटेल आता तिला मैत्रीण म्हणायला! आपले एकांगी विचार दुसऱ्यावर लादू पाहणारी ही कोण मोठी शहाणी समजते स्वत:ला! हिला चांगलं सुनवलंच पाहिजे. प्रेम, करुणा, कर्तव्य या शब्दांचे अर्थ केवढे खोलवर आहेत हे तिला काय माहीत! हिच्या डोक्यात कधी विचार तरी आलाय या शब्दांचा? हे असले उलटसुलट विचार माझ्या डोक्यात येत होते. पण सगळ्याच गोष्टी शब्दांत नीटपणे मांडणं नेहमीच जमतं असं नाही. वेळप्रसंग पाहून आपल्या उद्रेकाला आतातरी वाचा फोडणं मला रास्त वाटेना.

पण तेवढ्यात पाहिलं की ती जिथं रडवेल्या चेहऱ्यानं बसली होती तिथं एक वृद्ध बाई आल्या. त्यांनी तिच्या केसांवरून, पाठीवरून हात फिरवला, तिच्याशी काही बोलल्या, वर-वधूंकडे बोट करून तिला काही दाखवलं. त्याबरोबर ती हसू लागली. हसत हसत हातवारे करत मान डोलवत ती काही सांगू लागली म्हणून मीही विशाखाला जोरात म्हटलं, "आता तूच बघ. जसं त्या गृहस्थांनी तिला दडपून तिथं बसवलं तसंच त्या बाई तिनं हसावं म्हणून प्रयत्न करतायत. त्या कोण आहेत हे मला माहीत नाही. पण तिला त्या खूप जपतायत, हे त्यांच्या वागणुकीवरून स्पष्ट दिसतंय."

आमच्या मागून एक बाई हळूच गोड आवाजात म्हणाल्या, "त्या तिच्या आजी आहेत. त्या मुलीचं नाव आस्था आहे बरं का. दुसऱ्याचं बोलणं ऐकू नये हे खरं. पण तुम्ही हळूहळू बोललात तरी मला ऐकू येतच होतं त्याला काय करणार?"

"क्षमा करा हं आम्ही असं बोललो त्याबद्दल." आपल्या बोलण्यावरून त्यांचा काय ग्रह झाला असेल कोण जाणे असं वाटून मी त्यांना दिलगिरीनं म्हटलं.

विशाखानं जे तारे तोडले होते ते ऐकून आस्थाच्या जवळच्या कोणीही तिला माफ केलं नसतं. या वयस्कर बाई तिच्या नातेवाईक आहेत की नुसत्या ओळखीच्या आहेत, हे कळेना. म्हणून मला जरा धास्तीच वाटली. पण विशाखाला त्याचं काहीच वाटलं नाही आणि तू फारच जास्त काळजी करतेस अशा अर्थी माझ्याकडे कटाक्ष टाकून तिनं बेफिकिरीनं मान उडवली. म्हणजे तिला आपल्या बोलण्याचा जराही खेद वाटत नव्हता, जराही अपराधी वाटत नव्हतं.

''ठीक आहे हो! सगळ्यांची अशीच मिश्रित प्रतिक्रिया असते. संजीवच्याही त्या आजीच आहेत. त्यांचा मोठा मुलगा म्हणजे संजीवचा मोठा काका कुठंतरी टूरवर गेला होता, तेव्हा त्याच्या गेस्ट हाऊसपुढे कोणीतरी नुकतीच जन्म झालेली मुलगी आणून ठेवली. ती त्यानं घरी आणली. त्यालाही दोन मुलगे आहेत. ते चांगले मोठे आहेत. म्हणजे लग्न झालेले. पण दत्तक मुलगी म्हणून हिला स्वीकारली. आता ही जन्मापासूनच अशी होती की नंतर काही आजार होऊन अशी झाली, हे मात्र मला माहीत नाही. पण सगळे तिचं अगदी प्रेमानं करतात हे मात्र माहीत आहे, सगळेचजण जरा जास्तच चांगले आहेत.''

आता आश्चर्य करण्याची पाळी विशाखाची होती. अशीही माणसं असतात याचं तिला आश्चर्य वाटलं असेल. कुठंही स्वत:पुरतंच पाहणारी विशाखा अन् कुठं या रक्तानात्याच्या नसणाऱ्या या मुलीचं आपल्याच पोटच्या मुलीप्रमाणे करणारं हे कुटुंब! आपल्या आनंदावर आज तिच्या केवळ दर्शनानीच विरजण पडतंय म्हणून घाबरणारी विशाखा कुठं अन् तिच्या डोक्यावरून हात फिरवून तिनं हसावं म्हणून प्रयत्न करणारी तिची ही वय झालेली प्रेमळ आजी कुठं! मला असं काहीसं वाटत असतानाच समोर पाहिलं तर सगळी छोटी मुलं संजीव-सारिकाच्या आसपास फोटोसाठी उभी होती. मी इथं याच्याजवळ उभं राहणार, मी हिच्याजवळ उभं राहणार म्हणून हट्ट करत होती. फोटोग्राफर त्यांना उंचीनुसार मागेपुढे करत होता.

एवढ्यात संजीवचं लक्ष आस्थाकडे गेलं अन् त्यानं तिला बोलावलं. त्याबरोबर आनंदून ती पाय ओढत स्टेजवर गेली. तिथपर्यंत आजीसुद्धा तिच्याबरोबर आल्या होत्या अन् प्रेमानं संजीवकडे पाहू लागल्या. त्यानं तिला आपल्याजवळ उभं केलं अन् फोटोग्राफरला म्हणाला, 'ही माझी चुलत बहीण आस्था बरं का?' अन् तिच्या खांद्यावर हात ठेवून उभा राहिला. या सगळ्या प्रकारची मला खूप

गंमत वाटली. सगळ्या मुलांचा फोटो काढण्यातला उत्साह, आजीचं प्रेम आणि मुख्य म्हणजे त्या ग्रेट आजी जरा जवळून पाहाव्यात म्हणून मी घाईघाईनं स्टेजजवळ जाऊन उभी राहिले.

संजीवचंसुद्धा मला फार कौतुक वाटलं. स्वत:च्या लग्नाच्या प्रसंगी, इतक्या आनंदाच्या क्षणी, सौंदर्यशालिनी सारिका जवळ उभी असताना, हवेत तरंगत असण्याच्या वेळीही त्यानं आस्थाच्या भावनेचं भान ठेवलं होतं. मी त्याला मनोमन मानलं. मग फोटोग्राफरनं सगळ्यांना हसायला सांगितलं. इतर मुलांप्रमाणे आस्थासुद्धा ओठाचा डावा कोपरा खाली लटकत होता, तरी मनापासून हसत होती. संजीवच्या या आपलेपणामुळे आस्थाला जणू संजीवनी मिळाली होती. अशी वेळोवेळी मिळणारी संजीवनीच तिला जगात पाय रोवून उभे राहायला मदत करणार होती नाही का?

■ ■ ■

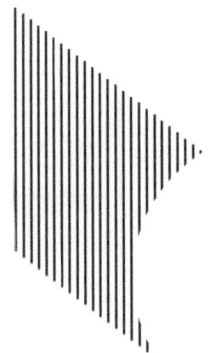

१० विठ्ठला रे विठ्ठला

"मम्मीऽ, मम्मीऽ, हे पाहा, मी काय आणलंय?" आधी दारातून आणि नंतर छोट्या चिन्मयला खाऊ घालण्यासाठी चमचा त्याच्या तोंडात घालत असताना पाठमोऱ्या आरतीच्या खांद्यावर धपकन पडून झुलत आश्विनी ओरडली,"आधी माझ्याकडे पाहा. आधी पाहा."

"अगं, अगं, चमचा लागेल ना त्याला. माझ्या गळा सोड आधी आणि समोर ये अशी म्हणजे मी पाहते तुझ्याकडे. मागे उभी राहिलीस तर कशी पाहू?" झुलणाऱ्या आश्विनीला आरतीनं पुढे ओढलं नि ती चकितच झाली. गुलाबी घेरदार फ्रॉक घातलेली आश्विनी उन्हात फिरून आल्यामुळे लाल झाली होती. न्हालेल्या केसांवर छोट्या गुलाबी अन् पांढऱ्या कमळांचं विणलेलं गोलकडं मुकुटासारखं शोभत होतं. एक कमळ तिच्या गालापर्यंत येऊन झुलत होतं. दोन्ही हातांत नि गळ्यातही कमळांच्या माळा घातल्या होत्या. फ्रॉकच्या पुढल्या खिशातून पण कोंबलेली कमळं डोकावत होती आणि कमळाच्या पाकळीप्रमाणे असणारे डोळे अतीव उत्साहानं चकमत होते. आरतीला आपली मुलगी अगदी राजकन्याच भासली. एवढं फुलांनी सजवणं आपल्या कसं कधी लक्षात आलं नाही! पण सजवलं कोणी? अन् ही इतका वेळ स्वस्थ कशी बसली सर्व सोपस्कर करून घ्यायला!

तिच्या कानातला वाकडा झालेला लाल डूल सरळ करत आरतीनं विचारलं, “विनी, अगं कोणाकडून आणलीस ही एवढी कमळं? आणि विचारून आणलीस का?”

“विचारायचं काय त्यात? आणि तळ्याला कसं विचारायचं?”

“म्हणजे तू तळ्यात उतरली होतीस? आणि पाय घसरून पडली असतीस तर?”

“मी नाही उतरली गं ऽ. तो आपला, तो विठ्ठल आहे ना...”

“आपला विठ्ठल? आपण कोणता विठ्ठल आणलाय?”

“इथलाच एक विठ्ठल आहे गं. त्यानी हळूच हात लांब करून कमळं काढली. मग आमी झाडाखाली बसून माळा बनवल्या. मातीत बसून हं. पाणी कमळाखाली असतं, झाडाखाली नाही काही.”

“तो केवढा मुलगा आहे? कितीजणं गेला होतात?”

“आम्ही दोघंच. विठ्ठलच्या खांद्यावर मी एकटीच बसेन की नाई?”

“अस्सं! म्हणजे हा कोणी मोठा माणूस आहे का? बरं झालं. नाहीतर अगदी पोरसोरं तळ्यात जाऊ नका. आरतीचा जीव भांड्यात पडला. पण आरतीची चिंता आश्विनीच्या गावीही नव्हती. ती आपल्याच नादात नंतर म्हणाली, “तो ना इतका ग्रेट आहे मम्मी. कमळं काढतो पाण्यातून नि नारळ काढतो आकाशातून. कमळांची माळ पण बनवतो नि त्यांच्या दांड्याची पण बनवतो आणि माहितीये तो मला अजून खूप खूप गमतीजमती दाखवणार आहे. मी आल्यावर सांगीन हं तुला.” एवढं म्हणून ती पुन्हा वाऱ्यासारखी बाहेर पळाली.

बरं झालं बाई कोणी मोठा माणूसच आहे ते. नाहीतर काळजीच. चला निदान आनंदात तर आहे. खरोखरच आश्विनी आनंदात होती. आधी गावी जायचंय- आजी-आजोबांकडे- जायचंय म्हणून काही तिला फार उत्साह नव्हता. ती अगदी लहान असताना आरती-गणेशची एक ट्रीप झाली होती. त्यामुळे तिला काहीच आठवत नव्हतं. पण प्रवासात तसाही थोडा मूड बदलतोच. मम्मी-पप्पा जेवायची कटकट मागे न लावता फ्रुटी, शहाळं हवं तितकं पिऊ देतायत आणि ॲपल, केळी, संत्री इत्यादी फळंही भरपूर देतायत म्हणूनच आधी तिला बरं वाटू लागलं. मग रात्र संपल्यावर सकाळी बसमधून डोळ्यांपुढे जेव्हा कर्नाटकचा मनोरम निसर्ग उलगडू लागला तेव्हा, तर ती जाम खूष झाली. गणेश

तिला तिचे डोळे उघडल्यापासून सारखं काहीतरी दाखवू लागला. 'हा पाहा सकाळी सकाळी उठलेला समुद्र. अजून आळस झाडतोय हं. पलीकडची झाडं पाहिलीस? तुझ्याचसारखी अजून सुस्तीत आहेत.' थोड्या वेळानं म्हणे 'आता इकडे समुद्र अन् तिकडे नदी अशा रस्त्यावरून आपण जातो बरं का. दोन पाण्यात काही फरक वाटतोय का?' मग तर तिला इतका रस वाटू लागला, की जराशानं तीच दाखवू लागली. "मम्मी, ती झाडं पाहिली किती छान आहेत? पप्पा, मला एक छान पक्षी दिसला. त्याची मान लाल होती. तू पाहिलंस का?" तिची तन्मयता पाहून आरती म्हणालीसुद्धा, "अरे, ती किती टक लावून पाहातेय बाहेर! हे... हे... पाहिलंस का?"

"मग इथला निसर्गच हाक घालतोय तिला. आपली माती आपल्या माणसांना बरोबर ओळखते. पुन:पुन्हा हाक घालते." तिला वाटलं आता तो त्याचा आवडता विषय आळवणार. म्हणजे आम्ही लोक कुठंही असलो, तरी जरा सुट्टी साठली, जरा पैसा जमला की देवाच्या उत्सवाचं निमित्त करून कसे लळत लोंबत कुठल्याही साधनानं धावत गावी येतो. तिथलं टिपिकल खाणं म्हणजे भाज्यांपासून पक्वांन्नांपर्यंत कसं 'ओ' म्हणेतो रिचवतो अन् इथल्या मुलायम वातावरणाला श्वास भरभरून कसं आपल्यात तृप्त होईपर्यंत जिरवून घेतो हे तो विस्तारानं सांगणार. पण नाही. आज तो अधिक बोललाच नाही. लक्झरी बसच्या खिडकीतून दिसणाऱ्या रमणीय देखाव्याकडे त्याची लागलेली हळवी नजर लक्षात आल्यावर तिनंपण त्याची तंद्री मोडली नाही. उलट मुंबईच्या नीरस वातावरणात याचा जीव किती गुदमरत असेल, याचाच विचार ती करू लागली.

आतासुद्धा दोन वर्षांच्या चिन्मयला थोपटत असताना आरती विचार करत होती तो आश्विनीचा. कांडी फिरवावी तशी ती बदलली होती. इथं नोव्हेंबरमध्येसुद्धा रोज न चुकता सरसरत येणाऱ्या एखाद्या सरीमध्ये ती न चुकता यथेच्छ नाचत होती, मागल्या अंगणातल्या केळी, पपई, नारळ यांच्यामधून नागमोडी धावत होती, बागेत उन्हातान्हात हुंदडत होती, चुकार फुलपाखराचा पाठलाग करत होती, आजाच्या हात धरून फुलं तोडायला, भाजी खुडायला जात होती. येणाऱ्या-जाणाऱ्या कोणाशीही दोस्ती करून फिरून येत होती, देवळात जाऊन कपाळावर चंदनाचा टिळा न् प्रसादाचं फूल डोक्यात माळून येत

विठ्ठला रे विठ्ठला । १२९

होती, येताना आरतीसाठीसुद्धा आठवणीनं केशरी गंध नि फूल आणत होती. नाहीतर मुंबईला...

तेवढ्यात आश्विनीच पुन्हा धावत आली. जीभ बाहेर काढून लाल रंगाची गोळी दाखवत म्हणाली, ''ही पण विठ्ठलनीच दिली.''

''वाटेल त्या सटरफटर गोळ्या खाऊ नकोस गं. हा कोण विठ्ठल आहे ते पाहिलाच पाहिजे एकदा. बरं पण विनी, आता जेवून घेतेस का? याला खाली ठेवून मी वाढू की आम्मांकडून जेवून घेतेस?''

''हो ऽ ऽ ऽ'' करत हाताचे पंखे पवनचक्कीसारखे फिरवत विनी धावत स्वयंपाकघरात पळाली. आरतीच्या मनात आलं आता ती आत जाऊन जाड्या असडीक तांदळाचा सरसरीत पातळभात मीठ लावून आम्मांकडून खाऊन घेईल. एखादं तिखट कालवणसुद्धा टाकून घेईल. सकाळी किती तिखट काप हायहुई करत खाल्ले. हल्ली तिला नाश्त्याला मृद, मुष्टीपौडा, सुरनळी, इडली जे सर्वांसाठी असेल ते चालतं. तेही भरपूर खाते बया.

पण मुंबईला ऑम्लेट दिलं, तर म्हणेल शिरा दे. तोही कोंबडं नाचवल्यासारखं करून एक-दोन चमचे खाईल. दुसऱ्या दिवशी काहीतरी पोटात जाईल म्हणून शिरा करू का विचारलं, तर म्हणेल पराठा कर. एक ग्लास दूध प्यायला तासभर लावते नाहीतर सांडून टाकते. एवढासा वरणभात खाऊ घालताना खाऊ घालणाऱ्याच्या हाताला नि डोक्याला मुंग्या येतात. छान बारीक तांदळाच्या गरम वाफेभरल्या भातावर तूप वाढलं, की म्हणेल दही वाढ. दुसऱ्या दिवशी दहीभात कालवून दिला की म्हणेल खिचडी करून आत्ता दे. हातानं जेवायला सांगितलं की सगळीकडे सांडून टाकेल, नाहीतर खरकटे हात वाटेल तिथं मुद्दाम लावेल. खाऊ घालू लागलं तर आ करणार नाही. नाहीतर घास तोंडात धरून ठेवेल. एखादी आवडीची वस्तू कौतुकानं, लाडीगोडी करून मागतेय असं नाहीच. शेजारच्या घरात ऐकू जाईल एवढं भोकाड पसरून, हातपाय आपटून हट्ट करूनच मागणी व्हायची. म्हणजे मग आरतीला वाटतं हिला चांगली बदडून काढावी.

बरं खायला कधीच नको म्हणावं, तर एकदा चुकून मैत्रिणीकडे गेल्यावर तिला हिची खाण्यासाठी चालणारी खळखळ ऐकवली, तर तिच्याकडे आधाशासारख्या पाच-सात पुऱ्या अगदी तिखट लोणच्याशी खाल्या. घरी मात्र पुरी

तेलकट वाटते नि लोणचं पानावर पडू देत नाही.

एकदा रस्त्यावर एक कणीसवाला घ्या घ्या म्हणून मागे लागला. म्हणून म्हटलं 'नको रे बाबा ही काही खाणार नाही' कारण घरी किती आग्रह केला तरी खात नसे, तर हट्ट करून घ्यायला लावून दोन भाजलेली कणसं उभ्या उभ्या खाऊन टाकली. कधी बचकभर ओल्या शेंगाच खाईल की पाहणाऱ्याला वाटावं काय खादाड पोरगी आहे! पण रोज मात्र नियमित एक पोळीसुद्धा खायला नको. मग अंगानं भरणार कशी? मग शेजारीपाजारी वाटतं की ही धाकट्या मुलाच्या संगोपनात हिची आबाळ करते, मुलगी म्हणून लक्ष देत नाही. त्याला पाहा कसा गुटगुटीत ठेवलाय अन् हिला कशी हिडिसफिडीस करते. पण अंदरकी बात कशी सांगणार!

इतकी लाडाकोडाची मुलगी पहिल्यांदा किती समजूतदार होती. तीन वर्षांची आश्विनी आपल्या इथं आता छोटं बाळं येणार म्हणून किती खूष होती. डोळे बारीक करून भुवया नाचवत हसून हसून ती हे इतरांना सांगायची. पण मग चिन्मयाच्या जन्मानंतर काय झालं कोण जाणे! बहुधा तिला त्याचा हेवाच वाटायला लागला. आता आपल्यापेक्षा छोट्या बाळाचंच कौतुक होतंय असंच तिच्या मनानं घेतलं. तरी तिला असं काही वाटू नये म्हणून दोघंही काळजी घेत होते. पण काहीवेळा तरी लहान मुलाला अग्रहक्क द्यावाच लागतो. पण चार वर्षांच्या मुलीनं सख्ख्या भावाचा इतका रागराग करावा असं काहीच घडलं नसताना आश्विनी मात्र सूडकरी असावी, तशी छळत होती. चिन्मय रडू लागला की ही पण काहीतरी कारण काढून मोठमोठ्यानं रडायची. त्यामुळे आरतीचा जीव अगदी घाबरा व्हायचा. तो झोपलेला असला की मुद्दाम चिमटा काढायची. हेतू हा की त्या निमित्तानं आरतीनं तिला बाबापुता करून चुचकारावं.

तो झोपलेला असला तरी चिमटा काढणं, दार वाजवू नको सांगितलं की मुद्दाम आपटणं, भांडं आपटू नको म्हटलं की मुद्दाम फेकणं, या सर्वांत तिचा आपल्याकडे लक्ष वेधून घेण्याचाच इरादा असायचा. पण व्हायचं उलटंच आरतीला इतका राग यायचा की एक धपाटाच पाठीत पडायचा. दुसऱ्या गरोदरपणी आरतीला तिची खाजगी नोकरीही सोडावी लागली इतकी प्रकृती वारंवार बिघडू लागली. बाळंतपणानंतर सोडणारच होती, कारण घरी दोघांना पाहायला कोणी नव्हतं. एका मुलाला माहेरी ठेवता यायचं. पण दोघांना कसं ठेवणार! पण आपण

एवढ्या शिकल्यासवरलेल्या स्मार्ट असूनही मुलांमुळे सतत शी, शू, खाणं, पिणं यातच गरगरतोय. हा असंतोष पण मनात धुमसत असायचा.

आश्विनीचा तसा दोष काही नाही. घरात तिसरं कोणी नाही म्हणून तिला व आपल्यालाही थोडा बदल, सुटका मिळत नाही. परिणामी जास्त चिडचिड होते, हे आरतीला कळायचं. आपल्यालाच समजुतदारपणानं तिला वळवायला हवं, हेही कळायचं. काही वेळा समजूत घालण्यात तिला यशही यायचं. पण आश्विनीही भलतीच शार्प अन् खोडकर होती. त्यामुळे त्रास द्यायचे इतके नवे प्रकार ती शोधून काढायची की सर्वच बिनसायचं. अंघोळ घालायच्या वेळी कपडे काढायच्या घाईत ती दातात कॉलर धरून ठेवायची म्हणजे फ्रॉक कुठं अडकलाय ते कळायचं नाही. कपडे काढूनसुद्धा ती कुठंही भलतीचकडे पळून जायची, लपूनच बसायची. हात धरून आणली की रडायला सुरुवात करायची. आधी बाथरूममध्ये यायला तयार नाही अन् नंतर बाहेर निघायला तयार नाही, अशी स्थिती. अंग, केस पुसून घ्यायचीही तयारी नसायची. केस कापून आणावं म्हटलं तर ते तिला वाढवून हवे असत. पण केसांना कंगवा अन् तेल दोन्ही लावून घ्यायची तिची जराही इच्छा नसायची. पण फुलं, हार, गजरे, माळायला फारच आवडायचं. फुलांप्रमाणेच पानं, मोती, शिंपले, पिसं, पावडर, माती याही गोष्टी तिला वर्ज्य नसत. ती सहज डोक्यात घालून यायची.

एकदा तर शेजारी काही काम चालू होतं आणि हिनं लाकडाची गोलगोल निघणारी छोटी सालं अन् सिमेंटसुद्धा डोक्याला लावून पाहिलं. लक्ष गेल्यावर त्या बाईंनी तिला ओढत घरी आणली आणि आरतीला आधी तिचे केस धुवायला सांगितलं. वर मुलीकडे लक्ष देण्याचा उपदेशसुद्धा केला. मग आरतीनं खसाखसा केसपण धुतले अन् झिरोकट मशीनसुद्धा फिरवून आणलं, कारण डोकं धुणाऱ्या मुलीचं सिमेंट किती निघालंय, हे पाहाणार कसं हेच तिला कळेना. पण केस कापले याचा आश्विनीला इतका राग आला, की आरतीचं लक्ष नाहीसं पाहून तिची प्युअर सिल्कची साडी चार-पाच ठिकाणी कचाकचा कात्रीनं कापून टाकली. मग मार खाल्ला.

एकदा तर झाडावरच अर्ध्यावर चढून बसली अन् उतरता येईना म्हणून रडत बसली. घरातील मांजर अन् शेजारपाजारची कुत्री यांना तर दाबून किंवा मारून ती इतकं सतवायची की आरतीला वाटायचं हिला केव्हातरी चौदा इंजेक्शन

द्यावीच लागणार आहेत. गॅस, पाण्याच्या टाक्या, इस्त्री, सुऱ्या या सर्वांपासून तिला दूर ठेवता ठेवता आरतीच्या नाकीनऊ येत. लपण्यासाठी स्वयंपाकाच्या ओट्याखालची कपाटं, कोणाकडचेही माळे, धान्याची पिंपं, गोदरेजची कपाटं, रजयांच्या थप्प्या यांसारख्या गोष्टी तिला फारच आवडत. दोन मुलांना सांभाळता सांभाळता आरती अगदी रडकुंडीस आली होती.

आपण तर अशा नव्हतो दोघी बहिणी. आठवतंय तेव्हापासून गुण्यागोविंदानं नांदत होतो. मोठा भाऊ बराच मोठा होता. त्याची 'दादागिरी'पण चालवून घेत होतो. आईनं जे काम सांगितलं ते नीट करत होतो. सगळी कौतुकंपण म्हणजे आई घालेल तशा वेण्या, पावडर-कुंकू, तरतऱ्हेचे ड्रेसेस सर्व करून घेत होतो. मग हीच अशी नाढाळ कशी! एकदा अगदी डोळ्यांत पाणी आणून ती गणेशला म्हणाली, "अरे, तू किती समजूतदार, शांत. आईतर नेहमी म्हणते की जातीतसुद्धा तुझ्यासारखा गुणी जावई मिळाला नसता; आणि मी पण रे, खेळाच्या मैदानावर खूप थयथयाट केला असला तरी घरी कधी कोणाला त्रास दिला नाही. मग हीच अशी कशी रे? आणि हिचं पाहून चिनुपण असाच आक्रस्ताळी झाला, तर माझे तर यांना आवरताना बाराच वाजतील की!"

"काही वाजत नाहीत! आम्माचे कुठं वाजले?"

"म्हणजे?"

"अगं मीच लहानपणी भयंकर खोडकर होतो." आणि त्यानं जे खोडकरपणाचे किस्से सांगितले ते ऐकून तर ती थक्कच झाली. तिला वाटलं अशा एक नाही, दोन नाही पाच मुलं नि चार मुली मोठ्या करणाऱ्या आम्मांचे पाय धुऊन ते पदरानं, ओढणीनं नाहीतर गाऊनच्या पट्ट्यानं पुसून त्यांच्या अंगठ्याचं तीर्थ प्यायलाचं हवं. धन्य ती माऊली!

थोड्या वेळानं तोंड पुसत बाहेर पळणाऱ्या आश्विनीला ती म्हणाली, "कोण गं तुझा हा विठ्ठल आहे? दाखव पाहू मला."

"मम्मी तो ना इतक्या गमती करतो, इतकी मज्जा येते की... की... टीं... टीं...टीं." हा खास तिचा शब्द मज्जा येते या अर्थी. चार-पाच घरं सोडून गेल्यावर त्याचं एक छोटं दुकान होतं. शहाळी नि केळी लटकल्या होत्या. चार-पाच बरण्यांमध्ये गोळ्या चॉकलेट, लॉलीपॉप असल्याच वस्तू होत्या. आत कसलीशी पाकिटं होती. आतून बाहेर येणाऱ्या विठ्ठलला पाहिलं मात्र तिला आपल्याला

नक्की काय वाटतं हे सांगता आलं नसतं. पण एखादी व्यक्ती न आवडल्यावर जसा एक अलिप्तपणा, कठोरपणा वागण्यात येतो तो दडपूनसुद्धा थोडा बाहेर दिसतोच तसं काहीसं त्याच्या नमस्काराला प्रतिनमस्कार करताना झालं.

तोंडावर देवीचे वण, तेल लावून चप्प भांग काढलेला, खालचा ओठ थोडा लोंबत असल्यानं चेहऱ्यावर थोडा बावळट भाव वागवणारा, लुंगी गुडघ्यापर्यंत वर खोचलेला, हा काळाकुट्ट, मध्यमचणीचा माणूस आपल्या लेकीला कुठल्या कारणानं आवडतोय, हेच आरतीला कळेना. पण त्यानं हात पुढे केल्यावर विनी पटकन त्याला चिकटली अन् काही सांगू लागली. त्यानं खुणेनं आरतीला केळं खाणार का असं विचारलं नि विनीकडे बोट दाखवून तुमची मुलगी छान आहे, अशा अर्थी उजव्या हाताचा अंगठा व तर्जनी जुळवून खूण केली. तोंडानं म्हणाला, "आश्विनी स्वीऽऽट' तेही तिला आवडलं नाही. मग कानडीत विनीशी काहीबाही बोलू लागला. "लवकर ये ग थोडं झोपायला." असं म्हणून परतताना आरतीला आश्चर्य वाटत होतं. हिंदीसुद्धा धड न येणाऱ्या या माणसाशी विनी कसा संवाद साधते? वय, शिक्षण, सौंदर्य, समृद्धी, भाषा यांचा कुठलाच ताळमेळ नव्हता. पण सर्व अडसर पार करून विनीनं त्याच्याशी छान मैत्री जुळवली होती. ती दिवसाचा बराच वेळ त्याच्याबरोबर मजेत असे हे तिच्या आल्यापासून चार दिवसांच्या प्रसन्नतेवरून कळतच होतं. पण घरात कोणी बरोबरीचं नाही, कॉलेजात जाणाऱ्या दीराला कसल्याशा प्रोजेक्टमुळे रिकामपण नाही अन् शेजारी एक-दोन चिन्मय इतक्या लहान मुलांशिवाय कोणी खेळगडी नाही. त्यामुळे विठ्ठलाशिवाय कोणी हुंदडायला सोबती नव्हतंच.

संध्याकाळीच एकदम उगवलेल्या गणेशला तिनं थोडी नाराजी व्यक्त करूनच विठ्ठलबद्दल सांगितलं. त्यावर दिलखुलास हसून तो म्हणाला, "तुला स्वत:ची आवडनिवड फार म्हणजे फारच आहे. म्हणून तुला असं वाटतं. इथं कोणीही कोणांच्याकडे केव्हाही जातं आणि शेजारपाजार आम्माच्या छान ओळखीचा आहे. सकाळी दोन-चारजण, संध्याकाळी पाच-सातजण आपल्या ओट्यावर येऊन बसतात. ना शिळोऱ्याच्या गप्पा करायला त्यातलाच तो एक! आणखी एक लक्षात ठेव. मुलं त्याच्याशी दोस्ती करणाऱ्याला पटकन ओळखतात. ज्याअर्थी विनी स्वत: होऊन त्याच्याकडे जाते त्याअर्थी तो तिचा दोस्त आहे. काळजी करू नकोस."

मग आठ दिवस खरंच खूप मजेत गेले. एक लग्न झालेली नणंद राहायला आली. तिच्याशी इंग्लिश, हिंदी, कोकणीमध्ये जसं जमेल तसं गप्पा मारणं, आम्मांकडून त्यांचे चार पदार्थ शिकणं, मेंगलोर-उडीपीला जाऊन येणं, गावातली देवळं नि टेकड्या पालथ्या घालणं, घरातलीच वाटण्या-घाटण्याची कामं यात वेळ कुठं जाई ते कळतच नसे. शांत, संथ, विना ताणतणावाचं आयुष्य तिच्याही अंगवळणी पडू लागलं. इथे म्हणे रात्रीबेरात्रीसुद्धा बायका निश्चिंतपणे इकडून तिकडे जाऊ येऊ शकतात. निर्मनुष्य, झाडीच्या रस्त्यांवर, वीज नसतानासुद्धा हिंडायला काहीही भीती नसते. कडे, कपारी, टेकड्यांवर कोणीही केव्हाही एकटंदुकटं फिरू शकतं. एकंदरच सर्व वातावरण शांत, समाधानी. लोकसुद्धा विश्वासू, भोळसट, श्रद्धाळू!

दिवाळीच्या सणांचे मंगल दिवस, मोकळं वातावरण, शाळा, अभ्यासाची. कटकट नाही, आम्मांचं तेल चोळून अंघोळ घालणं. साधं सात्त्विक खाणं यामुळे विनीचे गाल चांगले वर आलेत, असं आरतीच्या लक्षात आलं. एक मन तिला वाटलं आम्मा म्हणतायत तसं तिला एखादं वर्ष इथंच राहू द्यावं. छान रुळलीय इथं. नाहीतर त्यांनाच न्यावं मुंबईला.

संध्याकाळच्या कॉफी-नाश्त्याची नणंदेबरोबर तयारी करत असताना तिच्या एकदम लक्षात आलं, की दुपारच्या जेवणानंतर विनी बराच वेळ दिसली नाहीय म्हणून तिनं वरच्या, खालच्या मजल्यावर सगळीकडे पाहिलं. मग मागल्या अंगणातून शेजारी हाका मारून पाहिल्या. मग मात्र चपला पायात सरकावून सरळ विठ्ठलाच्या दुकानाकडे मोर्चा वळवला. जवळ आल्यावर तिला दिसलं की विनी एकाचवेळी खी: खी: करून हसत होती अन् ऊं... ऊं... करून रडतही होती. डोक्याला टेंगूळ आलं होतं, उजव्या गुडघ्यातून आपटल्यामुळे रक्त निघत होतं, मांडीला पण मोठा ओरखडा उठला होता. जमिनीवरच पाय पसरून ती बसली होती अन् विठ्ठल तिचा पाय सरळ करून ओढत होता. मधूनच गुडघा, पोटरी, पाऊल दाबून देत होता. दाबलं की विनी हसायला लागून रडणं विसरायची.

आरती चार पावलं धावतच गेली. विचारलं, "काय झालं गं? कुठं पडलीस?"

"मी ना तो वरचा फुगा घ्यायला गेले तर जोरात पडले." अर्धवट रडत, थोडं रडू दाबत कसंबसं विनी म्हणाली. विठ्ठलनं हिंदी, कानडीत अन् खुणाखाणा करून सांगितलं, की त्याच्या खांद्यावर उभं राहून अगदी वरचा लटकवलेला फुगा

काढायचा होता तिला. तो काठीनं काढणार होता. पण ती ऐकेचना आणि गुडघ्याला खोबरे तेल लावून दिलंय, ठीक होईल, काळजी करू नका. विनीला हात धरून कशीबशी उभी केली. पण एकदा उभी राहिल्यावर ती हसत आईला म्हणाली, ''आता दुखत नाईये मम्मी. हे पहा रक्तपण थांबून गेलं. हो की नाही विठ्ठल?'' आणि तिनं पिवळ्या फ्रॉकची लेसदार फ्रील वर करून दाखवलं. त्याबरोबर आरतीला वाटलं हिच्या गोऱ्यापान मांड्या किती छान दिसतायत! साऱ्या साडेपाच वर्षं पार केलेल्या मुलीच्या मांड्या आईच्या लक्षात येतात, तर इतरांच्या नसतील येत? छी: छी: नेहमीच आपल्या डोक्यात उलट विचार का येतात? जळो ते संशयी विचार! आपल्या संशयी मनाची मुंडी मुरगळूनच टाकायला हवी. झटकन भानावर येत विठ्ठल तिला घरी पोचवून देऊ का विचारत होता. त्याला तिनं निग्रहानं तिथंच थोपवलं अन् विनीला जवळ धरून चालवू लागली. एवढ्या लांबटग्या मुलीला उचलणं शक्यच नव्हतं. तरी तिनं एकदा उचलून चार पावलं टाकून पाहिली. खाली ठेवल्यावर विनी म्हणाली, ''मम्मी नीट उचलून घे ना गं विठ्ठलसारखं. छान वाटतं.'' धपाटा मारण्यासाठी शिवशिवणारे हात तिनं विनीच्या पाठीवरून फिरवत ती म्हणाली, ''विनी बेटा, आपल्या घरीच दुपारी उन्हाचं खेळत जावं. नाहीतर थोडी झोप काढावी म्हणजे फिरायला जायची एनर्जी राहाते. उगीच दुसऱ्याला त्रास देऊ नये.''

''मी कुठं दुसऱ्याला त्रास देते?''

''विठ्ठल आपल्या घरचा कुठं आहे?''

''पण त्याचं घर मला आपल्या घरासारखंच तर वाटतं. अन् तो कित्ती कित्ती छान गोष्टी सांगतो राजकन्येची, परीची, राक्षसाची आणी...''

''अगं, तो कानडीत बोलतो. मग तुला कसं कळतं?''

''तो बोलतो तेव्हा मला वाटतं तो परीचीच गोष्ट सांगतोय, कारण पंखासारखे हात हलवतो, गोल गोल फिरतो.'' थोडा विचार करून विनीनं स्पष्टीकरण केलं.

''मग आता रोज दुपारी मी तुला गोष्ट सांगीन हं. नवीन नवीन.

''पण चिनु रडलाच तेव्हा.''

''तरी सांगीन''

घरी आल्यावर विनीला मलम लावताना सहज तिला स्वत:चं लहानपण

आठवलं. दुपारी आई आडवारली की ओरडू नका गं. पडू द्या दुपारी थोडं म्हणून दोघी बहिणींना हाकलायची. मग वाड्यातल्या अंधाऱ्या जिन्यात बसून दोघीजणी कुचकुच बोलत परीच्या महालात शिरायच्या. तिथं त्यांना पऱ्या आणि इतर खूप प्राणी भेटायचे. सर्व त्यांच्याशी खेळायचे. हव्या त्या खेळण्याच्या वस्तूसुद्धा तिथंच दिसायच्या. आई उठली की पुन्हा त्या आपल्या वास्तव बिऱ्हाडात परतायच्या. कधी दुपारी वरच्या मजल्यावर राहणारे म्हातारेदादा त्यांना खेळवायचे. पायाच्या कैचीत एकीला धरून दुसरीला म्हणायचे, 'सोडव गं हिला कैदेतून.' त्यांच्या पायाची आढी सोडवून दोघींना ही दुसरीला सोडवणं जमायचं नाही. एकदा आईनं हा प्रकार पाहीला अन् दोघींनाही रागवली होती. दुसऱ्या दिवशी दोघींना वेगवेगळी चित्रांची पुस्तकं आणून दिली होती. शिवाय वर गेलात तर तंगडी मोडीन अशी तंबीही दिली होती.

घरी आल्यावर गणेशला आरतीनं सांगितलं, की इथं राहण्याचे दोन दिवसच उरलेत. त्या दोन्ही दुपारी विनीशी पूर्ण वेळ त्यानं खेळत बसावं, कारण विनीशी बोलताना तिला कळलं की विठ्ठलबद्दल तिला भलतीच श्रद्धा वाटतेय. तो म्हणे मासळीसारखा पाण्यात सहज पोहतो, पाण्याखाली दोन-दोन दिवस राहातो. म्हणजे तिच्या दृष्टीनं ग्रेटच की! एका दमात टेकडी चढून जातो. रात्रभर देवांसारखा (म्हणजे अगदी ग्रेट ग्रेटच!) तिथं उभा राहातो. शिवाय तो लाल कमळाबरोबर सोन्याचं कमळ पण तिला काढून देणार आहे. नारळाच्या झाडावर तिला घेऊन सरसर चढणार आहे आणि घसरपट्टी करून उतरणार पण आहे. अशा एक ना दोन शंभर गोष्टींचा खजाना विठ्ठलजवळ मनोरंजनासाठी होता. त्यापुढे मम्मीच्या नि पप्पांच्या गोष्टी कसल्या आळणी सपक!

पण एवढं बजावल्यावरसुद्धा दुसऱ्या दिवशी थोडावेळ विनीशी खेळून, रिपेअर करायला दिलेली बॅग घेऊन आत्ता येतो असं सांगून गणेश सटकला. संध्याकाळी कोणी भेटायला येणार होतं. त्यांना मुंबईटाईप फराळ म्हणजे साबुदाण्याची खिचडी नि बटाटावडा— द्यायचा होता म्हणून त्या तयारीत आरती स्वयंपाक घरात थोडी बिझी होती. विनीला ठोकळे जमवण्याचा खेळ देऊन बराच वेळ झाला होता. विठ्ठलकडे उन्हाची जाऊ नकोस असंही बजावलं होतं. तरी ती खोलीत आहे की नाही हे पाहायला आरतीमधून बाहेर चक्कर टाकी. शिवाय बाहेर जायचं दारसुद्धा लावून घेतलं होतं. पण मध्येच विनी झुकांडी देऊन बाहेर

पडली.

थोड्या वेळानं विनीची काही चाहूल नाही असं वाटल्यानं आरती बाहेर आली. बाहेरचा दरवाजा उघडा पाहून विनीचं जाणं तिच्या लक्षात आलं. त्याबरोबर चपला सरकावून तीही धावत विठ्ठलच्या दुकानाकडे निघाली. दुरूनच त्यांचा रंगात आलेला खेळ तिला दिसला.

विनी त्याच्या दुकानाच्या ओट्याच्या पायऱ्या चढून व्हरांड्याच्या अर्ध्या भिंतीवर चढून खाली उभ्या असलेल्या विठ्ठलच्या गळ्यात हात घालून धापकन त्याच्या अंगावर उडी टाकी आणि सरकत सरकत जमिनीपर्यंत येई. त्यानं कुठंही न धरल्यानं तिला पायांनी पण त्याला पकडावं लागे. आरती तिथं पोहोचेपर्यंत या खेळाची तीन आवर्तनं झालेली तिनं पाहिली अन् तिच्या डोक्यात तिडीकच उठली. कालच एवढं पायाला लागलेलं असतानाही ही कार्टी पुन्हा याच्याकडे खेळायला हजर झाली! एवढं बजावून सांगितलं तरी हिला माझ्या सांगण्यापेक्षा या फडतूस माणसाचं आकर्षण वाटतंय? यानं एवढी काय हिच्यावर मोहिनी टाकलीय? आणि खेळसुद्धा काय हे अंगचटीला येण्याचे! साधं बसूनसुद्धा चेंडू, सोंगट्या, पत्ते काहीही खेळता येत नाही का? भर उन्हात खेळण्याचा हा कुठला विचित्र प्रकार! विठ्ठलचा कुठलाही मुलाहिजा न ठेवता तिनं विनीला खसकन ओढलं अन् तशीच ओढत घरी आणलं. विठ्ठल, विठ्ठल असं ओरडणाऱ्या पोरीच्या दोन मुस्काटात देऊन तिच्या सवाई ओरडत तिला जवळच पडलेल्या स्केलनं मनाला वाटलं तोपर्यंत मारलं.

मग झालेल्या श्रमानं अन् मनस्तापानं थकून जाऊन स्वतःच रडून घेतलं. मग विनीला खोलीचं दार लावून कोंडून टाकलं, आश्चर्यानं तिच्याकडे पाहाणाऱ्या अम्मांना कुठलंही स्पष्टीकरण द्यावंसं तिला वाटेना. कसं सांगायचं त्यांना की तो माणूस मला आवडत नाहीये. तो कितीही तुमच्या विश्वासाचा असला तरी आवडत नाही. पण असं परक्या माणसाबद्दल शहानिशा करणार तरी कसा! माझ्या मनात पाल चुकचुकतेय. या हट्टी, आडदांड मुलीचा त्यानं कायापालट केला म्हणून खरं, तर मला त्याच्याबद्दल आदर वाटायला हवा. पण मुलींना जपायचं असतं या विचाराचा इतका पगडा माझ्यावर आहे, की माझ्या कल्पनेत न बसणाऱ्या गोष्टी मी पटकन स्वीकारू शकत नाही आणि माझी मुलगी मला हवी तशीच वाढायला हवी. त्यासाठी कितीही खस्ता खाव्या लागल्या, कितीही संघर्ष करावा

लागला तरी चालेल. ज्या दिवशी मला वाटेल माझ्या सरंक्षणाची हिला गरज नाही, हिच्या संवेदना, हिच्या सुप्त शक्ती हिला योग्य ती साथ देतील, ही आपल्या सर्व गोष्टी स्वतंत्रपणे करायला समर्थ आहे त्या दिवशी मी माझा हट्ट सोडून देईन. पण तोपर्यंत मला योग्य वाटेल तेच तिनं करायला हवं, माझ्या डोळ्यांचा पहारा तिला सहन करायला हवा. तिचं उठणं-बसणं, आचार-विचार यावर आईचं बारीक लक्ष असायला हवं, याचाच साक्षात्कार मला आत्ता झालाय.

भरभर जाऊन ती बाहेरचा दरवाजा पण लावून आली. पण त्याचवेळी तिला दुकानासमोरच्या झाडाखाली, रणरणत्या उन्हात कान कोरत बसलेला बावळट विठ्ठल दिसलाच. फुरसतीत ऐकायला म्हणून अम्मांनी टेपरेकॉर्डचं बटन दाबलं अन् शब्द नि सूर बाहेर पडले,

विठ्ठला रे विठ्ठलाऽ
तुझ्या भेटीलागी देवा
जीव आतुरऽऽला

ओऽहोऽ! घरीदारी सगळीकडे विठ्ठलच! तिला वाटलं ती कॅसेट काढून तोडून, मोडून फेकून द्यावी. पण... पण...

■ ■ ■

११ । उपरती

नंदाताईंनी फ्रीजमधून तोडलेल्या गवारीच्या शेंगांची
पिशवी बाहेर काढली अन् त्यांना कमरेत थोडं ओढल्यासारखं
वाटलं. डाव्या हातानं त्यांनी कंबर जरा चोळली अन् गवार
पाण्यात टाकली. कमरेच्या कुरकुरीमुळे फ्रीजजवळच्या रॅकमधले
बटाटे घ्यायला त्या विसरल्या. म्हणाल्या, "भक्ती, जरा चार
बटाटे दे गं आणि कोथिंबीरही दे. मुलांना बटाट्याचीच भाजी
लागेल, ही चालणार नाही.''

पण हे बोलणं भक्तीनं ऐकलंच नाही. दोघी सुना तेजसच्या
कौतुकातच दंग होत्या. भक्तीनं धाकट्या जावेच्या तेजसला कडेवर
घेतलं होतं अन् प्रीती त्याला आपल्याकडे बोलवत होती. पण तो
भक्तीच्या तळव्यावरच्या साळीच्या लाह्या टिपण्यातच दंग होता.
ती ऑफीसला गेल्यावर त्याला दिवसभर भक्तीच सांभाळायची.
त्यामुळे त्याला तिचाच लळा होता. तिच्या खांद्यावर तो डोकं
घुसळत होता. नंदाताईंना वाटलं सकाळच्या घाईच्या वेळी यांना
हास्यविनोद सुचतातच कसे! एरवी त्यासुद्धा 'लब्बाडा! आईजवळ
जा कसा', असं म्हणत त्यात सामील झाल्या असत्या. पण हल्ली
अधूनमधून कुठलेही सांधे असे दुखायचे की, त्यांना धावपळ
करणं नको वाटायचं. आत्तासुद्धा त्यांना बटाटे हवे होते अन्
भक्तीनं ते दिले नाहीत म्हणून त्यांना थोडा रागच आला. वाटलं
या दोघी स्वतःतच मग्न असतात. दुसऱ्यांचा विचार शिवतच

नाही त्यांना. रागात त्यांनी तेल ओतलं नाही पण टाकलेलं तेल जरा जास्त तापलं गेलं अन् फोडणीत हळद नि तिखट घालून भसकन आवाज करत शेंगा कढईत टाकल्या. त्याबरोबर घरभर खकाना पसरला. जणू त्यांचा रागच पसरला. छोट्याला खकाणा लागू नये म्हणून भक्ती बाहेर पळाली अन् प्रीती आपलं आवरण्यासाठी माडीवर पळाली.

'पळा!पळा! कोणी येऊ नका माझ्या मदतीला. आहे नं मी चांगली भक्कम सगळ्यांचे चोचले पुरवायला, नखरे सांभाळायला!' नंदाताईंच्या मनात येऊन गेलं. खरं तर आपलंच चुकलं. आपणच त्यांना तशी सवय लावली. फिरायला जाताय? जा, पिक्चरला जाताय? जा. असं आपणच म्हणायचो. म्हणून त्यांचं फावतं अन् ते खरंही होतं. त्यांना खरंच धावपळ करत सगळी कामं करायला फारच आवडायचं.

लहानपणापासून नंदानं पाहिलं होतं, की वह्यांचा पसारा घेऊन अभ्यास करणाऱ्या तिच्या ताईपेक्षा आईला कामात मदत करणारी नंदाच आईची जास्त लाडकी होती. दारातून भरलेल्या पिशव्या आणणारे बाबा दिसले की नंदा पटकन पुढे जाऊन त्यांच्या हातातल्या पिशव्या घ्यायची. तसं बाबांना खूप बरं वाटायचं. दुसऱ्यांची कामं पुढे होऊन केली की मनुष्य जाम खूष असतो हे तिला खूप लवकर कळलं. म्हणून नंदाची सुनंदा होऊन सासरी आल्यावरही पडेल ते काम म्हणण्यापेक्षा दिसेल ते काम ती भराभरा आटपायची. त्यामुळे सासुबाईंना तिचा आधार वाटू लागला. दीर, नणंदाही तिच्यावर खूष होते. तसंच टॉवेल हवा असं नुसतं मनात आलं, की ती टॉवेल घेऊन उभी राहायची. कपडे हवे म्हटलं की ती कपडे तयार ठेवायची. इतकंच काय ब्रश, पेस्ट, तेल, कंगावा, पाकीट, किल्ल्या या गोष्टीसुद्धा जेव्हा हव्या तेव्हा घेऊन आधीच हजर असायची. त्यामुळे घरातच आपल्याला व्हीआयपी ट्रीटमेंट मिळतेय, असं मनोहरला वाटायचं. या तिच्या धावून धावून कामं करण्यामुळे नि गोड स्वभावामुळे ती सगळ्यांच्या गळ्यातली ताईत झाली होती. तिच्यावाचून सगळ्यांचच अडायचं. अशा रितीनं आपलं महत्व आपोआप वाढतं हेही तिला समजायला लागलं होतं. मग तिनं ग्रॅज्युएशन पूर्ण केलं नाही याचीही कोणाला चुकूनही आठवण आली नाही.

घरीदारी सगळीकडे नंदा, नंदाताईंची जरूर सगळ्यांना भासायची. मुलं मोठी झाल्यावर त्यांच्या गरजा, हट्ट, लाड सर्व आईच पुरवायची. केक आवडतो म्हटल्यावर वेगवेगळ्या प्रकारचे केक आई करते, रसगुल्ला हवा म्हटल्यावर आई

तो शिकून घेऊन हौशीनं करते, हे मुलांना माहीत झालं होतं. तेच लोण पुढे नातवंडांपर्यंत पोचलं होतं. मुलं आई आई करायची तसेच ओजस, श्रेयस, आजी आजी करत होते. या सगळ्या कौतुकांबरोबर थोडा अहंकारही नंदाताईंच्या मनात केव्हा शिरला, हे त्यांनाही कळलं नाही. कधी भक्तीनं वेगळ्या प्रकारचं मेथीदाणा, गूळ घालून कैऱ्यांचं लोणचं करू या म्हटलं की नंदाताई म्हणायच्या, "नाही गं बाई, आपल्या इथं गोड लोणचं नाही चालणार हं. माझ्या हातचं तिखट, आंबट लोणचंच सगळ्यांना आवडतं बरं!"

वेगळ्या प्रकारांनी कारल्याची रस्सेदार भाजी करते असं भक्तीनं म्हटलं, की त्या म्हणायच्या, "आपल्या इथं ना मी करते तशी परतून भाजीच सगळ्यांना आवडते अगं. रस्सेदार भाजी नाही आवडली, तर वाया जायची उगीच." अशावेळी भक्ती मनात खट्टू होऊन जायची. स्वयंपाकघरातल्या डब्याभांड्याच्या जागांपासून हॉलच्या पडद्यांपर्यंत त्यांच्या पसंतीची छापच सगळीकडे उमटलेली असे. गोड बोलूनच पण आपलं आग्रही मत त्या मांडत असत. मग सुनांना वाटायचं जाऊ द्या झालं, आपण कशाला आटापिटा करायचा! त्यांनाच करू दे काय करायचं ते. अन् त्या दोघी सगळीकडेच दुर्लक्ष करायला लागल्या. त्या दोघींची एक फळी आपोआपच प्रीती आल्यापासून तयार झाली होती.

आता साठीला आल्यावर नंदाताईंनाही थकवा जाणवायला लागला होता. पण प्रकृती बरी नसली तरी काम रेटायचंच अशी पूर्वीपासून सवय असल्यामुळे त्या शरीराला आराम न देता खेचून न्यायच्या. पण कधीकधी सगळं जास्तच व्हायचं. या दोन-तीन वर्षांपासून कानाचाही फार त्रास व्हायला लागला होता. कानात दडे बसणं, कधी शिट्ट्या वाजणं, मोठ्या आवाजाचा त्रास होणं, डोकं कलकलणं, गरगरणं असा न दिसणारा, सांगता न येणारा विचित्र त्रास व्हायचा. आपल्याला थोडं ऐकायलाही कमी येतं असं त्यांना वाटत होतं. एरवी त्यांना बाहेरच्या खोलीतलं बोलणं स्वयंपाकघरातही ऐकू यायचं. त्यात त्या आतूनही स्वतःची मल्लीनाथी करत असत. वरच्या मजल्याची कोणची दारं किंवा खिडकीची तावदानं वाऱ्यानं आपटतायत अन् ती बंद करा हे त्या खालून सांगायच्या.

पण आताशा दुसरं कोणी तिसऱ्याशी बोलत असेल, तर त्यांना ते स्पष्ट कळायचं नाही. अन् आजपर्यंत सगळ्यात दखल द्यायची सवय असल्यानं ते कळलं नाही की स्वतःचाच राग यायचा. त्यामुळे मग उगीचच चिडचिड व्हायची. भक्ती नि

प्रीती बोलत असल्या की त्यांना वाटायचं आपल्याला कळू नये म्हणून मुद्दामच हळू आवाजात बोलतायत. मग त्या भांडी आपटायला लागायच्या, काही कारण नसताना कलथा जोराजोरात कढईवर आपटायच्या. नंतर मग आपल्याला उगीचच का राग येतो म्हणून परत वाईटही वाटायचं.

एकदा मनोहररावांना त्या हवालदिल होऊन म्हणाल्या,''अहो, मला सारख्या शिट्ट्या ऐकू येतायत हो!''

त्याबरोबर ते विनोदानं म्हणाले, ''बापरे! म्हणजे तुझ्याकडे पाहून अजूनही लोकं शिट्ट्या वाजवतात असं तुला वाटतं का?''

''अहो, मी काय म्हणतेय अन् तुम्ही गोष्ट कुठल्या थराला नेताय याचा काही विचार करा.''

''अगं, शिट्ट्या वाजवणं ही अविचाराची गोष्ट आहे. त्याबद्दल मी विचार कसा काय करणार बुवा!''

''हो ना. तुम्ही कशाला कोणाचा विचार कराल. तुमची पाठ दुखत असली की रात्रीबेरात्रीसुद्धा मला उठवून तेल लावून घ्यायला, पाठ चोळायला सांगता. पण मी काही सांगितलं की हसण्यावारी नेता.''

''मग मी तुझी पाठ चोळून देऊ का? असं सांग ना मग स्पष्ट! अन् मध्यरात्री कशाला आत्ताच चोळून देऊ का?''

''डोस्कं तुमचं! आगं रामेश्वरी अन् बंब सोमेश्वरी!''

''कमाल आहे. आता आग नक्की कुठं लागली हे नक्की सांगितलं नाही, तर बंब जाणार कसा तिथंपर्यंत? बंब मी बोलावतो. आग कुठं लागली ते दाखवं.''

त्यांना कोपरापासून हात जोडून नंदाताई दुसरे दिवशी दीपकला घेऊन डॉक्टरकडे गेल्या. नंतर सगळ्या चाचण्यासुद्धा झाल्या. त्यामुळे कुठला भाग थोडा अधू झाला आहे ते कळलं अन् चक्कर येत असेल तर घेण्यासाठी गोळ्याही दिल्या. पण जास्त बहिरेपण येईपर्यंत हिअरिंग एड लपवायचं नसतं हेही कळलं. फक्त आपल्या व्याधीशी आपण जुळवून घ्यायचं असतं, हे शहाणपण मात्र मिळलं. आता जुळवून घ्यायचं म्हणजे काय? उजवा हात दुखत असला तर डाव्या हातानं भाजी हलवावी हे ठीक. पण कंबर, गुडघा दुखत असला तर काय ओट्यापुढे खुर्ची घेऊन बसायचं? कानामुळे थोडं गरगरल्यासारखं वाटलं

तर काय करायचं? काही न करता नुसतं बसायचं? म्हणजे घरात सुना आहेत त्या करतील सर्व म्हणा! पण आपलं काय? आपल्याला तर स्वत:च सर्व करावंसं वाटतं. आज काय मधल्या खाण्यासाठी चकल्या केल्या, चार दिवसांनी बाकरवड्या केल्या, नंतर बेसन भाजलं हे काय मेहनतीशिवाय थोडंच होतं? पण प्रकृतीच्या कुरबुरी सुरू झाल्या की करता येत नाही त्याचाच जास्त त्रास होतो. तुम्ही हातांनी काही केलं नाही की घरातलं महत्त्व आपोआप कमी होतं, हे तिनं सासुबाईंचं पाहिलं होतं. तेच आता आपलंही होणार! एकदा रंगमंच गाजवायची सवय असली, टाळ्यांची नशा ज्यानं अनुभवली असेल त्याला मंचाच्या मागची काम करायला कुठं आवडतं? तसंच आहे हे. पण हे सांगणार कोणाला? मनोहरराव तर सगळंच हसण्यावारी नेतात.

शेजारच्या मीनाताईंना म्हटलं, तर त्यांनी सुनेची गाऱ्हाणीच सुरू केली. ''अहो नंदाताई, काय सांगू तुम्हाला. आमच्याकडे शलाका म्हणेल ती पूर्वदिशा! सर्व मीच करीन असा तिचा हट्ट! कधी मी कामाला हात घातला, तर नको म्हणते अन् गोडबोली अशी की माझं कोणाला खरंच वाटत नाही. मग आता मी पण मजा पाहाते. नळ वाहात असला तरी मी बंद करत नाही. पाणीही तूच भर, स्वयंपाक, वरची कामंही तूच कर जा. बसून बसून कंटाळा येतो हो. पण काय करणार!'' असं गहिवरून म्हणत त्यांनी डोळ्यांला पदर लावला.

''माझ्या सुना इतक्या वाईट नाहीत हो. अंगावर पडलं तर करतीलच. अलीकडे संध्याकाळचं सगळं भक्तीच करते बरं. मलाच वाटतं त्यांचे फिरण्या- हिंडण्याचे दिवस आहेत, तर कशाला सगळी जबाबदारी टाकायची त्यांच्या अंगावर?'' असं म्हणत नंदाताईंनी पळ काढला. पण डोक्यात शिरलेला भुंगा त्यांचं मनही पोखरत होता. आधीच कमी ऐकू येतं. त्यात ही व्याधी वाढली की ते व्यंगच म्हणायचं की! त्यात आणखी कंबरडं मोडलं नि हात-पाय अधू झाले की, आपण कोपऱ्यात खितपतच पडू! त्यांच्या मनानं एक काळंकुट्टं चित्र उभं केलं. शी: शी: आपण अशा होणार? यापेक्षा मरण पत्करलं. मनाच्या अशा विकल अवस्थेत घरात जाण्याऐवजी त्या बागेच्या रस्त्यावर चालू लागल्या. तेवढ्यात त्यांच्या महिला समाजाच्या सचिव अलकाताई त्यांच्यासमोर उभ्या राहिल्या. ''अहो काय हे? मी केव्हाची तुम्हाला हाका मारतेय. पण तुम्ही ऐकलंच नाही. कुठल्या तंद्रीत आहात?''

''अं? नाही. म्हणजे अजून ऐकायला येतं हो.''

"हॅः! जोक मारू नका. अहो, उद्या आपल्या मंडळात एक मोठी विदुषी येणार आहे भाषणाला. त्या मूक-बधिर कलावंतांना घेऊन आल्यात आपल्या इथल्या मूक-बधिर संमेलनाला." एक पॅम्प्लेट नंदाताईंना देत त्या म्हणाल्या.

"काय मूक-बधिर संमेलन?" त्यांच्या अंगावर काटाच आला. आपण बधिर होण्याच्या मार्गावर म्हणून आपल्याला या संमेलनाचं आमंत्रण दिलं का?

"मग? अहो, एवढं व्यंग असूनही काय सुंदर कार्यक्रम देतात ती मुलं! त्याला या तुम्ही रविवारी. मी पास देईन. पण आधी भाषणाला तर या." असं म्हणत त्या दुसरीकडे गेल्या. पॅम्प्लेट पाहिल्यावर नंदाताईंनी भाषणाला जायचा निश्चय केला. आपण नेहमी महिला समाजाच्या हळदी-कुंकू, ट्रीप, पार्ट्या या कार्यक्रमांनाच जातो. मात्र भाषणाला जायचं टाळतो, याची त्यांनी आता लाजच वाटली.

दुसरे दिवशी सत्यवतीदेवींच्या भाषणाला नंदाताई अन् मीनाताईही गेल्या. पाहुण्या हिंदीतच बोलल्या. अतिशय मुद्देसूद अन् उद्‌बोधक भाषण होतं. भोपाळच्या मूक-बधिर विद्यालयाच्या ट्रस्टच्या त्या अध्यक्ष होत्या. त्या म्हणाल्या की, मूक-बधिर व्यक्ती जरी जन्मजात व्यंगामुळे एक प्रकारे विनाकारण शिक्षा भोगत असतात, तरी त्यांनासुद्धा सर्वसामान्य व्यक्तीसारखं जीवन व्यतीत करण्याचा हक्क आहे. व्यंगग्रस्तांबद्दल समाजात अजूनही कुत्सितवृत्ती दिसते. पण त्या व्यक्ती आपल्याच सारख्या संवेदनशील अन् प्रतिभासंपन्नही असतात. व्यंगावर मात करून त्या आपलं जीवन तर सार्थक करतातच पण इतरांनाही आपल्या गुणांमुळे प्रभावित करतात. तेव्हा आपल्यासारख्या सुज्ञ नागरिकांनी त्यांचे त्रास, काळज्या, व्यथा कमी कशा करता येतील, ते पाहायला हवं. त्यांना स्वतंत्र व्यक्ती म्हणून जगता यावं यासाठी त्यांना किंवा त्यांच्यासाठी काम करणाऱ्या संस्थांना सर्वतोपरी मदत करायला हवी. ती मदत आर्थिकही असू शकते किंवा त्यांची सेवा करणं, शिक्षण देणं, समाज जागृती करणं, त्यांना सुविधा प्राप्त करू देणं, अशा अनेक प्रकारची असू शकते.

आणखी एक महत्त्वाची गोष्ट त्यांनी सांगितली, की संसाराच्या जबाबदाऱ्या तरुण, नुकतीच संसाराला सुरुवात झालेली असणाऱ्यांना जास्त असतात. पण पन्नाशी-साठीनंतर आपण थोडेफार त्यातून मुक्त झालेले असतो अन् नसले झालो तरी सामाजिक कार्य करण्यासाठी स्वतः होऊन त्यातून मुक्त व्हावं. काही वर्षं

समाजाला द्यायला हवीत ना आपण? हे क्षेत्र खूप विशाल आहे, इथं सर्वांचं स्वागतच होतं अन् आजपर्यंत केलेल्या कामापेक्षा वेगळंही असतं. त्यामुळे आयुष्यातल्या आतापर्यंतच्या कामातला तोच तोचपणातून सुटका होते. समाजातल्या इतर घटकांसाठी आपण काही करतो, याचं समाधानही मिळतं. समाजसेवा पर्यायानं देशसेवा केल्याचं समाधान तुम्हाला या आयुष्याच्या उतारावर निर्मळ आनंद अन् अतीव मन:शांती देऊन जातं. या आनंदप्राप्तीसाठी अन् मन:शांतीसाठी तरी प्रत्येकानं कुठल्यातरी संस्थेशी आपल्याला बांधून घ्यावं. कदाचित त्यामुळे आणखी नवीन नवीन गोष्टी करायची ऊर्मी तुम्हाला येईल अन् त्यासाठी अनेक संधीही मिळतील.

टाळ्यांच्या कडकडाटात त्यांचं भाषण संपलं. पण त्या भाषणातल्या अनेक मुद्द्यांनी नंदाताईंना त्यांच्या नैराश्याच्या गर्तेतून वर यायला हात दिला. जन्मजात व्यंग असणारी मुलं जर सामान्य जीवन जगू शकतात, तर मी कशाला एवढा न्यूनगंड बाळगते आहे? घरासाठी इतकी वर्षं मी राबले आता त्या रामरगाड्यातून मी मुक्तच व्हायला हवं. उरलेलं जीवन समाजातल्या गरजवंतांसाठीच व्यतीत करायला हवं. त्यासाठी काय करायला हवं, कुठून सुरुवात करायला हवी याचाच विचार करायला हवा का? घरी परतताना आपण पुढे काय काय करायचं याबद्दल त्या उत्साहानं नवीन नवीन बेत ठरवू लागल्या. त्यांना जणू उपरती झाली होती.

■ ■ ■

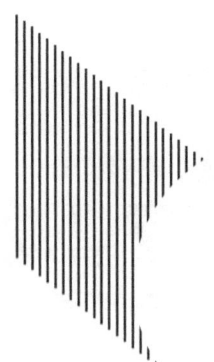

१२ आधार

"महेश, आज लीना फारच सुंदर दिसत होती, नाही का?" त्यांच्या साइडच्या सीटवर जरा मागे रेलून बसलेल्या कल्याणीनं त्यांना विचारलं.

"हूं!" रात्री साडेदहाला या रस्त्यावर फारशी रहदारी नव्हतीच. तरी समोरचं लक्ष ढळू न देता अगदी एकाक्षरी उत्तर त्यांनी दिलं. तिलाही अपेक्षा नव्हतीच. पण अशा शांत, थंड वेळी काहीतरी खूप बोलावंसं वाटत होतं. अगदी भरभरून.

आजची संध्याकाळ अगदी सुखाची गेली होती. रिसेप्शनचा श्रीमंती थाट, मंदसं वाद्यसंगीत, सुस्वादुभोजन, सगळंच कसं जमून आलं होतं. मुख्य म्हणजे पूर्वीचे पुष्कळसे बँक कर्मचारी दिसले, भेटले, बोलले. त्यामुळे सगळ्यांच्या चित्तवृत्ती अगदी फुलून आल्या होत्या. एरवी एकाच शाखेत असतानाही एकमेकांशी फारसा संबंध नसणारे लोकसुद्धा निवृत्त झाले, की नंतर मात्र कुठंही भेटले, तरी उत्साहानं बोलतात. प्रकृतीची आत्मीयतेनं चौकशी करतात. म्हणूनच ओळखीत कुठंही रिसेप्शन असलं, तर शक्यतो कोणी चुकवत नाही. महेश-कल्याणीसुद्धा निवृत्त झाल्यावरही जसे हौशीनं प्रवासाला, नाटक-सिनेमाला, साहित्यिक किंवा समाजसेवी संस्थांच्या कार्यक्रमाला जात असत; तसंच रिसेप्शनलाही आवर्जून जात असत. अजूनही तिथं घाईगडबड, आरडाओरडा चालत होता अन् शिवाय महत्त्वाचं म्हणजे कुठलाही

मेनू पोटाला सोसत होता. आजही कल्याणीनं पूर्वीच्या मैत्रिणींशी गप्पा मारता मारता गोराडूंपासून कटलेट्सपर्यंत अन् अंजीरबर्फीपासून मूंग का हलवापर्यंत सगळ्याची थोडीफार चव घेतली होती, एकमेकींचं क्षेमकुशल विचारण्यापासून जमलेल्या सगळ्याजणींमध्ये कोणाची साडी सुंदर दिसतेय, कोणाचा ड्रेस बंडल वाटतोय इत्यादी चर्चासुद्धा हिरिरीनं केली होती. पण सर्वानुमते लीनाच्या सासूची जरीकाम केलेली मरून साडी सर्वांत सुंदर दिसत होती अन् लीना वधूवेशात अतिशय गोड दिसत होती. तिला सासरहून दिलेला घागराचुन्नीचा ड्रेस फार भारीपैकी होता. वेल्वेटचा डार्कब्लू घागरा, त्यावर कुंदन, मोती अन् जरीकाम केलेलं असल्यामुळे मन मोहून टाकत होता. अनेक कलात्मक दागिने घालून तिला सजवलीही छान होती. म्हणूनच सर्वांच्या डोळ्यांचं पारणं फिटल्यासारखं झालं होतं. आतासुद्धा कल्याणीला तिची मूर्ती आठवत होती. हसून, मान वाकडी करून, नम्रपणे नमस्कार करणं आठवत होतं. तोंडातलं पान जवळजवळ संपत आलं होतं म्हणून सीटवर सरळ ताठ होत ती म्हणाली, "आपल्यालाही अशीच एक गोडशी मुलगी असायला हवी होती नं? मग आपणही तिचं थाटात लग्न करून दिलं असतं. रिसेप्शन करून सगळ्यांना बोलवलं असतं. जरा उधळपट्टी वाटते, पण त्यातही एक वेगळीच मजा असते. आपल्याकडे असं काही झालंच नाही. आपला अनंग एकुलता एकच मुलगा! तो कधीचा यूएसलाच जाऊन बसलाय! अन् लग्नही तिथंच करून टाकलंय! आपली काही हौसच झाली नाही असं तुम्हाला नाही वाटत?" यावर महेश हसायलाच लागले. "आता तुला मुलगी हवीये? सदुसष्टाव्या वर्षी? भलत्या वेळी भलते डोहाळे! निदान तीस एक वर्षं आधी तरी म्हणायचंस. आता नो चान्स माय डियर!" अन् नंतरही ते खदखदून हसत राहिले.

नंतर लगेच आलेल्या चौरस्त्यावर त्यांनी उजवीकडे वळण घेतलं. पण एक मोटरसायकलवाला रॉंग साइडनं भलत्या स्पीडनं त्यांच्यासमोर येऊन कडमडला. त्याला वाचवण्यासाठी त्यांना कार आणखी उजवीकडे वळवावी लागली. ती चौकाच्या मध्यभागी असलेल्या पुतळ्याच्या बाहेरच्या चौथऱ्याला घासली गेली. मोटरसायकलवाला तर केव्हाच निघून गेला होता. पण जोरात ब्रेक लावल्यानी अन् कार घासली गेल्यामुळे दोघंही शॉक बसल्यासारखे गडबडून गेले होते. जरा वेळ दोघंही छातीतली धडधड ऐकत बसून राहिले. मग खाली उतरून कारची पोझिशन पाहिली. पण काहीच झालं नव्हतं म्हणून इतरही कोणी लोकं थांबले नाहीत

अन् महेशही कारला रिव्हर्स घेऊन मार्गस्थ झाले. थोडावेळ कोणीच काही बोललं नाही. पण मघाचा गमतीचा मूड नाहीसा झाला होता. एक दीर्घ सुस्कारा सोडून कल्याणीनं काळजीच्या स्वरात विचारलं, ''तुम्ही ठीक आहात ना? त्या मोटरसायकलवाल्याला पाच-दहा शिव्या हासडून टाका म्हणजे झालं.''

''नाही गं! आयम पर्फेक्टली ऑल राइट. होतं कधीकधी असं.''

''तुम्ही नाही म्हणाल. पण मला वाटतं रात्रीच्या वेळी जाताना आपण ड्रायव्हरला बोलवावं आता.''

''बघू पुढे. आता तर आपलं घर आलंसुद्धा!''

''खरं म्हणजे मला छान लाँग ड्राइव्हला जावंसं वाटत होतं. अशा शांत वेळी.''

''आता ड्रायव्हर आल्यावर जाऊ हं नक्की.'' अन् मग दोघंही जोरात हसले. तिनं गेटचं कुलूप उघडलं. महेश कार आत ठेवत होते तोवर तिनं आपल्या शेजारच्या दोन्ही घरांकडे बघून घेतलं. अकरा वाजत आले होते. त्यामुळे दोन्ही घरं चिडीचूप होती. एका बाजूला फक्त सासबहूच राहत होत्या. त्यातल्या संगीताला सकाळच्या शाळेला जायचं असायचं नि दुसरीकडे वरच्या मजल्यावर वयस्कर नवरा-बायको होते. खालच्या मजल्यावर अजून भाडूत आलंच नव्हतं. आता आमचा ॲक्सिडेंट होता होता वाचला हे तिला कोणाला तरी सांगावंसं वाटत होतं पण कोणाला सांगणार!

आज तिला जरा उशिरानं लागलेली झोप उडाली ती कसल्यातरी विचित्र आवाजानं! नीट जाग आल्यावर तिनं पाहिलं की शेजारी महेश नव्हते. पटकन उठून आवाजाच्या अनुरोधानं ती बाथरूमकडे गेली. सिंकला धरून वाकून महेश उभे होते. त्यांना उलटी झाली होती. पाठीवरून हात फिरवताना उलटी कशामुळे झाली असावी याचा ती विचार करू लागली. रात्रीच्या खाण्यामुळे की शॉकमुळे? जरा बरं वाटल्यावर त्यांना बाहेर आणलं पण नंतर शौचाला लागली. बहुधा पोटात गडबड झालीय हे लक्षात घेऊन तिनं पुदिनहरा, दूध, लिंबू दिलं. एक गोळीही दिली. पण तरी फायदा होईना हे पाहून तिचं धाबं दणाणलं. तिनं फॅमिली डॉक्टरांना फोन केला. पण 'वे तो अमेरिका गए हैं लडके के पास' असं त्यांच्या आईनं सांगितलं. 'सगळे ऊठसूठ अमेरिकेलाच का पळतात' असं पुटपुटत तिनं फोन आपटला.

रात्रीचा एक वाजायला आला होता. आता काय करावं? शेजारच्या भाईसाहेबांचीच हल्ली किडनी प्रॉब्लेममुळे प्रकृती ठीक नव्हती. साध्या उलटी, जुलाब या कारणासाठी समोरच्या कोणाला त्रास द्यावा की नाही तेही ठरेना. महेशचे मित्र सगळे दूरच राहाणारे तिला आठवत होते. तिची सख्खी बहीण सध्या मुलीकडे दिल्लीला लग्नाला गेली होती. महेशना तिनं बाथरूममध्येच खुर्ची देऊन बसवलं होतं. ते म्हणाले त्यांना आता चक्कर येतेय. त्यांची स्थिती पाहून तिचेच हातपाय लटपटायला लागले. रात्रीची वेळ असूनही तिनं तिच्या मंडळातल्या मैत्रिणीला शोभनाला फोन केला अन् सगळी परिस्थिती सांगितली. ती पंधरा मिनिटांत ॲक्टिवानं मुलाला घेऊन आली. पण तोपर्यंत कल्याणीला ब्रह्मांड आठवलं.

तिच्या एका मैत्रिणीच्या नवऱ्याला भयंकर डोकेदुखी अन् चक्कर आली म्हणून डॉक्टरला बोलवलं, तर नंतर ब्रेनहेमरेजचं निदान होऊन दुखणं विकोपालाच गेलं. त्यामुळे नाही नाही ते विचार तिच्या डोक्यात थैमान घालू लागले होते. शोभनानं आल्याबरोबर तिला धीर दिला अन् कुठल्याही डॉक्टरला घरी बोलावलं तरी त्यानं लिहिलेली औषधं आता कुठं मिळणार? त्यापेक्षा त्यांना हॉस्पिटलमध्ये नेलं, तर सर्व उपचार लगेच सुरू होतील, हे पटवलं. लगेच मुलानं त्यांना कारमध्ये घालून हॉस्पिटलमध्ये नेलं. तो ड्राइव्ह करत असताना शोभनानं आधी फोन करून इमर्जन्सी केस येते आहे, अशी सूचनाही दिली. म्हणून तिथं तयारीही झाली होती. दोन महिन्यांपूर्वीच तिच्या यजमानांनाही तिथं ॲडमिट केलं होतं. अन् अजूनही चेकअपसाठी जावं लागत होतं. म्हणून तिथं तिची अनेकांशी ओळख होती.

त्यामुळे जराही वेळ न गमवता ॲडमिट झाल्याबरोबर डॉक्टरांची भेट होऊन योग्य उपचार सुरू झाले. पहाटेपर्यंत तर त्यांची प्रकृती ताळ्यावरसुद्धा आली. ते पाहिल्यावर कल्याणीच्या जिवात जीव आला, नाहीतर तोपर्यंत तिची अवस्था कळसूत्री बाहुलीसारखी होती. घरातून निघताना कपडे घे, पैसे घे, कुलूप लाव असं जसं शोभनानं सांगितलं तसं तिनं केलं अन् हॉस्पिटलमध्ये आल्यावर बावरल्यासारखी एका ठिकाणी बसून होती. महेश ठीक आहेत. काळजीचं काही कारण नाही असं सांगितल्यावर तिला बरं वाटलं अन् मग शोभनाला मिठी मारून ती हमसाहमशी रडू लागली. रडता रडता सारखी शोभनाचे आभार मानत होती. मग शोभनानं तिची कशीबशी समजूत घातली अन् कृष्णाला तिच्या सोबतीला ठेवून

स्वत: पाच वाजता घरी जायला निघाली कारण तिला तिच्या कामावर जायचं होतं.

डॉक्टर व्हिजीटला आले तेव्हा महेशच्या सगळ्या टेस्ट्स करायला सांगितल्या. मध्ये एकदा घरी जाऊन साफसफाई, बाईकडून केरवारे, एटीएम बूथला जाणं, शेजारी निरोप ठेवणं इत्यादी अनेक कामं करायची होती. तेवढ्यात तिला आठवलं, की आपल्याला काही खायची इच्छा नसली तरी कृष्णाला भूक लागली असेल. त्याच्यापुढे शंभराची नोट सारत ती म्हणाली, ''अरे बेटा, वर कॅन्टिनमध्ये जाऊन नाश्ता तर करून घे. पोहे, सामोसे, ऑम्लेट जे काय असेल ते खाऊन घे. सॉरी हं. मी विसलेच होते.'' तिला वाटलं त्याचा चेहरा एकदम उजळल्यागत झाला. रात्रीपासून जागाच आहे बिचारा! थकला असेल, अशी कशी मी केअरलेस झाले? असं वाटून ती प्रेमानं म्हणाली, ''तू नाश्ता करून आलास की आराम कर थोडा दुसऱ्या पलंगावर. महेश तर अजून गुंगीतच आहेत. मी घरी जाऊन लवकरच येते.''

तिच्या एवढ्या आस्थेनं बोलल्यामुळे त्याला नाश्ता न करताच पोट भरल्यासारखं झालं. म्हणाला, ''मॅडम, एवढे पैसे नाही लागणार.''

''नाही लागले तरी असू दे तुझ्यापाशी आणि माझ्यासाठी आधी चहा पाठव हं.''

''तुम्हाला घरी सोडू का मी?''

''नको. नको. मी जाईन ऑटोनं. इथं कोणी हवंच ना? कॅन्टिनला जाऊन लवकर ये हं.''

अन् ती जेव्हा घरची कामं आटोपून पुन्हा हॉस्पिटलच्या आपल्या रूमवर आली तेव्हा तो महेशचे पाय दाबत होता. तिला आश्चर्य वाटलं. जे तिच्याही लक्षात आलं नव्हतं. ते त्याला कळलं होतं. तिनं विचारलं, ''जाग आली होती का त्यांना?''

''नाही मॅडम. डोळे जरा उघडले होते. पण बोलले काहीच नाही. पण कण्हताहेत असं वाटलं म्हणून जरासा हात फिरवला पायावरनं. लई थकले असतील वो!''

त्याचा लई शब्द ऐकून तिला मजा वाटली. ''तुम्ही घरी असंच बोलता का सर्वजण?''

''नाय हो. सर्व इथलीच बोली बोलतात. मी पण शिकलो आता. नायतर अर्ध मराठी अर्ध हिंदी, तोंडात फकस्त 'लई' शब्द कधी येतो. मला तो लईच

आवडतो.'' त्यानं थोडं लाजत म्हटलं.

''पण मग घरातल्या इतरांना हा शब्द का नाही आवडत?'' तिनं विचारलं.

''ते सर्व इथलेच ना? मी अन् सुभी खरगोनजवळच्या गावाकडचे नाही का? मी चार दिवसांपूर्वीच मावशीकडे काकांच्याकडून आलो.''

म्हणजे हा शोभनाचा मुलगा नाही का? तेवढ्यात नर्स महेशना घेऊन जाण्यासाठी आली म्हणून बोलणं तेवढ्यावरच राहिलं.

संध्याकाळी थोडा आराम करून शोभना आली तिच्या सोबतीला. तिनं कृष्णाला घरी जायला सांगितलं. नंतर विषय निघाल्यावर तिनं सांगितलं की ''कृष्णा तिच्या मामेबहिणीच्या सासरच्या नात्यातला. कुठल्या खेड्यातच त्याचे आईवडील राहत होते. एक जमिनीचा तुकडा अन् मोलमजुरी यावर कसंबसं भागत होतं. पण सहा एक वर्षांपूर्वी अचानकपणे दोघंही एका पाठोपाठ वारले. कृष्णा सोळा वर्षांचा अन् सुभी म्हणजे सुभद्रा दहा वर्षांची होती. मग त्यांचे इंदूरला राहणारे काका त्या दोघांना घेऊन आले. पण त्यांनी याला फक्त घरकाम्या म्हणून वागवलं. काकू आजारी होती. तेव्हा तिच्या उस्तवाऱ्या करायला हक्काची दोन गडी माणसं त्यांना मिळाली. दोघांनाही शिकवलं वगैरे काही नाही अन् आता त्यांची दोघं मोठी मुलं याला म्हणतात काहीतरी कमव. इतकं दिवस मारहाणसुद्धा करून घाबरवत होते. आता यालाही कळायला लागलं म्हणून थोडे वचकून असतात! पण शिक्षण नसताना नोकरी कशी लागणार? कधी मोलमजुरी, कधी भाजी विकणं, कधी रिक्शा चालवणं, असं काही काही करून पाहिलं. पण तिथंही दादागिरीच असते. मग जम कसा बसणार? त्याचे तीन-चार मित्रही हातपाय मारतायत.'' पुढे ती म्हणे, ''त्याचे काका आता रिटायर होणार आहेत. म्हणजे तिथला आसरा आता जाणार आहे. मग माझ्याकडे चौकशीसाठी आलाय. अगदी लहानपणी आला होता माझ्याकडे माझ्या बहिणीबरोबर. ते आठवत होतं त्याला. आल्यासारखा चार दिवस राहील. पण नोकरीचाकरी मी कुठं लावणार! आपल्या घरचंच कसंतरी होतंय. त्यात इतरांसाठी काय करणार? तसा तो हुशार आहे, घाबरट पण नाही. पण त्याच्यासाठी काय करावं ते सुचत नाहीये.''

हे सगळं ऐकल्यावर कृष्णासाठी आपण काहीतरी करावं, असं कल्याणीला मनापासून वाटलं. कालपासून ती पाहत होती वेठ वळल्यासारखं त्याचं काम नव्हतं. आपला त्याचा काही पूर्वपरिचय नसताना तो ज्या प्रकारे महेशना सांभाळत

होता त्यात त्याची आस्था दिसत होती. कदाचित आईवडील, काकू यांची त्यानं चांगली सेवा केली असेल म्हणून अनुभवही असेल. आपल्याला कोणी मदत केली, तर त्याची परतफेड करायलाच हवी असं तिला नेहमी वाटायचं अन् तसं ती करायची. कृष्णाला तर आता आधाराची फारच गरज आहे. तर याला मदत करणं, तर आपलं कर्तव्यच आहे, असं तिच्या मनानं घेतलं. शिवाय अनाथाश्रम, वृद्धाश्रम, अंधशाळा अशा अनेक ठिकाणी सामाजिक प्रतिबद्धता म्हणून आपण दरवर्षी काही ना काही देतो. तर परिचित असलेल्या एखाद्या गरजू व्यक्तीला आयुष्यात उभं राहण्यासाठी मदत करणं, तर आपलं परम कर्तव्य आहे, असं तिला वाटलं, म्हणून ती घाईनं शोभनाला म्हणाली, ''अगं, असं का म्हणतेस? आपण त्याच्यासाठी सगळं काही करू. त्याला परत नको पाठवूस. त्याला अन् सुभीला सध्या तू तुझ्याकडेच ठेवून घे. त्या दोघांचा दर महिन्याचा खर्च मी तुला देईन. शिवाय त्यानं काय शिकायचं किंवा स्वत:च्या पायावर उभं राहण्यासाठी काय करावं याचाही आपण विचार करू ना.''

''अगं, कालच तू त्याला पहिल्यांदा पाहिलंस. तो कसा आहे, सुभी कशी आहे हेसुद्धा तुला माहीत नाही अन् तू त्यांचा दरमहा खर्च द्यायला निघालीस? बघ पुन्हा विचार कर बाई! शिवाय यजमानांनाही विचार. मी काही तुला शब्दांत पकडणार नाही.''

''तुझं म्हणणं बरोबर आहे. पण आपण नुसतं विचारच करत राहतो नेहमी अन् हातून करायला हवं ते करत नाही. मी इतकी वर्षं कमावलं अन् अजूनही मरेपर्यंत पेन्शन मिळणार आहे. त्यातून मी माझ्या मनाच्या समाधानासाठी काही खर्च केला, तर महेश मला आडवणार नाहीत. अन् माझा पैसा मला योग्य वाटेल तिथं खर्च करणं हा माझा हक्क आहे अगं! तुझी कमाई तुला हवी तशी खर्चायची हा तुझाही हक्क आहे. काय?''

शोभना तिच्याकडे आश्चर्यानं बघत राहिली. मग म्हणाली, ''हे म्हणणं तर खरंय. पण कल्याणी, आमच्या संसाराला जेवढं लागतं तेवढंसुद्धा आम्ही दोघं मिळून कमावत नाही आहोत. मग हक्काची भाषा कशी सुचणार? माझं जाऊ दे. कृष्णानं कमावण्यासाठी काय करावं असं तुझं म्हणणं आहे?''

''माझ्या डोक्यात एक आयडिया आलीये बघ. आमच्यासारखे जे लोक असतात ना त्यांना मदत हवी असते. हॉस्पिटलमध्ये जाण्यासाठी, ड्राईव्ह

करायचं नसेल, तर हवं तिथं घेऊन जाण्यासाठी, आपलं माणूस म्हणून हॉस्पिटलमध्ये राहण्यासाठी, घरी सोबत करण्यासाठी, बाजारहाट करण्यासाठी, टॅक्स, बील, प्रीमियम भरण्यासाठी अशा एक ना दोन अनेक कारणांसाठी त्यांना माणसाची गरज असते. ती यानं भागवायची अन् त्यासाठी योग्य ते पैसे घ्यायचे. जसं आजकाल मोठ्या हॉटेलमध्ये किंवा कार्यालयात साखरपुड्यापासून जेवणावळीपर्यंत सर्व काहींची पैसे घेऊन सोय करून देतात तसंच काहीसं. अर्थात त्यांचे चार्जेस फारच जास्त असतात. तितकं नाही ताणायचं. पण आपण आपल्या मेहनतीचे योग्य ते पैसे घ्यायचे.''

''पण कोणाला काय हवंय, कशाची गरज आहे हे कसं कळणार?''

''मी तुला फोन केला ना तसंच. ज्यांना मदतीची गरज आहे त्यांनी कृष्णाला फोन करायचा अन् त्यानं तिथं जायचं. कृष्णा काय काय करू शकतो ते त्यानं आधी ठरवायचं अन् त्याची जाहिरात करायची. आपण आधी आमच्यासारखे गरजवंत पन्नास ते शंभर लोक शोधू. ते आपले म्हणजे कृष्णाचे गिऱ्हाईक. त्यांना मदत करण्यासाठी आपल्यासारख्याच बेरोजगार मुलामुलींचा ग्रुप तयार करून सज्ज राहायचं. म्हणजे यांना रोजगार मिळेल अन् आमच्यासारख्यांना आधार मिळेल. नावसुद्धा आपण 'आधार'च ठेवू. यांना ट्रेनिंग देण्याचं काम मी फुकटसुद्धा करीन. माझाही वेळ चांगला जाईल अन् त्यांचंही काम होईल. पण हे नंतर. सध्या कृष्णानं एकट्यानंच काम करावं म्हणजे रिस्पॉन्स कसा मिळतो ते कळेल.''

''बरं वाटतंय ऐकायला. मलाही आवडेल तुम्हाला मदत करायला.'' शोभना.

महेश जागे झाल्यावर त्यांना टेकून बसवून तिनं पाणी पाजलं. हसून विचारलं, ''बरं वाटतंय ना आता?''

''अगदी छान. तुझ्यासारखी चतुर बायको असताना काळजीचं काय कारण? पण ते डायबेटिसच शुक्लकाष्ठ आता नेहमीसाठीच मागे लागलं, याचं वाईट वाटतंय. दोन वर्षांपूर्वीच शुगर बॉर्डर लाइनवर असताना गोड खाऊ नका, अशी डॉक्टरांनी वॉर्निंग दिली होती खरं तर पण...''

''जाऊ द्या हो! होतं असं. चुकणार नाही तो माणूस कसला?''

''ते खरंय गं. पण 'हम भी कुछ कम नहीं' हे दाखवण्याच्या नादात आपण वाहावत जातो, कुपथ्य करतो. आता वयाचा विचार करून जिभेला आवर

घालायला हवा.'' महेशनी रिसेप्शनमध्ये तिखट भाज्या, तिखट मसालेदार वरण टाळण्याकरता मलई मेथीमटर जरा जास्तच घेतली होती. बाहेरचं पनीर, मलई, दूध,जिलेबी हे पदार्थ खाल्ले की पोट बिघडण्याची शक्यता असते, हे आठवून ते तसं म्हणाले. ''आता परत परत बोलून कष्टी कशाला व्हायचं? आतापर्यंत सर्दी-ताप सोडून कधीच काही त्रास झाला नाही. त्यामुळे वयाचं भान आपल्याला आलंच नाही. म्हणून पथ्य, कुपथ्य हे शब्दसुद्धा आपण विसरलो होतो. आता लक्षात ठेवू.''

महेशना तिसऱ्या दिवशी बारा वाजता डिसचार्ज मिळाला. पोटासाठी अन् डायबेटिससाठी अनेक गोळ्या, औषधांची लिस्ट, त्याबद्दलच्या सूचना, पुन्हा चेकअपसाठीच्या डेट्स इत्यादी सगळ्या गोष्टींचा भार डोक्यावर घेऊन कल्याणी अन् कृष्णा महेशना घेऊन घरी आले. त्यांना नीटपणे चालायला त्रास होत होता. म्हणून तिनं कृष्णाला आपल्या घरीच ठेवून घेतलं. त्याच्यासाठी 'आधार' संस्था सुरू करण्याबद्दल चाललेल्या गोष्टींमुळे त्यालाही खूप हुरूप आला होता. साहेबांचं शुश्रूषेचं काम हे आपल्या आयुष्यातलं महत्त्वाचं स्थित्यंतर आहे हे त्याला कळलं होतं अन् म्हणून तो ते मन लावून करत होता. कल्याणीचा कुठलाही शब्द तो खाली पडू देत नव्हता. सुभीला सध्या शोभनाकडेच ठेवलं होतं. तिच्याबद्दलचा विचार जरा नंतर करू, असं कल्याणीनं ठरवलं. पंधरा-वीस दिवसांनंतर महेश एकदम ठीक झाले आहेत, असं सगळ्यांनाच वाटलं. कोणी विचारपूस करायला आलं, तर खोलीबाहेर येऊन छान गप्पा, हास्यविनोद करत होते. आधारावाचूनही चांगले भरभर फिरत होते.

एक दिवस दुपारचा चहा झाल्यावर बडीशेप खाता खाता कल्याणी म्हणाली, ''कृष्णा कसा काय वाटतो तुम्हाला?''

''वा! फारच चांगला मुलगा आहे हं. समजूतदार, कष्टाळू. किती मदत झाली त्याची! त्याला भरपूर पैसे दे बरं. तिथं कंजुषपणा नको करूस.''

''त्याबद्दल नाही म्हणत मी. मुलगा चांगलाच आहे. पण आपला मुलगा म्हणून कसा वाटतो?''

''म्हणजे काय म्हणायचंय तुला?'' तकियाला टेकलेले ते सरळ झाले नि विचारलं.

''काल शेंगा निवडताना त्यानी मला विचारलं, मी तुम्हाला माय म्हणू? मी

माझ्या आयला माय म्हणायचो. म्हणून विचारतो! मी म्हटलं, मग ए माय म्हण. अहो, माय नाही म्हणायचं. त्यावर तो इतका लाजला. म्हणाला, "नंतर म्हणीन.''

"एवढंच ना? मग म्हणू दे.''

"नुसतं म्हणायचं नाही. आपण त्याला दत्तक घेऊ या.''

"काहीतरी काय! एक मुलगा आहे ना आपल्याला? आपण निपुत्रिक थोडेच आहोत?''

"पण तो आता आपला कुठं आहे? पाच वर्षांत आलाच कुठं? आपणच गेलो होतो तीन वर्षांपूर्वी. महिन्यातून एखादं वेळेस फोन फक्त! व्हिडिओ कॉलिंगसाठी, तर वेळच कुठं? आवडतंय कुठं लिंडाला आपल्याशी बोलणं की इंडियात येणं?''

"ते खरं असलं तरी दत्तक कशाला घ्यायचं? जातीचा ना पातीचा!''

"तुम्ही कधीपासून जातपात पाळायला लागलात? ईद मुबारक बाद द्यायला जात नाही का तुम्ही?''

"ती वेगळी गोष्ट आहे. स्टेट्सचा विचारही करावा लागतो.''

"मग माझ्यासाठी या गोष्टीचा विचारही करायला हवा.''

"तुला काय अनंगबद्दल प्रेम वाटेनासं झालंय का?''

"मला लाख वाटतं. पण त्याला कुठं हवंय माझं प्रेम? मला माझ्या मुलाची मुलं घरभर खेळायला हवी आहेत. पण अनंग-लिंडाला मूलच नकोय अन् प्रेम, माया काय आपल्या कुटुंबापुरती मर्यादित ठेवायची असते? माया, ममता कोणावरही पांघरावी. शेजारची नीना माहेरी आली की तिची मुलं मी खेळवतेच ना तासन्तास?''

"पण थोडावेळ खेळवणं निराळं अन् त्यांची पूर्ण जबाबदारी घेणं निराळं! दत्तक घेतलं कोणाला तर आपलं घरदार, पैसा यात भागीदारी नाही होणार?''

"पण अनंग इथं कुठं राहाणार आहे? सगळं विकूनटिकून तो यूएसलाच जाईल. आपल्या देशातला पैसा त्या देशात का जावा? इथंच कोणाच्या कामी आला तर?''

"असा विचार कोणी भरवला तुझ्या डोक्यात? कुठल्या तरी मुलाला एकदम दत्तक घ्यायचं?''

"इस्टेट मिळतेय म्हणून त्यानं तुमचा गळा दाबला तर, शिवाय त्याचा काका पोलिसात!''

"गळा दाबणारी माणसं पाय नाही दाबत, जास्तीचे पैसे दिले तरी कृष्णा

नको म्हणतो. या वयात मुलांना पैसे हवे असतात हे आपल्याला अनंगला वाढवताना कळलंय. पण माझी पर्स दवाखान्यात उघडी राहिली, तर त्यावर कृष्णा चादर पांघरायचा, परवा माझं मंगळसूत्र चुकून पलंगावरच राहिलं होतं, माझंही चित्त हल्ली थाऱ्यावर नसतं म्हणून चुका होतायत सारख्या- तर त्यानं मला सांगितलं.''

''हे कदाचित तुला इंप्रेस करण्यासाठीही असेल. पण मला माझा मुलगाच प्रिय आहे.''

''मलाही तो प्रिय आहेच. पण आता दुसऱ्यांवरही प्रेम करावंसं वाटतंय. त्याला जवळ करावं वाटतंय.''

''काय हा मूर्खपणा! माझं डोकं नको खाऊस. बायका कुठून कुठं जातील हे ब्रह्मदेवालाही सांगता येणार नाही. बायकांची अक्कल चुलीपुरतीच!''

''हल्ली कोण चूल फुंकतं? गॅसपुरती ती म्हणा. अकलेचा मक्ता जसा पुरुषांनीच घेतलाय! मला माझ्या बुद्धीनुसार वाटतंय, की घरात अगदी दोनच माणसं असली की चोरांचीच भीती जास्त. त्यांनीच येऊन गळा दाबला तर? पण चार माणसं असली, तर त्यांची सोबत असते घरात. आनंद खेळता राहातो घरात. आपण आपल्या सुरक्षिततेचा मुख्य म्हणजे आनंदाचा विचार का नाही करायचा?''

''काय कटकट चालवलीये? तू बैस आनंदात डुंबत. मी जातो.'' अन् तटकन उठून ते निघाले.

कल्याणी ''अहो, अहो एवढं रागवताय कशाला?'' असं म्हणत मागे जातेय तोवर ते चपला घालून गेटपर्यंत गेलेसुद्धा. पण बाहेर गेल्यावर वळून खटका लावता लावता ते गेटवरच डोकं टेकून उभं राहिले. कृष्णा बागेतच होता म्हणून तो पटकन धावला अन् त्यांना आधार दिला. महेशना एकदम चक्करल्यासारखं झालं होतं. मग त्यानं अन् कल्याणीनं त्यांना धरून आत आणलं. पाणी प्यायल्यावर त्यांना बरं वाटलं अन् ते पलंगावर आडवे झाले. कुशीवर वळून डोळे मिटून ते स्वस्थ पडले होते. त्यांचा डोळा लागला असं वाटून त्यांना पांघरूण घालत हळू आवाजात ती कृष्णाला म्हणाली, ''संध्याकाळी डॉक्टरांना बोलवायलाच हवं. बीपी चेक करून घेऊ एकदा. अन् चक्कर का येते तेही विचारायला हवं.''

"मी हात धुऊन करतो फोन. पण माय, त्यांना त्रास होईल असं नका बोलू काही. खिडकीपाशीच मी वेल बांधत होतो, तर थोडंफार आलं कानावर. मला तुमच्या मायेशिवाय काहीपण नको. तुम्ही फक्त पाठीवर हात ठेवा म्हणजे आधार वाटेल. तेवढ्यानीच मी तरून जाईन." नि तो गेला.

महेश झोपलेच नव्हते. त्यांनी वळून तिच्याकडे पाहिलं. "अरे, जाग आली का तुम्हाला? बरं वाटतंय ना आता? सॉरी हं. मी आता तो विषय नाही काढणार. माझं चुकलंच. तुम्हाला दूध, राजगिरा, लाह्या देऊ का? पोटात गेलं की बरं वाटेल." त्यांच्या हातावर थोपटत ती प्रेमानं म्हणाली.

पण महेश नुसतंच तिच्याकडे पाहत राहिले तिचा चेहरा वाचत. तिच्या डोक्यात एखादी गोष्ट घोळत असली की ती पूर्ण केल्यावाचून ती स्वस्थ बसणार नाही, हेही त्यांना माहीत होतं. पण मीही अगदी कच्च्या गुरूचा चेला नाहीये बच्चमजी! माझी संपत्ती मी सुखासुखी का म्हणून देऊ कोणाला? काय केलं म्हणजे ती हा विचार सोडेल? काय करावं? असे विचार मनात घोळायला लागल्यावर पुन्हा त्यांचं डोकं कलकलायला लागलं. अन् त्यांनी डोळे गच्च मिटून घेतले. डोकं हलवलं, हात कडक झाला. त्याबरोबर कल्याणीनं ताडलं, की त्यांना संताप आलाय. त्यांच्या कपाळावर हात फिरवत, कानशिलावर दाबत मृदू आवाजात ती म्हणाली, "असा तापटपणा बरा नव्हे हं. टीव्ही लावू थोडा वेळ म्हणजे दुसरीकडे लक्ष लागेल? अन् गप्पा मारायला किशाभाऊंना बोलवू का म्हणजे गंमत येईल, संध्याकाळ छान जाईल."

आता तिचंच म्हणणं ऐकणं श्रेयस्कर म्हणून त्यांनी होकारार्थी मान हलवली.

■ ■ ■

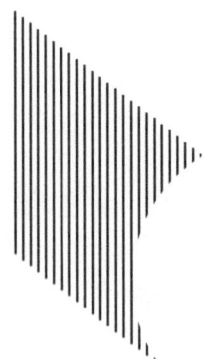

१३ । हे नवल कसं घडलं?

"एऽऽ! एऽऽय! शू: शूछ? अरे मी तुला बोलवतंय. थांब."

"कोण मी? काय काम आहे?"

"काम असल्यावाचून कोणी कोणाशी बोलूच नये का?"

"लवकर बोल. मला घाई आहे."

"माहिताय मोठ्ठा कामाचा आहे तो. उगीच शेखी नको मिरवूस. शेकडो आहेत पाणी भरणारे तुझ्यासारखे."

"रागावू नकोस गं; पण वारा वाहील तशी पाठ फिरवावी लागते हेच पाहिल्यापासून शिकलोय मी," तो मागे-पुढे झुलत म्हणाला.

"अरे, पळवाट सांगते मी तुला. फारच रेटा असला, तर त्या समोरच्या उंच टॉवरपर्यंत जा अन् जरा कडेकडेला हो अन् वळून पुन्हा ये माझ्याशी बोलायला. पाहा तुला जमतंय का ते."

ती पाहत होती. टॉवरपाशी जाईपर्यंतच तो हळूच सर्वांपासून अलग झाला अन् टॉवरला अंग घासत चक्कर मारून तो धापा टाकत परत आला. त्याला समोर पाहिल्यावर तिला अगदी हरखल्यासारखं झालं. लहान मुलीसारखं जीभ काढून, खांदे उडवून 'कशी मज्जा आली,' असं म्हणावंसं वाटलं तिला; पण खांद्यावर अगदी मणामणाचं ओझं असावं असं वाटलं. कुणाच्या खांद्यावर... कुणाचं ओझं!

तो कू: कू: करत सुस्कारे सोडत होता. थोडा रागेजलेला, थोडा उत्सुकलेला, नाजूकसाजूक असा त्याला पाहून तिला गंमत वाटली. वाटलं एवढं घामाघूम व्हायला काय झालं याला? आपल्याशी बोलायला घाबरतोय का?

"बोल काय म्हणतेस? भल्या पहाटे काय काम आहे?"

"अरे, नाव काय तुझं? ए तुझं नाव 'मुरारीलाल' तर नाही? त्या 'आनंद' पिक्चरमध्ये म्हणे राजेश खन्ना वाटेल त्याला भर रस्त्यात थांबवून 'अरे मुरारीलाल' असं म्हणून पाठीवर थाप मारतो. तू पाहिलंस का ते पिक्चर का काय ते?"

"छट्, मी कसली पाहातेय. इथं कोणी बोलतं ते कानावर येतं एवढंचं. आता सांग ना तुझं नाव. नवऱ्या मुलीसारखे आढेवेढे का घेतोस?"

"नवरी मुलगी आढेवेढे का घेते?"

"ओहो, अरे ती लाजते म्हणून नवऱ्याचं नाव घ्यायला वेळ लावते. स्वत:चं नाव घ्यायला नाही लाजत. आता तू विचारशील, की ती लाजते का? तर मुलीनं नवऱ्याला लाजायचं असतं. कळलं?"

"होऽऽ! कळलं. माझं नाव बादल आणि थांब तू भरभर बोलू नकोस."

"वाऽ! छान आहे नाव बादल. बादल पुन:पुन्हा घ्यावंसं वाटतं असं नाव आहे हं. बादल," ती जिभेवर नाव घोळवत म्हणाली. मग म्हणे, "कुठून आलास रे? एरवी कधी दिसला नाहीस?"

"मी खूप दूरवरून आलोय. मुंबईहून हां आणि आता आठवलं, की येताना दिसलं कुठल्या तरी घराच्या अंगणात एका मुलीला सजवत होते. तिच्या कपाळावर फुलांच्या माळा लावल्या होत्या."

"हांऽ हांऽऽ त्याला ना. मुंडावळ्या म्हणतात. लग्न असेल तिचं."

"तेच. ती खाली मान घालून हळूहळू हसत पण होती अन् लाजत पण होती. बरं का आता कळलं, की ती एकदा वर पाहून पटकन खाली का पाहत होती, माना का वेळावत होती. ते लाजणंच होतं तर तिचं."

"माझ्याशी गप्पा मारशील, तर अशाच कितीतरी गोष्टी कळतील. माझे डोळे नि कान सतत उघडे असतात, त्यामुळे मला माणसं छान कळतात."

"अस्सं! पण माणसं कळल्यामुळे काय होतं? मला तर अजून कधीच माणसाबद्दल विचार करायची वेळ आली नाही."

"आता तुम्ही साधूसारखे डोंगरावरच जाऊन राहिलात, तर कशाला

माणसांबद्दल विचार करायचा? पण पाण्यात राहून माशांशी वैर केलं, तर चालेल का? तसं माणसात राहून माणसाचा विचार न करणं कसं शक्य आहे?''

''माझं तर अजून काही अडलं नाही बुवा!''

''नशीबवान आहेस; पण कारे, जायचंय कुणीकडे?''

''अहं! आधी माझ्या प्रश्नाचं उत्तर दे. मग मी माझ्याबद्दल जास्त माहिती देईन. आधी तुझं नाव काय ते सांग,'' लहान मुलाप्रमाणे तो.

''सांगते ना. त्यात काय मोठंसं. माझं नाव आकृती.''

''अरे वा! आकृती म्हणायला छान वाटतंय; पण अर्थ काय त्याचा?''

''आकृती म्हणजे आकार. माणसांना आकाराचं फार महत्त्व वाटतं. म्हणून निर्गुण, निराकार परमेश्वरालासुद्धा त्यांनी आकार दिलाय. आकार असला की तुम्हाला लक्ष केंद्रित करणं सोपं जातं. आकारच नसला, तर तुम्ही शोधणार कसं अन् कोणाला?''

''ये बात! अरे वा! तुला बरंच काही माहिती आहे. मला आवडेल हं तुझ्याशी बोलायला.''

''मग थांब ना. घाई काय आहे?''

''अगं, आता सगळ्यांच्या बरोबर निघालोय, तर त्यांची साथ एकदम कसा सोडू? तू काय इथंच भेटशील. मला माझ्या सर्व प्रवासाची, कुठं जायचंय त्याची, सगळ्याचीच नीटशी काही कल्पना आली नाहीये. नंतर भेटतो.''

''ए बादल, पण नक्की हं. थोड्या वेळानं ये, नाही तर उद्या नक्की ये. मी वाट पाहीन. नाही आलास तर रागवीन हं.''

''येतो. येतो. मलाही आवडलीस तू.''

''अरे आणि ते लक्षात राहील ना? मध्ये काही आलं, की पटकन त्याच्या कडेला व्हायचं अन् त्याला वळसा घालून परत यायचं ते? ये हं,'' ती आवाज चढवून दूर जाणाऱ्या बादलला म्हणाली.

पाण्यात तरंगणाऱ्या होडीसारखाच तो मस्त तरंगतोय, असं तिला वाटलं. कितीतरी वेळ ती त्याच्याकडे टक लावून पाहत राहिली अन् तिच्या लक्षात आलं, की असं आसुसल्यासारखं आज पहिल्यांदाच आपण वागतोय. कोणीतरी शब्द देणं, वचन देणं, वाट पाहणं यातही एक मजा आहे; पण हे यापूर्वी मात्र कधीही वाटलं नाही. आजच कसं?

काल रात्रीपर्यंत खूप पाऊस पडत होता. कधी सडकून, कधी सरसरून, कधी मंदपणे, कधी थोडी भुरभुर, पण गेल्या चार दिवसांत पूर्ण पाऊस थांबलाय, असं झालंच नाही. सगळ्या दिशा कोंदलेल्या, काळ्याशार. रात्री पाऊस पडताना वाटायचं तेलकट काजळ हळूहळू वरून गळतंय. सकाळी सूर्य नाही अन् रात्री चंद्र नाही. परवा तर म्हणे बैजलापूरला भूकंपाचा धक्का बसला. जनहानी फार झाली नाही; पण पडझड मात्र खूप झाली. त्यामुळे लोकांच्या मनात खूप भीती घर करून होती.

काल सकाळी आकृतीला वाटलं आपल्या पायाखालीच खूप घरघराट अन् वेगवेगळे आवाज होतायत. जणू पायाखालून विमानंच जात आहेत. त्या आधी आदल्या रात्रीपासून वाटत होतं, की आपण खूप खूप चालतो आहोत. तिला कुठली चालायची सवय! पण अशी काहीशी भावना मात्र होत होती; पण डोळे उघडून पाहिल्यावर कळत होतं, की आपण होतो तिथंच आहोत. समोरची इम्रत झील तिथंच होती. हाकेच्या अंतरावरचा राजवाडासुद्धा तिथंच होता. मग आपण चालतोय असं वाटतंय हे कसं, ते आकृतीला कळेना. आपले पाच मजले सावरून धरता धरता आकृती अगदी दमून गेली.

तसंच चालता चालता पायाखाली दगड येऊन पाय मुरगळावा, त्यामुळे कमरेत कळ यावी अन् डोक्यापर्यंत सणक भिरभिरावी, तसं काहीसं वाटत होतं. सर्वांगाला झिणझिण्या येत होत्या. त्या उतरल्या तरी अंगभर होत असलेली थरथर किती वेळ थांबेचना; पण हे सगळं थांबल्यावर मात्र समोर पूर्ण चंद्र अगदी नुकताच अंघोळ करून आल्यासारखा ताजातवाना दिसत होता. म्हणजे पाऊस थांबला? केव्हा? मोठ्या आजारपणातून उठल्यावर वाटावा तसा तिला बराच हल्लकपणा आला होता; पण भोवतालची आश्वासक हवा जाणवल्यावर तिचा सर्व थकवा पळाला.

झाडांवरून-वेलींवरून आता पाणी गळत नव्हतं, तर त्यावर तकाकी दिसत होती. या परिसरात खूपच वृक्षवेली होत्या. चंदन, कदंब, गुलमोहर, युकॉलिप्ट्स, अशी मुद्दाम लावलेली झाडं होती, तशी पळस, निबं, पिंपळ अशी ऐसपैस वाढलेली मूळची झाडंही खूप होती. त्यांची बहुरंगी बहार अन् हिरवाई यातसुद्धा प्रत्येकाची खासियत होती. प्रत्येकाला स्वत:चा सुगंध होता. सर्वांचा संमिश्र सुगंध पुन्हा डोकं वर काढत होता अन् आकृतीच्या एकदम लक्षात आलं, की तिला वास

घ्यावासा वाटतोय. अगदी पोट भरून मन तृप्त होईपर्यंत वास घ्यावासा वाटतोय. या अचानक उद्भवलेल्या भावनेची मजा घेत असतानाच तिला वाटलं, की अंगावर चढलेल्या वेलीचा स्पर्श आजपर्यंत सुखावत तर होताच; पण आज त्या वेलींना स्वत: होऊन कुरवाळावं असं वाटतंय. चंद्र आजपावेतो नेहमीच उगवत होता; पण आज त्याच्या चांदण्यात मनसोक्त डुंबावंसं वाटत होतं. चंद्राशी डोळा भिडवून पाहावं, असं वाटत होतं. इम्रत्त झीलच्या पाण्यात बोट घालून ते किती थंड आहे ते पाहावं असंसुद्धा तिला वाटून गेलं. आपल्या मनी उमजलेलं हे नवीन कौतुक कसं साजरं करावं हे तिला कळेना. काय करू, कोणाला सांगू, असं तिला होऊन गेलं. मग मोठ्यानं नाही, तरी मनातल्या मनात थोडं गुणगुणत मनातल्या आनंदाला तिनं वाट करून दिली.

सकाळी विडी ओढता ओढता जगन चौकीदार दुसऱ्या चौकीदाराला विचारत होता, "तुला काल रात्री घुमल्यासारखे आवाज ऐकू आले का रे?"

"छोड यार! दूर की मसजिदकी अजाँ होगी, या फिर होगा कोई कुत्ता या बिल्ली, तेरे को तो कुछ भी सुनाई देता हैं।"

"नाही रे. गाणं गुणगुणतंय कोणी असं वाटत होतं."

त्यावर दुसरा खी: खी: खी: हसायला लागला. म्हणाला, "इतनी रात गये ऐसी सुनसान जगह में कौन गाएला रे तेरे मेरे सिवाँ? और लगातार बरसते पानी की वजहसे अपन तो जैसे बेहोश से सोए थे।"

"फिर भी मेरे को लगता है, की कहीसे आवाज आ रही थी।"

अगदी ठामपणे जगन म्हणाला. थोड्या वेळानं माळीबाबा आला. त्यालाही त्यानं हे पुन: पुन्हा सांगितलं. नेहमीच्या आळशी जीवनात थोडंसं थ्रिल आल्यासारखं त्याला वाटलं.

आकृतीच्या तळमजल्यावर बँक, पहिल्या नि दुसऱ्या मजल्यावर विम्याचं ऑफीस, तिसऱ्या मजल्यावर कर्मचाऱ्याचे स्पोर्ट्स क्लबचे हॉल्स, नाटक, गाणं करण्यासाठी छोटं थिएटर आणि इतर चार खोल्यांसुद्धा होत्या. शिवाय मोठ्या तळघरात मशीन सेक्शन आणि रेकॉर्ड सेक्शन होतं. दहा-सव्वादहानंतर तुरळक कर्मचारी यायला सुरुवात झाली. साडेदहाच्या सुमारास एकदम स्कूटर, कार,

सायकली गेटमधून भराभरा येत असत. काही कर्मचारी पायीसुद्धा येत; पण हमरस्त्यापासूनही ऑफीस थोडी आत असल्यानं स्वत:च्या वाहनानं येणारी मंडळीच जास्त. ऑफीस असलेल्या अशा फक्त तीन मोठ्या इमारतीत या रस्त्यावर होत्या त्यामुळे ऑफीस वेळेत खूप वर्दळ असली तरी रात्री एकदम शुकशुकाट असे. इम्रत झीलमुळे सुट्टीच्या दिवशीसुद्धा हौशी मंडळी फिरायला, बोटिंगला मुद्दाम येत. गावापासून जरा दूर असलेला हा परिसर थोड्या टेकड्या, खूप झाडी अन् झील यामुळे अतिशय शांत अन् रमणीय भासत असे. आकृतीसारख्या मोठ्या इमारती बांधून या परिसराचं नैसर्गिक सौंदर्य नष्ट होऊ नये म्हणून शहरातील काही लोकांनी कंबर कसली होती. म्हणून सध्या तर नवीन इमारती तयार होत नव्हत्या; पण आणखी काही वर्षांनी सिमेंटचं जंगल तयार होण्यावाचून पर्याय नव्हता.

त्याच वेळी बादल पुन्हा परतून आला. झुलत झुलत म्हणे, "बघ वादा केल्याप्रमाणे आलो ना?"

"धन्यवाद म्हणू का? तू दिसलाय नि मला इतका आनंद झालाय म्हणून सांगू! आपल्याला काय वाटतंय ते सांगताना आपला आपल्याला तर आनंद होतोच; पण ऐकणारं कोणी असेल आणि तेही आत्मीयतेनं तर आनंद द्विगुणित होतो."

"तू तर खूपच मोठेमोठे शब्द वापरतेयंस गं! माझी आपली कामचलावू भाषा आहे हं."

"उगीच तारीफ करू नकोस. कोणाकोणाचे ऐकून ऐकून ते शब्द आता आपले म्हणून वापरावेसे वाटतायत, एवढंच. ए, माझं ऐश्वर्य पाहा नं. किती किती वाहनं, किती माणसं भराभरा येतातंत पाहा. रोजच येतात, काम करतात अन् जातात; पण खरं सांगू आज ना मला त्याच्याबद्दल खूप आपुलकी वाटतेय. अरे मला वाटतंय, ही माझीच बाळं आहेत. कालपासून मला सर्वांबद्दलच एकदम ममत्व वाटतंय."

"ममत्व म्हणजे मी, माझं असंच ना?"

"बरोब्बर किती रे शहाणा तू?"

"तुझं ऐकून ऐकून मलाही काही आठवतंय," आकृतीच्या गालाला जरासा स्पर्श करत बादल म्हणाला.

सुखावून आकृती म्हणाली, "ये तुला मी गंमत दाखवते. तिकडे पाहा. आता

कारमधून उतरली ना ती पाहा कशी वॉकर घेऊन चालतेय.''

''कुठं? कुठं?''

''त्या पोर्चच्या खाली रे. तुला थोडं वाकावं लागेल. नाहीतर थोडं दूर जाऊन खाली पाहा म्हणजे दिसेल. नीट पाहून घे. तिचं नाव किनई तेजस. ती वॉकर घेऊन हळूहळू रॅम्पकडे चालत गेली. एकदम ढग आल्यावर तिनं हसून वर पाहिलं. बादलला तिचा पूर्ण चेहरा नीट दिसला. इतकी सुंदर मुलगी अन् वॉकर घेऊन चालतेय, असं पाहून तो चुकचुकला.

तेजस दूरून घाईनं येणाऱ्या अनूला थांबवून म्हणाली, ''अनू, अगं असं थोडं ऊन अन् थोडे ढग असा मोसम किती मजेदार वाटतोय ना? मोसम है आशिकाना...''

''हो ऽऽ ना. अग कालपर्यंत धो धो पाऊस पडला हे सांगून तरी खरं वाटेल का? आज तर धावत आल्यामुळे मला उकडायला लागलंय इतकं ऊन आहे आणि काल तर शाल घेऊन आले होते.''

''अगं, आज सकाळी सूर्य उगवला तेव्हा इतका मंद वाटला. अगदी पदराआडून निरांजनातली वात दिसावी, असं वाटलं बघ.''

''मग कविता करून टाक एखादी. कशाला आलीस ऑफीसला?''

''ड्यूटी फर्स्ट मॅडम? जा. जा. तू पळ. तुला उशीर होईल.''

''काय झालंय गं तिला.'' बादलनं विचारलं.

''अरे, तिला ॲक्सिडेंट झाला होता पूर्वी.''

''कसा काय? म्हणजे मुंबईवरून येताना मी बसनं केलेला अपघात पाहिलाय म्हणून थोडी कल्पना आहे.''

''कसा झाला ते मला माहीत नाही; पण हिला मी अशी पायानं अधूच पाहिलीय. नोकरीला लागली तेव्हाही ही अशीच होती. फक्त तेव्हा हॉकीसारख्या वळलेल्या, पण जास्त दणदणीत स्टिक्स घेऊन चालायची. आता स्नायू जास्तच कमजोर झालेत म्हणून वॉकर. कशी डगमगत चालतेय पाहिलं ना? दुसरी एखादी असती, तर कुढत घरीच बसली असती; पण कोण काय म्हणेल याची जराही पर्वा न करता जिद्दीनं ती सर्व करते. ज्या वयात कुदायचं, नाचायचं त्या तरुणपणी असा अपंगपणा नशिबी यावा याचं केवढं दुःख असेल रे! पण ती भलती हिंमतवान! ती हिंमतच मला आवडते; पण आता आणखी एक. मुख्य सांगायचं ते हे, की अधू

असूनही एका तरुणानं तिच्याशी प्रेमविवाह केला. प्रेम आंधळं असतं म्हणतात. मला वाटतं प्रेम समर्थ असतं. तिचे अधू पाय त्याच्या समर्थ पायाशी जन्माचे बांधले गेले.''

''अगं हे प्रेमच तर महत्त्वाचं असतं. ते कोणत्याही प्रकारचं, नात्याचं असो, ते कल्याणकारीच असतं.''

''आणि बरं का तिला एक मुलगीसुद्धा आहे. म्हणजे तिला स्वत:ला स्वत:च्या पायावर आधारावाचून उभं राहता येत नाही तिनं नऊ महिने दुसऱ्या एका जिवाचा भार समर्थपणे पेलला म्हणजे ग्रेटच आहे की नाही?''

''पण तिनं एवढं कशाला केलं?''

''तेच तर म्हणतेय मी. या बायकांना ना स्वत:चं मूल असणं इतकं जरुरीचं वाटतं. त्याशिवाय म्हणे आयुष्याला पूर्तताच येत नाही. तिला एखादं दुसऱ्याचं मूल दत्तक घ्यायला काय हरकत होती; पण मूल स्वत:च नऊ महिने पोटात वाढवायचं, नंतर बाळंतीण व्हायचं, याची काहीतरी वेगळीच झिंग असते. अरे, बाळंतपण म्हणजे महाकर्मकठीण गोष्ट असते! तुम्हा पुरुषांना त्याची कल्पनाच येणार नाही; पण आपल्यासारखीच एक आकृती निर्माण करण्याचं एक वेडच असतं आणि ते निसर्गानं क्रमप्राप्तच असतं. त्याशिवाय जीवन पुढे चालणार कसं? सृजन हे मादीचं कर्तव्यच असतं अन् ते एक नि:संशय महान कार्य आहे, असं हे लोक मानतात.''

''सगळीच कर्तव्यं पार पाडायची असतात ना?''

''ए, तुला म्हणून सांगते हं, की मलासुद्धा वाटतंय, की मला एखादी चिटुकली व्हावी.''

''हाऽ हाऽ हाऽ!'' हसत हसत बादल फिस्कारला. पुन्हा गडगडाट होतोय अन् पाऊस येणार का म्हणून अनेकांनी वर पाहिलं. ऑफिसात असणाऱ्यांनी खिडक्या उघडून, पडदे बाजूला करतसुद्धा पाहिलं.

''जाऊ दे, तुला थट्टा वाटतेय ना? आपण दुसरं काहीतरी बोलू,'' हिरमुसली होऊन आकृती म्हणाली. नंतर सावरून म्हणाली,''बरं का रे, इथं असणारे हे सगळे कर्मचारी अनेक जातींचे, धर्मांचे आहेत हं. थोडक्यात म्हणजे इथं कॉस्मॉपॉलिटन का काय म्हणतात ती संस्कृती आहे. ही तेजा, अनू, सुरेखा, वसंत आणि असेच अनेकजण महाराष्ट्रीयन आहेत; पण पंजाबी, बंगाली, तामीळ, गुजराथी अशा कित्येक भाषा बोलणारेसुद्धा अनेक आहेत. शिवाय मुस्लीम, ख्रिश्चन,

पारशी असे दुसऱ्या धर्मांचेसुद्धा पुष्कळ आहेत. सर्वजण गुण्यागोविंदानं सांगितलेली कामं करतात आणि आपण सर्व कर्मचारी एक आहोत, असं अभिमानानं सांगतात. त्याला युनिटी म्हणतात. इथं बाहेर पटांगणात युनियनच्या नेहमी मीटिंग्ज् होतात. बँकवाल्यांची वेगळी युनियन, विमावाल्यांच्या अनेक युनियन्स. मीटिंगमध्ये खूप घोषणा दिल्या जातात. म्हणून तर माझा शब्दसंग्रह एवढा मोठा आहे. जगातील कामकऱ्यांनो एक व्हा, असंही म्हटलं जातं.''

''पण फक्त काम करणाऱ्यांनीच का? बाकीच्यांना यांच्यात जागा नाही का?''

''ते कोण जाणे! पण एकता, समता, बंधुता या गोष्टींचं भारी कौतुक चालतं.''

''पण ते योग्यच आहे ना?''

''ते खरं रे, पण कधीकधी प्रश्न पडतो, की बोलणं नि वागणं यात फरक का?''

''फरक असतो का?''

''बहुधा असावा. म्हणजे आता नक्की काय सांगू बरं! हं आठवलं. या इथल्या इमारती नुकत्याच बांधल्या गेल्या होत्या अन् ते घडलं. इंदिरा गांधींच्या हत्येच्या वेळी झालेल्या दंगली पाहून वाटलं कुठं आहे एकता, भाईचारा? मोठ्या मोठ्या शब्दांच्या अर्थाला जीवनात उतरवणं फार फार कठीण असतं रे!'' अन् ती फार कष्टी झाल्यागत वाटली. तिला खुलवण्यासाठी, वातावरण हलकं करण्यासाठी बादल म्हणाला, ''तुला एक विचारू?''

''विचार की. काय विचारणार आहेस?'' नाजूक आवाजात आकृती म्हणाली.

''तुला कालिदासाच्या मेघदूताबद्दल काही माहिती आहे?''

''इश्श्य!'' निराश आवाजात आकृती म्हणाली.

''मला वाटलं प्रेम, आसक्ती अशा मूलभूत भावनांबद्दल काही विचारणार आहेस.''

''अग त्या भावना आपल्यात कशा संभवतील? प्राणिमात्र, मानव यांच्यात राहून तुलाही त्यांची लागण झालेली दिसतेय. त्याऐवजी दुसरीकडे पाहा. विश्वाच्या पसाऱ्यात एक अनिर्वचनीय आनंद भरलेला असतो, आकाशाच्या पोकळीकडे पाहा. जिकडे पाहावं तिकडे काहीतरी पाहण्यासारखं आहेच. चंद्र, सूर्य, नक्षत्र, तारे अन् अंधकार. 'तुला आकाश फार दूरचं वाटत असेल, तर पृथ्वीवरचंच सांगतो. अगं पर्वतांची माळ तर पाहत राहावीशी वाटते. पर्वत माथ्यावर घोटाळत राहावंसं

वाटतं. काही न बोलता नुसतंच पाहायचं, नुसतंच थांबावयाचं, नाहीतर हात लावून त्याचं पोत पाहायचं. त्यात तुला का रस नाही?''

"अरे, तुला जे भावलं, तू जे अनुभवलं ते तूही सांग ना. मला आवडेल.''

"ए, पण आता राहू दे. आता अनिलचा संदेश आलाय. संध्याकाळनंतर जरा थंड झाल्यावर जमवतो येण्याचं.

"जपून जा हं,'' ती भावनावश होत म्हणाली,

"आमच्या इथं एकीनं कविता म्हटली होती.

'बादल बरसते है,

झर झर झर झर झर झर

जीवनदान देते है।'

असा बरसू नकोस, प्रॉमिस?''

"प्रॉमिस!''

"बाय!''

मियॉमल्हारच्या तानेसारखाच तो सरकन निघून गेला असं तिला वाटलं. त्याला कसं धरून ठेवायचं!

आता पुन्हा येईल तेव्हा त्याला आपल्याला माहीत असलेली मियॉमल्हारची सुरावट ऐकवायचीच, असं तिनं ठरवलं. काय बरं स्वर आहेत! हं. निसाम, रेऽप,म प नि ध नि सां (सां) नि प, म प!ऽ' ती गुणगुणली अन् चौथ्या मजल्यावर टेबल-टेनिसची टेबलं, कॅरमबोर्ड्स यांची देखरेख करत असलेला जगन चौकीदार उभा थरथरला. त्याची आज डबल ड्यूटी होती. काल रात्रीसारखाच घुमल्यासारखा आवाज त्याला ऐकू येत होता. आता तर त्याची खात्रीच झाली. साहेब, साहेब असं ओरडत त्यानं जी धूम ठोकली ती साहेबाच्या पुढ्यात.

"साहेब, साहेब वर कोणी गाणं म्हणतंय, असं सारखं वाटतंय.''

"अरे, कबुतरं असतात सगळीकडे. ती घुमत असतील.''

"पण मग रात्रीसुद्धा मला असाच भास होत होता त्याचं काय?''

"बघू बघू,'' काहीतरी बोलून परबसाहेबांनी त्याला हकललं; पण तोपर्यंत चौकीदाराला आवाजाचे भास होतायत, हे हॉलभर झालं.

आकृतीनं दुसरीकडे लक्ष वळवलं. बादल म्हणाला ना आकाशात पाहा. पाहते की आणि समोर दिसेल त्या आकाराला तिनं हटकलं अन् विचारपूस सुरू

केली. तो आकार म्हणजे शुभ्रा होती. तीही गप्पिष्टच! म्हणाली, "माझं नाव किनई शुभ्रा, मला त्या कृष्णवर्णी मेघांसारखं थुलथुलीत व्हायला आवडत नाही आणि ते रडके गं सगळे एकजात. मला आपलं नाजूक नाजूक नाचायला आवडतं. मला तू लाइटफुटेड म्हण हवी तर. तुझ्यावरच्या गच्चीवर नाचू का थोडंसं?"

"नाच की. मला आवडेल तुझा स्पर्श," आकृती. "एरवीसुद्धा कधीही हाक मार मला. मी येईन तुझ्याशी गप्पा मारायला. इतरांसारखी तू शिष्ट, गंभीरपणाचा आव आणणारी नाहीस म्हणून खूप खूप आवडलीस हं. येऊ मी खाली सत्कार करायला?"

शुभ्रा गेली अन् संध्याकाळी बादल आल्यावर त्याला काय सांगावं याचा विचार करत आकृती थोडी सुस्तावली; पण मनाशी तिनं खुणगाठ पक्की केली, की बादलला जर पुन: पुन्हा बोलवायचं असेल, तर असं काहीतरी त्याला सांगितलं पाहिजे, की ज्यामुळे आकर्षित होऊन, तो स्वत: होऊन घिरट्या मारेल.

रात्री बादलला दुरून पाहता क्षणीच तिला धडधडायला लागलं. सगळ्या अंगाला बारीक कंप सुरू झाला. बादलवर आपला जीव जडलाय, हे तिनं मनोमन कबूल केलं. तो थोडा भरला होता अन् चंद्राचा प्रकाश त्याच्यावर पडल्यामुळे त्याच्या चेहऱ्याच्या एका भागाला चंदेरी रेघ ओढल्यासारखी वाटत होती. त्यामुळे तो आणखीच आकर्षक भासत होता.

फू× अशी फुंकर तिच्यावर मारत तो हसला. तसा आनंद वाटत असतानासुद्धा थोडं कृतक कोपानं ती म्हणाली, "हे रे काय, केव्हाची वाट पाहतीय ना! कुठं अडकला होतास? मला वाटलं येतोस की नाही."

"वा! एकदा प्रॉमिस केल्यावर येणार नाही असं कसं होईल? अगदी फारच लांब गेलो तरच काही सांगता येत नाही. पण तोवर तर येईनच.

"दूरवर म्हणजे कुठं जायचं बाई?" काळजीनं ती.

"कुठंही असू शकतं. कदाचित गंगायमुनेच्या संगमावरून आपल्या पावन हिमालयाकडेसुद्धा जावं लागेल."

"हिमालयात जायला तुला काय एवढ्यात वैराग्य आलंय?" त्याचं बोलणं तोडत मध्येच आकृती म्हणाली.

"विरागी झाल्यावरच हिमालयात जायचं असं थोडंच आहे? मला तर प्रवास करायला खूपच आवडतं. तेच तर आमचं वैशिष्ट्य आहे. तेच गमावलं तर स्वत्व

गमावल्यासारखंच होईल ना? मला तर बर्मा, सिंगापूर इकडे विदेशी जायला मिळालं तरी मी आनंदानं जाईन.''

''पण मी जाऊ देईन तर जाशील ना?''

''म्हणजे काय?''

''तुला ती चीज माहीत आहे का? कामोदची?

कारे, जाने ना दूंगी एरी माई,

मैं तो अपने रसिक को नैनन में कर

राखी पलकन मूंद मूंद

कारे, जाने ना दूंगी.''

''वा! छान म्हणतेस गं. कुठं शिकलीस?''

आकृतीनं किंचित झटका देत म्हटलं, ''खूप खूप गोष्टी शिकलेय मी. तुलाही शिकवीन. ये माझ्या शेकडो डोळ्यांतून आत ये.''

तिच्या झटक्यानं वरच्या मजल्याच्या सर्व खिडक्यांचे बोल्ट निघाले अन् बादल म्हणाला, ''वरच्या टॉवरला उघडे डोळे आहेत, त्याशिवाय हेही तुझे डोळेच आहेत का?''

तिचं अंतरंग पाहायला बादल डोकावून पाहू लागला. एकदा या खिडकीतून एकदा त्या खिडकीतून असं करत डोकवत सगळीकडे फिरला.

''छान वाटला तुझा स्पर्श. किती मुलायम!''

''इथं नेहमीसाठी राहिलास तरी चालेल.'' त्या स्पर्शाला परत परत कुरवाळत आकृती.

''तुला चालेल, पण मला चालणार नाही. एवढ्या बंदिस्त जागेत माझा जीव गुदमरून जाईल गं. मी ठरलो मस्त कलंदर.'' तिच्या डोक्यावरून हात फिरवत बादल म्हणाला.

''मग मी म्हणीन, दस दरवाजे बंद कर सोई/ न जानू कौनसी खिडकी खुली थी/सैंया निकस गये में ना लडी थी.''

''खूप गाणी येतात का तुला?''

''खूऽऽप! रोज एक ऐकवीन. मात्र रोज यायचंस.''

''पण त्या मेघदूताबद्दल सांगणार होतीस ना?''

''तुला काय माहिती आहे?''

"फारशी नाही. पण आमच्याबद्दल लिहिलेलं काव्य म्हणून उडत उडत त्याचं नाव आम्हाला सर्वांना माहीत असतं. विशेष व्यासंगी मेघ थोडं पाठांतरही करतात अन् निवडक श्लोक म्हणतात. पण सर्वांनाच कुठं सर्व येतं? आणखीसुद्धा एक गोष्ट प्रत्येकाला माहीत असते, की भगवान विष्णूला मेघवर्ण म्हणतात अन् त्याचा सर्व जण अभिमानही बाळगतात.''

"विष्णूच्या मेघवर्णाचा अभिमान बाळगायचा आणि जायची इच्छा ठेवायची मात्र कर्पूरगौर महादेवाच्या निवासस्थानी जाण्याची, असंच ना? पण वैष्णव अन् शैव यांचं फारसं सख्य नसतं, हे माहीत आहे का?''

"पण काय हरकत आहे? परमेश्वराच्या ठिकाणी आपपर भाव कशाला ठेवायचा? आम्ही तर तो कधीच मनात बाळगत नाही. सगळी भूमी आमचीच! आम्ही भारतातूनसुद्धा प्रवास करू किंवा पाकिस्तान, बांगला देशातूनसुद्धा करू आणि कुठंही बरसू. जमिनीवरच्या देशांचे नियम आम्हाला लागू नाहीत आणि तेच बरं. नाहीतर अनावस्था प्रसंग ओढवायचा. उद्या तुम्ही म्हणाल सूर्यकिरणांचीसुद्धा वाटणी करा.''

त्याच्या बोलण्याची गंमत वाटून ती खदखदून हसली. म्हणाली, "इतकं तर छान बोलतोस. ऐकत राहावंसं वाटतं अगदी अन् मला उगीचच चढवतोस विद्वान, विद्वान म्हणून!''

"बरं निघू आता?''

"इतकी काय घाई आहे रे? बरं, पण उद्या नक्की यायचं हं सकाळी. उद्या मेघदूत काव्याबद्दल सांगते आणि डोंगरकड्यावरून जरा जपून जा हं.''

"सगळ्यांपासूनच मी जपतो स्वत:ला. नाही तर छातीत वीज सळसळते ना?''

"आवाजो, म्हणजे पुन्हा ये.''

खिडक्यांची उघडी तावदानं पहाटेच्या जोरदार वाऱ्यानं फटाफट आपटू लागली म्हणून चौकीदारांनी वर पाहिलं अन् त्याचं धाबं दणाणलं. सर्व खिडक्या बंद करून हॉलना, खोल्यांना कुलपं घालण्याची प्रथा होती. सगळ्या खिडक्या बंद केल्या असतानाही पुन्हा कशा उघडल्या? ऑफीस आवारातच राहणाऱ्या साहेबांना त्यांनी रिपोर्ट केला, की इथं काहीतरी भुताटकीचे प्रकार होतायत. आम्हाला जास्त माणसं द्या नाही, तर आम्ही सुट्ट्या घेऊन जातो. साहेबांनी त्यांनाच दम भरला.

"कामं करायला नकोत. अर्धवट काम करून कुलूप ठोकता आणि वर भुताटकीच्या गप्पा मारता? मीच तुम्हाला डिसमिस करीन.''

मात्र स्वत: जाऊन साहेबांनी पाहिलं तेव्हा तेही चकित झाले. केवळ खिडकीजवळचीच टेबलं भिजली किंवा पेपर्स भिजले असं नाही, तर पार विरुद्ध दिशेला असलेल्या भिंतीवरसुद्धा ओघळ होते. तेथील रॅक्सपण भिजली होती. शिवाय कसल्या तरी गाण्याची मंद सुरावटही मधूनच ऐकू येत होती, हे त्यांनाही नाकबूल करता येईना. उद्यापासून रात्री आणखी चारजणांना सगळीकडे हिंडून वॉच ठेवण्याचा त्यांनी हुकूम सोडला.

सकाळी कालच्या पेक्षासुद्धा जास्त उत्साह सगळीकडे पसरलाय, असं वाटत होतं. कालच्या उन्हापेक्षा आजच्या उन्हाचा जोर वाढलेला वाटला. माळीबाबा बागेच्या सफाईच्या कामात कंबर कसून लागला होता. गुलमोहराखालच्या फुलांच्या पाकळ्यांचा सडा दूर करता करता त्याचं वर लक्ष गेलं अन् तो आश्चर्यचकितच झाला. गुलमोहोराची एक लालभडक फुलांची फांदी आकृती इमारतीच्या एका खिडकीवर पसरली होती अन् सर्वच झाड थोडं तिच्यावर कलल्यासारखं वाटत होतं. तसं झाड इमारतीच्या अगदी जवळ नव्हतं.

आकृतीनं सगळं अंग झटकून जमलेलं शेवाळ वगैरे फेकून दिलं होतं. बोगनवेलींची रद्दी पानं फुंकर मारून बाजूला करून फुलांचे घोस चिकटवून घेतले होते. लालभडक गुलाबी, राणी, शेंदरी अशा चार-पाच रंगांच्या फुलांच्या चार-पाच वेली आकृतीभोवती होत्या. मागच्या बाजूला दोन मोठ्या चमेलीच्या वेली तिच्यावर पसरल्या होत्या. रात्री उमललेल्या सर्व चमेली फुलांचा सुगंध तिनं लपेटून घेतला होता. जवळच्या गुलमोहराची लालभडक फुलं अजूनही येत होती. त्याची एक फांदी तिनं एका खिडकीवर ओढून घेतली. काही क्रीपर्स वरून खाली सोडले होते. न्हालेल्या मोकळ्या केसांप्रमाणे ते आता तकतकीत दिसत होते. बादल येईल तेव्हा त्याच्या लक्षात येईल इतपत प्रसाधन आकृतीनं केलं होतं; पण... पण बादल सकाळी आलाच नाही. आकृती वाट पाहून पाहून थकली. तरी तो येईचना. आता मात्र तिला राग आला. इतकं विनवून सांगितलं, त्यानंही येतोच असं वचन दिलं अन् दुपारीसुद्धा त्यानं येऊ नये याचा तिला फारच राग आला. बोगनवेलीचे माळलेले तुरे तिनं खाली फेकून दिले, गुलमोहराची

जवळ केलेली फांदी काडकन तोडून टाकली. त्याबरोबर तिच्यावर रेललेलं झाड पूर्ववत झालं.

संध्याकाळी ऑफीस सुटल्यावर जिथं तिथं विखुरलेले तुरे आणि गुलमोहराची एवढी मोठी तुटलेली फांदी पाहून जो तो आश्चर्य करू लागला. वादळवारं काही नसताना एवढी मोठी फांदी तुटली कशी? एवढी सगळी फुलं कशी विखुरली? सर्वांनाच फार हळहळ वाटली. उक्कड बसलेला माळीबाबा दात कोरत विचारात अगदी गढून गेला होता.

संध्याकाळनंतर चंद्र उगवल्यावरसुद्धा आकृती फुणफुणतच होती. चांदण्याचा लेपसुद्धा तिच्या रागावर उतारा ठरला नाही. शुभ्रा तिच्या आगेमागे थोडी नाचून गेली, पण तिच्याशीसुद्धा आकृती नीट बोलली नाही. खांदे उडवत, तोंड मुरकत, शुभ्रा जवळच्या टेकडीवर बागडण्यासाठी निघून गेली आणि त्यानंतर हळूहळू डुलत डुलत बादल आला. डोळ्यांतलं पाणी निपटत आकृती हसू लागली. किती आपण बावळट! वेड्यासारखं किती रागावलो याबद्दल वाईटपण वाटत होतं अन् त्याला पाहून मनापासून आनंद झाल्यानं हसूपण येत होतं. उकळ्या फुटल्यासारखी ती हसत होती. गदगदून हसल्यामुळे चार-सहा तावदानांच्या काचा जेव्हा फुटल्या तेव्हा ती शुद्धीवर आल्यासारखी हसायची थांबली. इतका थिल्लरपणा बरा नाही असंही तिला वाटलं. जरा वेळानं सावरून घेत ती म्हणाली, "कुठं भटकत होतास रे? किती वाट पाहिली!"

"अगं, उज्जयिनी नगरी डोळ्यांखालून घालून आलो."

"कशी वाटली? मेघदूतात वर्णन केल्याप्रमाणे आहे का? त्याच्यात तर सांगितलंच आहे की मेघा, मार्ग थोडा वाकडा झाला, तरी तू अवश्य जा. तुझ्या विद्युत्कांतीमुळे चकित होऊन तुझ्याकडे पाहणाऱ्या सौधावरच्या सुंदर स्त्रियांनी पाहावं."

"पण हे तू मला आधी कुठं सांगितलंस? म्हणून तर कुठल्याही स्त्रीकडे मी नीटसं पाहिलंसुद्धा नाही." लाजत तो म्हणाला.

"अरे यार! मग तुझी दृष्टी निष्फळ झाली ना! आता पुन्हा जा तिथल्या स्त्रियांना पाहायला," हसत हसत ती.

"तेवढ्यासाठी नाही तरी श्री महांकालच्या दर्शनासाठी तरी परत जावंसं वाटतंय. प्रदोषकाली दर्शन करावं म्हणतात ना? म्हणून तर मला उशीर झाला."

"तिथल्या नगाऱ्यांचे गंभीर आवाज तुझ्या गर्जनेसारखेच आहेत का? ए,

हे नवल कसं घडलं? । १७३

मलाही महांकालचं दर्शन घ्यावंसं वाटतंय. चालू का मी तुझ्याबरोबर?''

"चल ना. इथून हलता येत असलं तर. तुमचे पाय तर जमिनीलाच चिकटलेले आहेत.'' विनोदानं बादल म्हणाला.

"पाय जमिनीवर तरी डोकं आभाळात आहे ना? आणि आम्हाला आमच्या मातीचा खरंच अभिमान आहे.''

"असो बापडा! मला माझ्या सागराचा अभिमान आहे. त्याच्याकडून मिळालेलं संचित आम्ही वाढवतो आणि दानही करतो. जीवनदान हे महापुण्य! त्याच्यावरच दुसऱ्याचं जीवन फुलतं. तसंही पाणी म्हणजे अमृतच नाही का?''

"पाणी हे अमृत असतं ना? म्हणजे जीवन देणारं, जीवन घेणारं नव्हे! समोरच्या झीललासुद्धा इम्रत झीलच म्हणतात. पूर्वी इथे दोन मोटरबोटी चालायच्या अन् सुट्ट्यांच्या दिवसांत अगदी झिम्मड असायची बोटिंगला जाणाऱ्यांची. त्या दिवशी कसला तरी सण होता. झीलच्या किनाऱ्यावर छोटी छोटी मंदिरंसुद्धा आहेत. दर्शन करून बोटिंगला जाणाऱ्यांची अगदी रीघ लागली होती त्या दिवशी. दोनच बोटी अन् लोकांची गर्दी. त्यामुळे सर्वांना काबूत ठेवणं त्या बोटवाल्यांना अवघड जात होतं. शेवटी एकाच वेळी जास्त लोकांना बसवून वेळ वाचवणं अन् पैसा मिळवणं या दोन्ही गोष्टी त्यांनी साधण्याचा प्रयत्न केला. शेवटी व्हायचं तेच झालं. एक बोट मध्यावर गेल्यावर बंद पडली आणि नंतर चालवणाऱ्याचं कौशल्य कमी पडलं की सर्वांना काबूत ठेवणं त्याला जमलं नाही, की बसलेल्यांनी धावपळ केली, काय झालं ते कळलं नाही आणि बोट उलटली. काठावरच्या सगळ्यांनी जे प्रयत्न करणं शक्य होतं ते सर्व केले तरी चाळीसपैकी नऊ लोक मेले. बुडणाऱ्यांना काठावरच्या दुकानदारांनी, रिक्षावाल्यांनी, हातगाडीवाल्यांनी दोऱ्या, साड्या यांनी बांधून ओढून काढलं. पण ज्यांचा काळ आला होता त्यांना कोणीच वाचवू शकलं नाही. त्यातच आपल्या इथला एक बँक कर्मचारी जीवन अन् त्याची अतिशय देखणी बायको नीरा यांचा बळी पडला. मात्र, त्यांच्या सहा वर्षांचा मुलगा वाचवला गेला. आता प्रश्न पडतो की जीवनानंच जीवनाला का मारावं?''

"सगळ्याच प्रश्नांची उत्तरं आपल्याला कुठं मिळतात?''

"पण मग प्रश्न आपल्याला सतत छळतच राहातात. वाटतं, याबद्दल कोणीतरी आपल्याला नीट समजावून सांगावं; पण कोण सांगणार? कोणाला विचारलं तर याचं उत्तर मिळेल?''

"तुला फारच वाईट वाटतंय ना?"

"हो. या लोकांच्या काळजीनं मीच घायाळ होते. अपघात झाला तोही माझ्यासमोर. त्याचंही वाईट वाटलं. आपल्या इथला कर्मचारी अन् त्याची बायको त्यात सापडले याचं त्याहीपेक्षा वाईट वाटलं आणि हे इथंच संपत नाही. यापेक्षाही आणखी एका गोष्टीचं सततच वाईट वाटत राहिलंय. कारण त्या दिवशीच्या अपघातात मदत करणाऱ्यांपैकी कमल, किस्ना, किशन, गोपाल हे होते, तसेच अशरफ, शेख, जलाल हेसुद्धा जिवाच्या आकांतानं धडपड करत होते. पाण्यात हातगाड्या घालून त्यावर लोकांना ओढून आणत होते. शुद्धीवर आणण्यासाठी हात-पाय चोळत होते. कोणी फायरब्रिगेडला फोन केले, कोणी डॉक्टरना घेऊन आले. ज्याला जे सुचलं ते त्यांनी सर्वांनी केलं. कशाचीही अपेक्षा न ठेवता केलं. बायकांच्या तरंगणाऱ्या पर्सेससुद्धा न उघडता जिच्या तिला परत केल्या. मुलांना आपले शर्ट, कोट गुंडाळले. पण ज्या वेळी धर्मावरून भांडणं होतात तेव्हा हे सगळे एकमेकांचे कट्टर शत्रू होऊन जातात. अशरफनं तर सहा खून केलेत. ते का केले अन् कशासाठी कोण जाणे! मदत करणारा अन् खून करणारा अशरफ एकच आहे का? त्याला खून करण्याइतकी नशा कशी चढते? यावर काही तोडगा नाही का?" विद्ध होऊन आकृती.

"त्यांच्या प्रश्नावर तोडगा काढण्याऐवजी तुला इतकं वाईट वाटतंय यावरच आधी तोडगा काढला पाहिजे." तिला शांत करण्यासाठी बादल.

"यांच्यात राहून मला याचीच सवय झाली आहे. त्यांच्याबद्दल विचार करायचा नाही, हे कसं शक्य आहे?"

"या मानवांची भांडणंच सांगणार असशील तर कशाला येऊ मी परत? आणि आता तर मला निघायलाच हवं."

"एऽ, असं नाही हं करायचं. यापुढे कोणाचीही दु:खं तुला सांगणार नाही." काय सांगितलं म्हणजे त्याला बरं वाटेल याचा विचार करत आकृती म्हणाली, "उद्या कबुतरांच्या गमतीजमती सांगीन हं. ते कसे एकमेकांत सदाच गुरफटलेले असतात. त्यांचं अजब दिशाज्ञान कसं असतं ते सांगेन. खरं तर तेच आधी सांगणार होते, पण बोलता बोलता तिसरंच बोललं जातं आणि मनातलं राहूनच जातं आणि हं, उद्या थोडा लवकर ये म्हणजे पोपटांचे थवेच्या थवे कसे येतात ते दिसेल. अरे, त्यांचा शेकडोंचा थवा आकाशातून खाली येतो तेव्हा सगळीकडे पोपटी रंग उसळल्यासारखा वाटतो. झाडांची पालवी हिरवी अन् बरसात पोपटी. यांच्या

कातरल्यासारख्या वाटणाऱ्या शेपट्या अन् पंख पसरून ते पोपट जेव्हा डौलदार वळणं घेत झाडावर उतरतात, तेव्हा अगदी भान हरपून पाहत राहावंसं वाटतं. पण इतका भयंकर कलकलाट करतात! अगदी डोकं उठतं.''

''हं, आता कशी खुललीस? नेहमी चांगल्या गोष्टींकडे पाहावं.'' असं म्हणून त्यानं तिच्या डोक्यावर थोपटलं.

''एऽ, पाठीवरूनसुद्धा हात फिरव. तुझ्या प्रेमळ स्पर्शानं अगदी चैतन्य आल्यासारखं वाटतं.''

''नाही हं, तुझ्याशी सगळा टकरावलो, तर माझ्यातली आग तुला सहन होणार नाही. फुकट जळून मरशील.''

''जळून जाऊ दे. म्हणतात ना 'क्षण एक पुरे प्रेमाचा, वर्षाव पडो मरणाचा.''

''ते म्हणण्यापुरतं ठीक आहे गं, पण माझ्यापासून तुला त्रास व्हावा, हे मलाच आवडणार नाही. तू इतकं माझं कौतुक करतेस. तुलाच त्रास देऊ? शिवाय कोणालाही संजीवन देणं मला आवडेल. संहार करणं माझं ब्रीद नाही.''

''तरीही...'' कसं बोलावं ते न समजून वाक्य अर्धवट सोडलं तिनं.

''तरीही काय?'' तो खळखळून हसला. हसण्याच्या त्या नाजूक वर्षावात भिजत ती सुखावली अन् तिच्या लक्षात आलं, तो चांगलाच गोल झालाय. उन्हात फिरला म्हणून की काय बराच काळवंडलाय. पण तरीही सुंदरच दिसत होता. घनगंभीर, मृदू, आश्वासक, त्याच्याबद्दलच्या प्रेमानं तिला भरून आलं. काय बोलावं ते सुचेना. पण त्यानं यायलाच हवं. रोज यायला हवं. ती आवाजात मध घोळत म्हणाली, ''बादल रे, मी उद्या मेघदूताचे सुंदर सुंदर श्लोक तुला नक्की सांगते हं. तुला आवडतील याची मला खात्री आहे. आणखी आजपर्यंत मी कोणाला सांगितलं नाही असं मनाच्या सात पाताळात जपलेलं काहीतरी सांगावंसं वाटतंय तुला. नक्की ये हं. तोपर्यंत सायोनाऽरा.''

''अरे वा! जपानी शब्दसुद्धा तुला माहीत आहे?''

निघताना त्याचा पाय जड झालाय हे कळून ती सुखावली. म्हणाली, ''सायोनाऽरा! सायोनाऽऽराऽ!'' अगदी लतासारखी नाहीतरी तिनं छानपैकी मींड घेतली.

आणि सगळे चौकीदार धावत बाहेर मैदानात आले. इथं काहीतरी 'बाधा' आहे यावर आता सगळ्यांचं एकमत झालं. पण उपाय काय करावा यावर मात्र एकमत होईना.

दुसऱ्या दिवशी पहाटे मेघदूताचं पुस्तक किंवा त्याचं भाषांतर मिळतंय का ते पाहण्यासाठी आकृतीनं ऑफीसची सगळी लायब्ररी उलटीपालटी करून टाकली. त्यामुळे सर्वचजण खूप घाबरले. जिथं तिथं आकृतीच्या बाहेरबाधेची चर्चा होऊ लागली. ते लक्षात आल्यावर आधी तिला गंमतच वाटली अन् नंतर राग यायला लागला. तेजाची हिम्मत, अनूची चिकाटी, पुष्पाची विद्वत्ता, शिनाचं सौंदर्य याचं अन् अशाच अनेकांच्या अनेक वैशिष्ट्यांचं तिला अतोनात कौतुक होतं. पण त्या अन् ते सगळेच तिच्या बाहेरबाधेचं घोळक्या घोळक्यानं चर्वितचर्वण करत होते. इतक्या शिकल्यासवरलेल्या लोकांचा तिच्याबद्दल हा दृष्टिकोन!

माझ्याच घरात मलाच चोरी? यांना हवं तसंच मी वागलं पाहिजे का? माझ्या भावना मी दाबून का म्हणून ठेवायच्या! मनात आणलं तर मी सर्वांना नेस्तनाबूद करू शकते, अशी ती मनातल्या मनात फुशारकी मारू लागली. त्यांना धडा शिकवायला काय करावं याचा विचार करू लागली. पण नंतर तिनं संयम केला. ती शांतपणे बादलची वाट पाहू लागली. ही पाहा माझी माणसं, असं ज्यांच्याबद्दल अभिमानानं तिनं सांगितलं त्यांच्याचबद्दल तक्रारीला शब्दही त्याच्याजवळ काढायचं तिच्या जिवावर आलं. पण नाहीतर कोणाला सांगणार!

पण बादल त्या दिवशी सकाळी, दुपारी किंवा रात्री आलाच नाही. मनात तक्रारींचं ओझं अन् हृदयात तुडुंब प्रीती घेऊन ती त्याची चातकासारखी वाट पाहू लागली. पण दुसऱ्या दिवशीही तो आलाच नाही. निराशेनं तिला काही सुचेना. छातीत सारखे हुंदके दाटून यायला लागले. सारखा बादलचा ध्यास लागला. असे चार दिवस गेल्यावर एका रात्री शुभ्रा आली. ही शुभ्राच का अशी शंका यावी इतकी ती काळवंडली होती. म्हणाली, "मलासुद्धा तुला भेटायला येणं अगदी जड गेलं, इतका वाऱ्याचा रेटा होता. पण फक्त सांगोवांगी मिळालेला बादलचा निरोप तुला द्यायलाच हवा म्हणून आलीय." बादलचा निरोप म्हटल्यावर आकृतीच्या कानात पंचप्राण गोळा झाले. "त्यानं सांगितलंय की तो हिमालयापर्यंत जाणार आहे आणि तू त्याची काळजी करू नकोस. तू आनंदात रहा."

निरोप मिळाला अन् आकृती अतीव दुःखानं विव्हळली. हृदय विदीर्ण झाल्यासारखी एका भिंतीला खालपासून वरपर्यंत चीर पडली. दुःखावेगानं ती खूप रडली. पण पडणाऱ्या पावसात तिचे अश्रूही वाहून गेले. नंतर तिनं विचार केला की बादल नाही आला तर काय झालं? आपणच का नाही जायचं त्याच्याकडे? इथं

तरी काय ठेवलंय आपलं? काही नाही. आपणच जाऊन त्याला चकित करायचं. मीसुद्धा त्याला शोधू शकते हे कळलं पाहिजे त्याला. काय हरकत आहे प्रयत्न करायला, असं म्हणत तिनं पाय उचलायचा प्रयत्न केला; पण पाय असे रुतले होते जमिनीत, की तिला उचलताही येईना. जो जो ती जोर करू लागली तो तो तिला आपली असमर्थताच जास्त जाणवू लागली.

भारतीय स्त्रीच्या पायात बेड्या कशा पडलेल्या असतात, ते तिला आता कळलं. नीटस हलताही येत नाही याचं दुःख! बादलनं आपला अव्हेर करून स्वतःचा मार्ग स्वतः निवडला याचं दुःख! ज्या कर्मचाऱ्यांना तिनं आपलं मानलं, ज्याच्याबद्दल अभिमान बाळगला, ज्यांच्या सुखदुःखात ती आपण होऊन सामील झाली, त्यांनी तिला समजून घेऊ नये याचं दुःख! सगळी दुःखं जिव्हारी जखम करून गेली अन् तिला घोर निराशेनं वेढलं.

निराशा इतकी पराकोटीची, की तिला डोळा वर करून सूर्याकडे, चंद्राकडे, चित्रविचित्र मेघांकडे, वर्षानुवर्षं सोबत करणाऱ्या इम्रत झीलाकडे, बागेतल्या फुलझाडांकडे पाहावंसंसुद्धा वाटत नव्हतं. सूर्योदयाची प्रसन्न घटिका तिला उत्साहित करत नव्हती, वेगवेगळ्या पक्ष्यांचे सुस्वर तिला रिझवत नव्हते, फुलांचे, पानांचे आतापर्यंत आवडणारे गंध तिला सुखावत नव्हते. तिचं भावजीवन उद्ध्वस्त झाल्यामुळे ती अगदी रिकामी झाल्यासारखी होऊन गेली.

तिच्या सर्व मजल्यांवर अनिल जाऊन आला. पण भयाण रिक्ततेशिवाय काही जाणवेना. फक्त त्याचाच पायरव त्याला ऐकू आला. पण तिची जाग त्याला जाणवेना. तिला जणू कशातच रस वाटेनासा झाला आणि सगळं नीरस झाल्यामुळे हळूहळू तिच्यातलं चैतन्यच नाहीसं व्हायला लागलं. अन् नंतर... नंतर ती पूर्णपणे जड झाली.

★ ★ ★

कधी नव्हे इतकी स्फूर्ती दाखवून मॅनेजमेंटनं, आकृतीनं पाय उचलण्याच्या प्रयत्नात उखडलेले कॉलम्स भरून टाकले. हवे तिथं नवे टेकू दिले. भिंतीच्या भेगा बुजवल्या अन् रंगरंगोटीही करून टाकली.

आता दर अमावास्येला आकृतीच्या पुढे न चुकता माळीबाबा नारळ फोडतो आणि दहीभाताचा नैवेद्य दाखवतो.

■ ■ ■

कल्पना शुद्धवैशाख

- जन्म— ६ नोव्हेंबर १९३३ बडोदे (गुजरात)
- शिक्षण— एम.ए./ एस्.एस.सी.ला शाळेचे मानाचे सुवर्णपदक.
- बडोद्याच्या हिंदविजय जिमखान्यातर्फे झालेल्या बोटिंग रेसमध्ये चॅम्पियन.
- जीवन विमा निगममध्ये नोकरी व निवृत्ती
- जीविनिच्या कॉर्पोरेट अ‍ॅन्थेम स्पर्धेत बक्षीस
- जीविनिच्या टेबलटेनिस टुर्नामेंट्समध्ये दोनदा ऑल इंडिया चॅम्पियन व अनेकदा झोनल चॅम्पियन.
- कथा, कविता, कादंबरी, एकांकिका, नाटक इ. लेखन व अनेक पारितोषिके
- कवितांचे व कथाकथनाचे अनेक कार्यक्रम
- लेखन, खेळ याशिवाय गायन, अभिनय, वक्तृत्व इ. अनेक विद्यांमध्ये प्रावीण्य.
- अनेक साहित्यिक संस्था व सामाजिक संस्थांशी निगडित.

www.ingramcontent.com/pod-product-compliance
Lightning Source LLC
Chambersburg PA
CBHW030336030726
47499CB00003B/801
9789351170334